Xuất Sắc Trong Giáo Dục Thần Học

ĐÀO TẠO LÃNH ĐẠO HỘI THÁNH HIỆU QUẢ

Steven A. Hardy

*Bản dịch tiếng Việt:
Trần Thị Saralen - Lê Tuấn*

reSource Leadership International - 2020

Originally published in English under the title: *Excellence in Theological Education: Effective Training for Church Leaders* (ICETE Series).

Copyright © 2016 by Steven A. Hardy

This Vietnamese translation of *Excellence in Theological Education* is published by arrangement with Langham Creative Projects.

Vietnamese edition © 2020 by reSource Leadership International for Theological Education.

Bản dịch tiếng Việt của *Excellence in Theological Education* được xuất bản theo sự thoả thuận với Langham Creative Projects.

Bản dịch bản quyền © 2020 reSource Leadership International for Theological Education.

Mã ISBN (Canada): 978-1-988990-14-9

Mã ISBN (Việt Nam): 978-604-61-6889-8

Thiết kế bìa: **Nguyễn Hiền Thư**

Bảo lưu bản quyền. Không phần nào trong xuất bản phẩm này được phép sao chép hay phát hành dưới bất kỳ hình thức hoặc phương tiện nào mà không có sự cho phép bằng văn bản của nhà xuất bản giữ bản quyền, ngoại trừ các trích dẫn ngắn trong những bài phê bình sách.

Phần Kinh Thánh được trích dẫn từ Bản Truyền Thống Hiệu Đính, trừ những phần có ghi chú bản dịch cụ thể. Bản quyền © 2010 bởi Liên Hiệp Thánh Kinh Hội. Đã được phép sử dụng. Bản quyền được bảo lưu.

Mục lục

Lời nói đầu 5

1. Xuất Sắc Là Gì? 13
2. Xuất Sắc trong Lãnh Đạo 29
3. Xuất Sắc trong Việc Lập Chiến Lược 57
4. Xuất Sắc trong Việc Quản Trị 83
5. Xuất Sắc trong Việc Quản Lý Hành Chính 105
6. Xuất Sắc trong Chương Trình Đào Tạo 129
7. Xuất Sắc về Đội Ngũ Giáo Viên 157
8. Xuất Sắc về Cơ Sở Vật Chất 179
9. Xuất Sắc về Thư Viện 189
10. Xuất Sắc trong Việc Gây Quỹ 203
11. Xuất Sắc trong Việc Mở Rộng Công Tác Đào Tạo 231
12. Xuất Sắc trong Việc Lượng Giá và Đổi Mới 257

Vài nét về ICETE 279

Vài nét về Langham Partnership 281

Lời nói đầu

Cuốn sách này được biên soạn để giúp lãnh đạo các trường thần học, đặc biệt trong bối cảnh của những nước không thuộc Tây phương, khẳng định sự xuất sắc của những cơ sở đào tạo của họ, và tìm ra các ý tưởng nhằm nâng cao chất lượng những lĩnh vực họ chưa đạt đến mức xuất sắc.

Đã từng có người nói rằng khi bạn nhìn ra sau một người đàn ông trẻ tuổi thành đạt, là người đang tạo ra sự khác biệt trong cuộc đời của người khác, bạn sẽ thấy một bà mẹ vợ đang hết sức kinh ngạc tự hỏi con rể mình đấy ư? Nhưng tôi nghĩ rằng bạn sẽ không thấy người giáo viên kinh ngạc đâu. Thật là một đặc ân cho những người làm sư phạm khi được dự phần vào cuộc đời của những người được Đức Chúa Trời phú cho ân tứ và kêu gọi để phục vụ Ngài. Tôi yêu thích những ảnh hưởng mà công tác đào tạo đem lại qua việc nhân cấp, đẩy mạnh sứ mạng truyền giáo cũng như công tác của hội thánh. Qua nhiều năm, tôi vui sướng khi chứng kiến sinh viên của mình vượt trội hơn thầy của họ về kỹ năng và đi ra một cách hiệu quả đến những nơi mà tôi chưa thể đến.

Tôi lớn lên trong gia đình có cha mẹ làm giáo viên, và tôi hay "chơi mà học" trong hầu hết quãng đời trưởng thành của mình. Lần đầu tiên tôi khám phá ra giáo dục không chính quy là vào những năm đầu của thập niên 1970 qua việc nghiên cứu Kinh Thánh quy nạp. Quan điểm của tôi về công tác lãnh đạo đảo lộn hoàn toàn trong những ngày đen tối của Ê-thi-ô-pi-a giữa thập niên 1970 khi tôi chứng kiến cách Đức Chúa Trời sử dụng con người mà không cần đào tạo họ một cách bài bản. Trong suốt sáu năm tại miền Trung Tây Bra-xin, tôi nhận ra mình đã thật kiêu ngạo về tất cả những công tác giáo dục mình thực hiện khi góp phần mở một chủng viện mới, bao gồm việc soạn thảo giáo trình và đào tạo giáo viên. Nhưng chúng tôi học được rất nhiều về làm gương. Chúng tôi không có ngân quỹ nên tất cả các giáo viên đều làm việc trọn thời gian, chia sẻ kinh nghiệm và sự khôn ngoan với sinh viên của mình. Tại Bra-xin, tôi cũng tham gia vào công tác mở mang hội thánh và các chương trình đào tạo từ xa của hội thánh thường diễn ra vào buổi tối, và sử dụng sách giáo khoa có sẵn.

Vào năm 1985, gia đình tôi chuyển đến Mozambique để trang bị lãnh đạo cho một hội thánh đã tăng trưởng một cách phi thường trong những ngày cộng sản nắm quyền. Tôi đã mở lại một chủng viện nhỏ và chuẩn bị tài liệu giảng dạy cho các lãnh đạo trẻ để họ trở thành giáo viên của chương trình giáo dục thần học toàn quốc–hệ từ xa.

Trong thập niên 1990, tôi đã ghé thăm hơn một trăm chủng viện và Trường Kinh Thánh khắp châu Phi và những nơi khác với vai trò cố vấn giáo dục thần học cho Africa Evangelical Fellowship (Hội thông công Tin Lành châu Phi, nay là SIM), và thỉnh thoảng làm tư vấn viên cho các tổ chức Cơ Đốc. Tôi lắng nghe nhiều nhu cầu và mối quan tâm, trong lúc ấy cũng thấy ấn tượng với năng lực của những người lãnh đạo các chương trình đào tạo người lãnh đạo này. Nhiều người trong số ấy (giống như tôi) bước vào vai trò quản lý giáo dục với rất ít hoặc không có sự chuẩn bị cho những trách nhiệm này nên có lẽ không có gì ngạc nhiên khi nhiều người lãnh đạo trong số đó đang bên bờ vực của sự kiệt sức.

Vào năm 1998, tôi trở thành giám đốc của Oversea Council International's Theological Resource Team (Tạm dịch: Nhóm Tư Vấn Thần học của tổ chức OCI). Điều khiến tôi hào hứng trong công tác đó là phát triển và điều hành The Institute for Excellence in Global Theological Education. Mục đích của tổ chức là trau dồi kỹ năng cho lãnh đạo các trường thần học trong lĩnh vực quản lý giáo dục. Mặc dù OCI thấy hầu hết các chương trình hợp tác ấy là xuất sắc nhưng nhiều lãnh đạo của những chương trình này lại sống tách biệt với các chương trình đào tạo khác và họ thật sự ít có ý tưởng về việc so sánh chương trình của mình với bất cứ chương trình nào khác ngoài cơ sở đào tạo mà chính họ từng nghiên cứu trước đây.

Là một tổ chức tài trợ, OCI mong muốn đầu tư vào những dự án bắt nguồn từ việc lên kế hoạch chiến lược, và hợp tác với những cơ sở đào tạo đang sẵn sàng đầu tư vào lãnh đạo của mình. Vì ích lợi của đôi bên, chúng tôi muốn biết liệu các chương trình hợp tác đã biết cách kết hợp để đưa ra một kế hoạch chiến lược toàn diện hay chưa? Kế hoạch của họ có bao gồm những phương cách thực tiễn để phát triển và quan tâm đến đội ngũ lãnh đạo làm công tác quản lý và giảng dạy một cách chất lượng hay không? Họ có kế hoạch đẩy mạnh chương trình đào tạo nhằm trang bị những sinh viên chất lượng để làm mục vụ hiệu quả không? Họ có đang xây dựng mối quan hệ tốt với những người ủng hộ họ nhằm tìm ra các nguồn lực tốt để hỗ trợ cho chương trình đào tạo không?

Học viện được thiết kế như một diễn đàn năm ngày để lãnh đạo các trường có thể thảo luận những vấn đề như trên. Chúng tôi không chỉ muốn giúp các lãnh đạo của các chương trình đối tác lĩnh hội hoặc làm mới lại những công cụ họ cần để trở thành những học viện chất lượng, chúng tôi còn muốn tạo ra một mạng lưới làm việc và môi trường mà trong đó các lãnh đạo có thể khích lệ lẫn nhau.

Một phần lý do tôi sử dụng từ "xuất sắc" trong sách này chính là sự ngưỡng mộ mà tôi dành cho những ảnh hưởng mà Institute for Excellence của tổ chức OCI mang lại. Tuy nhiên, đối với một số người, 'xuất sắc' là từ thông dụng liên quan nhiều đến cộng đồng người làm kinh doanh hơn là trong giới giáo dục. Nó bao hàm hiệu quả và năng suất trong khi đó thực tế là việc đào tạo những người Đức Chúa Trời kêu gọi làm lãnh đạo không phải lúc nào cũng hiệu quả về chi phí và hiệu quả nói chung. Câu chuyện của chính chúng ta là những minh họa về cách Đức Chúa Trời hướng dẫn và trang bị mỗi chúng ta qua nhiều kinh nghiệm đặc biệt trong suốt cuộc đời. Như vậy, làm sao chúng ta có thể xác định "sự xuất sắc" khi mỗi một sinh viên được ban cho những ân tứ khác nhau và có những kinh nghiệm khác nhau?

Như tôi sẽ thảo luận trong chương 1 của cuốn sách này, sự xuất sắc là một quan niệm dựa trên nền tảng Thánh Kinh và có giá trị về phương diện giáo dục, mặc dù nó phải được xem xét trong một bối cảnh cụ thể. Tôi đã nhận diện tin rằng các lĩnh vực then chốt cần có sự xuất sắc trong đó để một cơ sở đào tạo xác định sự ưu túxuất sắc của riêng mình. Mỗi một lĩnh vực tạo sẽ hình thành một chương trong cuốn sách này. Chúng ta sẽ xem xét:

Xuất Sắc trong Lãnh Đạo (Chương 2)

Một cơ sở đào tạo lãnh đạo xuất sắc hiểu được lãnh đạo là gì và làm thế nào để khuyến khích, đào tạo và sử dụng lãnh đạo. Những chương trình tốt biết cách để tận dụng những phong cách lãnh đạo khác nhau. Tìm kiếm, khuyến khích và phát triển lãnh đạo giỏi có thể xem là một phần quan trọng trong những điều khiến cho một chương trình tốt trở nên xuất sắc.

Xuất sắc trong Việc Lập Chiến Lược (Chương 3)

Nếu một người không biết rõ mình đang đi đâu thì rất khó để biết được việc gì đang được thực hiện. Một cơ sở đào tạo lãnh đạo xuất sắc dành thời gian để phát triển và thường xuyên rà soát lại kế hoạch chiến lược, bao gồm việc khám phá các giá trị, định nghĩa sứ mạng trong ánh sáng các nhu cầu của nó, đánh giá điểm mạnh và điểm yếu và sau đó mơ ước trong tinh thần cầu nguyện nhằm phát triển một kế hoạch khả thi nhằm đưa chiến lược ấy đến nơi cần đến.

Xuất Sắc trong Việc Quản Trị (Chương 4)

Những cơ sở đào tạo lãnh đạo xuất sắc chịu trách nhiệm với học viên mà họ phục vụ. Họ được tư vấn và quản trị bởi các hội đồng cố vấn và ban quản trị được thành lập một cách chính thống.

Xuất Sắc trong Quản Lý Hành Chính *(Chương 5)*

Những cơ sở đào tạo lãnh đạo xuất sắc có bộ máy quản lý hành chính phù hợp sẽ góp phần giúp các chương trình học tập diễn ra tốt đẹp. Để có được một đội ngũ hành chính tốt, những ứng viên được tuyển vào làm tại đây cần được phân công công việc rõ ràng và luôn có tinh thần sẵn sàng phục vụ.

Xuất Sắc trong Chương Trình Đào Tạo *(Chương 6)*

Không có chương trình đào tạo nào là hoàn hảo, phù hợp với mọi trường hợp. Chương trình đào tạo xuất sắc trang bị cho sinh viên tính chủ động, sáng tạo và linh hoạt để làm việc trong một bối cảnh cụ thể Chính giáo viên sẽ là người phản ánh rõ ràng nhất bài giảng của mình khi mà nội dung bài giảng chân thực nhất là kết quả đời sống tin kính của người giáo viên đó.

Xuất Sắc về Đội Ngũ Giáo Viên *(Chương 7)*

Tài nguyên quan trọng nhất mà một chương trình có chính là đội ngũ giảng dạy. Những cơ sở đào tạo xuất sắc thường biết cách để tìm kiếm, đào tạo và khích lệ các giảng viên của mình.

Xuất Sắc về Cơ Sở Vật Chất *(Chương 8)*

Những cơ sở đào tạo xuất sắc có cơ sở vật chất đầy đủ cho công tác học thuật, quản lý hành chính và nghiên cứu. Các cơ sở vật chất này cần được bảo trì đúng tiêu chuẩn.

Xuất Sắc về Thư Viện *(Chương 9)*

Thư viện xuất sắc là thư viện được thu thập một cách hệ thống, theo một quy chế chọn lựa nhất định và được xây dựng dựa trên tuyên ngôn sứ mạng của thư viện và của nhà trường. Nhân sự đã qua đào tạo sắp xếp thư viện để tối đa công năng sử dụng cho cả sinh viên lẫn giáo viên. Những thư viện xuất sắc trong tương lai sẽ không chỉ bao gồm các ấn phẩm mà còn tận dụng triệt để thông tin có thể truy cập được ở phạm vi toàn cầu thông qua công nghệ thông tin.

Xuất Sắc trong Việc Gây Quỹ *(Chương 10)*

Một cơ sở đào tạo lãnh đạo xuất sắc có nguồn quỹ đầy đủ để thực hiện những gì mà kế hoạch chiến lược muốn thực hiện. Học viện nên chịu trách trách nhiệm về nguồn tài chính và xây dựng sự tự lập của mình. Học viện cũng cần duy trì mối quan hệ tốt với bạn bè, hội thánh, các mục vụ, và đặc biệt là với sinh viên của mình ngay cả sau khi họ tốt nghiệp.

Xuất Sắc trong Việc Mở Rộng Công Tác Đào Tạo *(Chương 11)*

Những cơ sở đào tạo xuất sắc thường mở rộng ảnh hưởng và sự đào tạo của mình ra khỏi phạm vi nhà trường. Họ phục vụ các cựu sinh viên của mình, các mục vụ và cộng đồng của các cựu sinh viên ấy bằng nhiều phương cách chính quy hoặc không chính quy. Họ tận dụng công nghệ thông tin, cả trong trường và trong các nỗ lực mở rộng của mình.

Xuất Sắc trong Việc Lượng Giá và Đổi Mới *(Chương 12)*

Sự cách tân và đổi mới của tổ chức được thể hiện ở từng giai đoạn khác nhau trong quá trình hoạt động của một cơ sở đào tạo xuất sắc. Việc lượng giá được cơ cấu vào trong hoạt động đang tiếp diễn của từng khía cạnh trong chương trình. Tham gia vào mạng lưới rộng hơn và học hỏi từ người khác cũng là một phần quan trọng của sự đổi mới.

Ắt hẳn bạn sẽ thấy rằng không mấy suy nghĩ trong số đó là suy nghĩ nguyên thủy của tôi. Những gì tôi đã cố gắng viết ra là những gì tôi hi vọng sẽ chia sẻ khi ngồi trong văn phòng của một người bạn đang ở vị trí lãnh đạo tại một trường Kinh Thánh hay chủng viện. Những lời này không phải chủ yếu được viết cho những nhân viên chuyên biệt, như thủ thư, người quản lý tài chính hay chuyên gia công nghệ thông tin. Mối quan tâm của tôi là dành cho những ai đang lãnh đạo chương trình tổng thể của cả một ngôi trường. *Bạn* cần phải là người như thế nào và phải biết cách làm gì để phát huy tính xuất sắc trong mọi lĩnh vực của học viện? Tôi xin Chúa giúp bạn tìm thấy sự khích lệ và những lời khuyên hữu ích khi đọc cuốn sách này khi bạn khẳng định sự xuất sắc của mình cũng như khi bạn hành động để làm vững mạnh thêm và xây dựng chất lượng cho những gì bạn đã có.

Đây không phải là bài nghiên cứu, vì vậy tôi đã để phần ghi chú các sách tham khảo ở mức tối thiểu nhưng chỗ nào phù hợp thì tôi sẽ đưa chúng vào cuối trang hoặc cuối chương. Một số sách, bài viết và đường link trên mạng theo chủ đề đều được liệt kê ở phần cuối mỗi chương. Các câu hỏi ở cuối mỗi chương sẽ giúp bạn và đội ngũ lãnh đạo đánh giá chương trình đào tạo của mình.

Tôi xin gửi lời cảm ơn đặc biệt đến những người bạn, đồng lao và cố vấn của tôi tại OCI, nhất là John Bennett, Jack Graves, Manfred Kohl và Stefanii Morton Ferenczi. Tôi cũng muốn gửi lời cảm ơn đến một số đồng nghiệp hoạt động ở những lĩnh vực khác nhau tại các nước không thuộc Tây phương. Họ là những người đã cho tôi ý kiến phản hồi về bản thảo này: Vera Brock (Brazil), Lee Christenson (Mỹ), Scott Cunningham (Nigeria), Fritz Deininger (Thái Lan), Bill Houston (Nam Phi), Steve Parr (Canada), Paul Sanders (Li-băng), Chuck Saunders (Nam Phi) và Rich Starcher (Kenya). Tôi xin gửi lời cảm ơn sâu sắc nhất đến vợ tôi, LeAnne, người không chỉ "liều" với hạnh phúc hôn nhân của chúng tôi khi cẩn thận biên tập chi tiết của cuốn sách này, trong khi suốt nhiều năm qua cô ấy đã rất nhẹ nhàng (và cũng có khi không mấy nhẹ nhàng) thúc giục tôi để viết nên cuốn sách này! Và cảm tạ Đức Chúa Trời, trong Ngài và vì Ngài mà chúng ta tồn tại.

Nếu bạn có nhận xét hay gợi ý, hoặc nếu bạn muốn bàn luận thêm về bất cứ vấn đề nào được thảo luận trong cuốn sách này, đừng ngại liên lạc với tác giả qua email: steve.hardy@sim.org.

Chương 1

Xuất Sắc Là Gì?

Theo từ điển trực tuyến Merriam-Webster, "xuất sắc" có nghĩa là ưu tú, rất tốt, thượng hạng. Trong vai trò một phẩm chất, từ này cho thấy xuất sắc có ý nói về một mỹ đức hay điều gì đó có giá trị. Vậy có vẻ như nếu những học viện giáo dục thần học của chúng ta có thể chứng tỏ chất lượng và giá trị thì những tờ brochure quảng bá của chúng ta hẳn có thể tuyên bố rằng chúng ta thuộc hạng nhất, cao cấp và xuất sắc. Chúng ta không chỉ "đường được", chúng ta rất giỏi trong những gì chúng ta làm.

Những chương trình đào tạo lãnh đạo của Tin lành là nơi chiến lược mà ở đó những người lãnh đạo hiện tại và tương lai được trang bị cho công tác trong nước Trời. Những người lãnh đạo của các chương trình đào tạo lãnh đạo phải có thể xác nhận rằng chương trình học của họ là chương trình của một học viện chất lượng. Tuy nhiên, căn cứ trên tính chất vô cùng đa dạng của những chương trình đào tạo tốt theo những thước đo khác nhau, đặc biệt trong ánh sáng của gần như vô khối những phương pháp thì làm thế nào chúng ta có thể biết được chương trình đào tạo của học viện mình là xuất sắc hơn? Trong chương này chúng ta sẽ xem xét định nghĩa "xuất sắc". Đây có phải là từ "thông dụng" trong quảng cáo được vay mượn từ vốn từ vựng phổ biến trong cộng đồng người làm kinh doanh không? Hay có cả nền tảng Thánh Kinh lẫn nền tảng giáo dục cho quan niệm "hàng đầu" ấy? Sự xuất sắc có liên hệ đến sự hoàn hảo, thành công hay là cái tốt nhất trong đa số ở mức độ nào? Ai khẳng định sự xuất sắc của chúng ta, hay ai quyết định những tiêu chuẩn để chúng ta hướng tới? Và sự xuất sắc có thật sự khả thi không?

Xuất Sắc có phù hợp với Kinh Thánh không?

Đức Chúa Trời luôn làm những điều đúng đắn theo cách đúng đắn. Trong Sáng Thế Ký chương 1, chúng ta thấy rằng Ngài ngắm xem công trình sáng tạo của mình với sự hài lòng. Đức Chúa Trời đã làm chính xác những gì Ngài định làm, bằng năng quyền của Lời Ngài. Ngài yêu thích những gì Ngài thấy và khẳng định "Điều đó là tốt lành!" Chúng ta có thể nhận ra phẩm chất không thể so sánh được trong nhân cách, trong kết quả và trong quá trình thực hiện. Sự xuất sắc được nhìn thấy trong chính bản tính của Đức Chúa Trời, trong việc Ngài làm và trong cách Ngài làm việc đó.

Đức Chúa Trời đang hành động trong thế giới xung quanh chúng ta và trong chúng ta. Ngày mà chúng ta sẽ được biến hóa trong chớp mắt (1 Cô. 15:51) chưa đến, dù ngay bây giờ Phao-lô có thể nói: "Vì Đức Chúa Trời là Đấng đang hành động trong anh em, để anh em vừa muốn vừa làm theo ý tốt của Ngài" (Phil. 2:13). "Chúng ta biết rằng mọi sự hiệp lại làm ích cho những ai yêu mến Đức Chúa Trời, tức là cho những người được gọi theo ý định của Ngài" (Rô. 8:28). Khi chúng ta lưu tâm đến những hỗn độn và rối rắm quanh mình, chúng ta an tâm khi biết rằng Đức Chúa Trời có kế hoạch và mọi việc đều vận hành theo kế hoạch đó. Cuối cùng, "muôn vật được quy tụ lại trong Đấng Christ, cả những vật trên trời và dưới đất" (Êph. 1:10). Chúng ta đang được làm mới và biến đổi bởi Đức Chúa Trời hằng sống vì vinh hiển của Ngài và để làm thành mục đích của Ngài. Mọi đường lối Ngài đều hoàn hảo và mọi kế hoạch tuyệt vời của Ngài đều sẽ thành công. Trong một bài ca viết cho sự thờ phượng của dân sự, tác giả Thi Thiên đã nói: "Lạy Đức Giê-hô-va là Chúa của chúng con, Danh Chúa vang lừng trên khắp đất biết bao" (Thi. 8:1). Nói theo ngôn ngữ của giới kinh doanh, điểm chuẩn hay tiêu chuẩn của sự xuất sắc được nhìn thấy rất rõ trong bản tính của Đức Chúa Trời. Cách tốt nhất để làm những việc cần làm được thể hiện rõ trong những công việc tay Đức Chúa Trời thực hiện.

Tuy nhiên, chỉ mình Đức Chúa Trời là toàn hảo và thánh khiết trong mọi đường lối mình. Chúng ta không thể làm những gì Đức Chúa Trời làm. Không có một ai giống như Chúa. Phụ nữ Amish, là những người được biết đến với sản phẩm chăn màn chất lượng cao, hiểu rất rõ điều này. Thế nhưng, họ lại chú ý để một lỗi trong những tấm chăn tí-nữa-thì-hoàn-hảo của mình như một cách khiêm nhu công nhận rằng chỉ có Đức Chúa Trời là hoàn hảo. Xét trên góc nhìn này, tương tự sự thánh khiết, sự xuất sắc là điều gì đó chúng ta chỉ có thể trân quý khi nhìn lên tiêu chuẩn tối thượng, là tiêu chuẩn xa hơn những gì chúng ta mong muốn đạt tới rất nhiều. Chúng ta tất thảy đều đánh mất vinh hiển của Đức Chúa Trời (Rô. 3:23). Thật khó để có một ngôi trường "không tì vết".

Dẫu vậy, học cách để đánh giá cao sự xuất sắc là điều mà chúng ta được khích lệ để làm. Sứ đồ Phao-lô nói rằng chúng ta phải phản chiếu những điều tốt đẹp. Trong thư gửi cho hội thánh Phi-líp, ông viết: "Cuối cùng, thưa anh em, hễ điều gì chân thật, điều gì đáng trọng, điều gì công chính, điều gì thanh sạch, điều gì đáng yêu chuộng, điều gì đáng biểu dương; nói chung là điều gì đức hạnh, đáng khen ngợi thì anh em phải nghĩ đến" (Phil. 4:8).[1]

Khi Phao-lô viết thư cho Tít, ông chỉ ra rằng khi hội thánh đang làm những điều tốt lành và ích lợi cho mọi người, thì đó có thể gọi là *sự xuất sắc*: "Đây là lời chắc chắn. Ta muốn con nhấn mạnh những điều đó, để những ai đã tin Đức Chúa Trời sẽ chú tâm vào việc lành. Đó là điều tốt đẹp và ích lợi cho mọi người" (Tít 3:8). Phao-lô nói điều tương tự khi ông mô tả giá trị của tình yêu thương, gọi đó là "con đường còn tuyệt diệu hơn nữa" (1 Cô. 12:31).

Sự xuất sắc ('excellent') có liên hệ đến từ 'trội hơn' hay 'ưu tú hơn' ('excel'). Vì vậy Phao-lô khuyến khích một hội thánh vốn làm tốt nhiều điều thì có thể làm tốt hơn nữa: "Vậy thì, như anh em đã vượt trội trong mọi việc: Đức tin, lời nói, tri thức, lòng nhiệt thành,

---

1. Phần in nghiêng trong những trích dẫn Kinh Thánh đều do tác giả thêm vào.

và tình yêu thương đối với chúng tôi, thì anh em cũng nên vượt trội trong việc từ thiện nầy" (2 Cô. 8:7). Cũng vậy, Phao-lô khuyên giục hội thánh Tê-sa-lô-ni-ca hãy làm trội hơn nữa: "Cuối cùng, thưa anh em, trong Chúa là Đức Chúa Jêsus, chúng tôi nài xin và khuyến giục anh em rằng anh em đã học nơi chúng tôi phải sống thế nào cho vui lòng Đức Chúa Trời, và anh em đang sống như thế thì hãy tiếp tục sống ngày càng tốt hơn" (1 Tê. 4:1).

Xuất sắc có phải hiện (hoặc trước giờ vẫn) là cái tốt nhất trong đại đa số không?

Trong thực tế, hầu hết mọi người (hay các tổ chức) có xu hướng cảm thấy họ là những người tốt nhất trong số đông. Peters và Waterman thực hiện một nghiên cứu tâm lý được thực hiện bằng cách lấy mẫu ngẫu nhiên từ những người nam trưởng thành.[2] Khi được yêu cầu tự đánh giá khả năng hòa nhập với người khác của mình, "tất cả những người tham gia nghiên cứu, 100%, đều xếp mình trong nhóm nửa đầu của tổng số người được phỏng vấn, 60% nằm trong tốp 10% của tổng số và 25% khiêm nhường nghĩ rằng họ nằm trong tốp 1% của tổng số." Trong một phát hiện tương tự, "70% đánh giá mình nằm trong ¼ người lãnh đạo giỏi nhất, (trong khi đó) chỉ có 2% cảm thấy họ thuộc hạng lãnh đạo dưới trung bình." Về khả năng thể lực, "60% nói rằng họ là ¼ người khỏe nhất" và chỉ 6% cảm thấy rằng họ "dưới trung bình". Không tệ khi những người này có cách nhìn tích cực về bản thân. Tuy nhiên, dựa trên xu hướng chung là chúng ta đánh giá về bản thân một cách thiếu thực tế, việc sự tự đánh giá không tạo nên sự xuất sắc trong chúng ta, và nó cũng không thể tạo nên sự thiếu hụt xuất sắc trong chúng ta. Chúng ta cần ai đó hoặc thứ gì đó để có thể so sánh với bản thân trước khi thật sự tự hào về sự vượt trội của mình. Chúng ta không xuất sắc chỉ bằng cách tự cho mình là xuất sắc.

---

2. Thomas J. Peters và Robert H. Waterman, *In Search of Excellence* (New York, NY: Warner Books, 1982), 56–57.

Nhiều người và nhiều tổ chức nghĩ rằng họ nằm ở tốp đầu, ngay cả khi trên thực tế họ không được như vậy. Các tờ brochure của các trường đại học hay viện thần học thường tuyên bố: "Chúng tôi tuyệt nhất! Chúng tôi xuất sắc nhất! Không có ai giống như chúng tôi!" Có lần tôi viết bài lượng giá một chương trình đào tạo lãnh đạo tại Tây Phi. Trường ấy có chưa tới mười lăm sinh viên, thế nhưng lại tự coi mình là chương trình đào tạo *hàng đầu* trên toàn lãnh thổ Châu Phi. Tư liệu của họ (trình bày trong một tờ brochure được thiết kế màu sắc đẹp mắt để kêu gọi gây quỹ từ rất nhiều nơi ở phương Tây) nói rằng họ đang mang lại những ảnh hưởng mang tầm quốc tế. Có thể tờ brochure ấy về mặt quảng bá đã làm tốt công việc của mình, nhưng thực tế đây không phải là một chương trình được bất kỳ ai mà tôi biết công nhận, và nó hoàn toàn xa lạ đối bất kỳ ai tôi từng gặp. Lời khẳng định sự xuất sắc của họ không đặt nền tảng trên bất cứ điều gì ngoại trừ cách nhìn cao quá lẽ mà họ (mỗi mình họ) nghĩ về mình. Để thực sự khẳng định sự xuất sắc của chúng ta, chúng ta cần những tiêu chuẩn khách quan hoặc các điểm tham chiếu mà chúng ta có thể dựa vào đó để so sánh với chính mình. Chúng ta không xuất sắc đơn giản là vì chúng ta là chương trình duy nhất mà chúng ta biết.

Có những cơ sở đào tạo sở hữu bề dày lịch sử và nổi tiếng là xuất sắc. Muhammad Ali không ngừng tuyên bố: "Ta là người vĩ đại nhất!" Dù trong một khoảng thời gian ngắn, điều này đúng bởi vì khi ấy ông là đương kim vô địch thế giới môn đấm bốc hạng nặng, nhưng bây giờ nó không còn đúng nữa. Ông đã từng là người giỏi nhất. Lãnh đạo của một chương trình đào tạo có thể không nhận ra rằng họ không còn giữ được chất lượng giáo dục như những ngày đầu tốt đẹp nữa. Những chương trình như thế có lẽ đang đáp ứng những nhu cầu không còn tồn tại nữa. Họ thất bại trong việc đón nhận những phương pháp giảng dạy mới hoặc những công cụ giáo dục mới đáng lẽ ra có thể giúp họ giảng dạy tốt hơn. Chúng ta không xuất sắc đơn giản vì chúng ta đã từng xuất sắc.

Mặt khác, một cơ sở đào tạo người lãnh đạo có thể kết luận rằng họ còn lâu mới được xuất sắc. Họ nhìn thấy nhiều vấn đề phức tạp khi tự đánh giá mình. Họ chán nản vì không cảm nhận được rằng mình đang tạo nên nhiều tác động. Có thể cách họ tự hiểu về bản thân là đúng. Tuy nhiên, cũng có thể họ chưa nhận thức được việc Đức Chúa Trời đang sử dụng họ một cách phi thường như thế nào. Họ không chỉ không lắng nghe những phản hồi phù hợp mà họ còn có thể đang đòi hỏi ở mình những tiêu chuẩn quá cao so với thực tế. Tốt trong bản chất của chúng ta, trong những gì chúng ta làm và trong cách chúng ta làm là điều gì đó phải do người khác, đặc biệt là những người hưởng lợi từ chương trình ấy, xác nhận mới là thích hợp nhất. Chúng ta không còn lâu mới xuất sắc đơn giản bởi vì chúng ta cảm thấy nản lòng.

Xuất sắc có đồng nghĩa với thành công?

Trên một phương diện nào đó, thì câu trả lời là có. Đức Chúa Trời đã hoàn thành những gì Ngài chủ ý muốn hoàn thành. Đó là ưu tiên hàng đầu. Khi những việc đúng đắn được hoàn thành đúng cách thì sự xuất sắc hay chất lượng hiện diện ở đó. Nhưng vấn đề không phải đơn giản chỉ là hoàn thành mục tiêu; vấn đề là phải hoàn thành những mục tiêu đúng đắn.

Một số "thành công" lại không hề xuất sắc chút nào. Một ông trùm thuốc phiện có thể thành công trong việc chiếm lĩnh thị trường để bán thuốc bất hợp pháp trong một thành phố nào đó. Một người có thể thành công trong việc trở nên giàu có nhưng họ làm vậy một cách phi đạo đức hoặc phải trả giá bằng chính gia đình, mối quan hệ hay sức khỏe của mình. "Hàng đầu" bao hàm tính chất lượng về mặt phẩm giá, về mặt quy trình cũng như có được những mục tiêu đúng đắn.

Khi sự xuất sắc được xác định dựa trên nền tảng là "sự thành công" thì ta bị cám dỗ để kể những câu chuyện vốn không trình bày một cách chính xác toàn bộ bức tranh. Chúng tôi làm việc tại Bra-xin trong khoảng thời gian từ năm 1977 đến 1984. Hệ phái mà chúng tôi làm việc cùng báo cáo là họ đã làm phép báp-têm cho hàng nghìn tân tín hữu mỗi năm. "Thành công" này lẽ ra phải dẫn đến kết quả là sự tăng trưởng tuyệt vời của hội thánh. Nhưng con số thống kê trong báo cáo thường niên của hệ phái đó cho thấy mỗi năm tổng số thuộc viên từ các hội thánh của hệ phái đó gần như không có gì thay đổi. Vì thế, dù việc chứng đạo và làm báp-têm cho tân tín hữu là tốt, nhưng thực tế cho thấy mỗi năm hệ phái đó mất đi số thuộc viên bằng với số thuộc viên thêm vào. Điều đó khó mà có thể xem là xuất sắc trong việc xây dựng một hội thánh khỏe mạnh.

Ấn bản thế kỉ 21 của cuốn sách *Operation World* (WEC, 2001) nói rằng 91,7% dân số của châu Mỹ La-tinh có thể được xem là "Cơ Đốc nhân". Đây không phải là một câu chuyện thành công về truyền giáo hiệu quả hay sao? Nhưng sao thuyết hỗ lốn lại vẫn hiện hữu ở khắp Châu Mỹ La-tinh? Sự pha trộn các tôn giáo này cho thấy rằng chỉ một số ít người thật sự là "tín hữu được tái sinh". Tương tự, con số thống kê cũng cho thấy sự thành công trong việc truyền bá Phúc âm giữa vòng nước Mỹ. Các cuộc thăm dò của Gallop cho thấy hơn một nửa dân số Mỹ nhận mình đã được "tái sinh." Tuy nhiên, chính những thăm dò ấy cũng chỉ ra rằng không có sự khác biệt cơ bản nào về mặt giá trị sống và lối sống giữa những "tín hữu" này với dân số chung trên toàn quốc. Nếu việc "là một Cơ Đốc nhân" không đem lại kết quả là sự khác biệt về giá trị sống và lối sống, thì người ta không thể xác nhận là mình xuất sắc trong công tác truyền giảng mà họ đã thực hiện.

Các cơ sở đào tạo lãnh đạo có thể chơi trò chơi tương tự với các con số thống kê mà họ chia sẻ với người khác. Chúng ta không hề xuất sắc nếu chúng ta đưa ra những con số không đúng hoặc không đưa ra đầy đủ bức tranh. Một chương trình đào tạo có thể đạt mục tiêu của nó một cách thành công rực rỡ là tăng trưởng 50% về số lượng học viên đăng ký nhập học trong vòng 3 năm. Tuy nhiên, có phải tất cả các tân sinh viên ấy đều là những sinh viên đủ tiêu chuẩn không? Và ngay cả khi đủ tiêu chuẩn hết, thì giờ đây ngôi trường đó có khả năng cung ứng nơi ăn, chốn ở cho họ không? Liệu ngôi trường có đủ sách báo, không gian và giảng viên để giúp họ học tốt không? Đáp ứng được một mục tiêu cụ thể nào đó một cách thành không không nhất hẳn cho thấy sự xuất sắc toàn diện trong chương trình đào tạo lãnh đạo.

Một chương trình đào tạo lãnh đạo có thể báo cáo rằng nguồn thu của nó tăng lên 20%. Được vậy thì quả là rất tuyệt vời, nhưng đó có phải là toàn bộ bức tranhkhông? Vì nếu sinh viên đăng kí nhập học tăng lên 30% và nếu nhân viên mới được tuyển thêm để phục vụ số sinh viên mới đó thì chi phí có thể tăng lên 50%. Vậy trong thực tế chương trình ấy tệ hơn trước. Hoặc có lẽ phần quỹ tăng lên ấy phần lớn đến từ phần dâng của một ân nhân nước ngoài, và kết quả là những ân nhân địa phương kết luận rằng chương trình ấy không còn cần sự giúp đỡ từ họ nữa. Trong khi các khoản chi của năm trước đều đã được chi trả thì trong thực tế chương trình ấy hiện đang bị vướng mắc về tài chính dẫu có sự thành công tạm thời. Như vậy, không có sự xuất sắc trong những câu chuyện phiến diện này.

Nếu một cơ sở đào tạo báo cáo rằng tất cả các sinh viên của họ đều đã vượt qua kỳ thi một cách thành công thì thật đáng để ăn mừng. Nhưng những kiến thức được kiểm tra trong những bài thi này chính xác là gì? Sinh viên có biết giảng không? Hay họ là những diễn giả xuất chúng nhưng lại rất ngạo mạn đến đỗi không ai muốn mời họ về làm mục sư? Một chương trình có thể thành công trong việc giúp sinh viên của nó đều tốt nghiệp nhưng nếu những sinh viên ấy được dạy những điều sai trật, bởi vậy họ không thể làm tốt mục vụ của mình thì chương trình đào tạo ấy không mấy xuất sắc.

Xuất sắc không chỉ là một danh sách "những thành công", nhất là khi những thành công đó của chúng ta đến từ những mục tiêu không đúng đắn, từ những bản báo cáo tốt khoe xấu che, những phân tích không đầy đủ hay từ cách sử dụng những bản thống kê tồi. Dẫu vậy, khi chúng ta có thể thực hiện những việc đúng đắn, theo đúng cách, thì có rất nhiều thứ để chúng ta vui mừng từ sự thành công của mình. Phần còn lại của cuốn sách được thiết kế để giúp bạn khám phá và vui về những điều bạn đã xuất sắc (hoặc có thể trở nên xuất sắc) khi thực hiện những gì Chúa định cho bạn làm.

Xuất sắc có phải là điều gì đó mang tính tương đối?

Phải và không phải. Chúng ta đánh giá chất lượng của mình khi chúng ta đo lường bản thân dựa trên những tiêu chuẩn và đối tượng cụ thể. Đó là điều không mang tính tương đối. Nhưng như tí nữa chúng ta sẽ nhận ra, với những người, bối cảnh và thời điểm khác nhau thì nhiều tiêu chuẩn cũng sẽ khác nhau.

Vì mục đích hoặc mục tiêu của một hoạt động hay tổ chức thay đổi nên các tiêu chí mà chúng ta dùng để đánh giá sự xuất sắc cũng thay đổi. Một khóa cao học về tư vấn hôn nhân cần phải được đánh giá bằng một cách khác so với một buổi hội thảo được tổ chức vào cuối tuần nhằm giúp các cặp vợ chồng biết cách đối thoại với nhau. Và cả hai khóa học phải có những tiêu chí hoặc tiêu chuẩn xuất sắc khác so với một kỳ trại thể thao nhằm giúp các bạn trẻ học cách chơi bóng đá tốt hơn.

Đánh giá sự xuất sắc cũng phụ thuộc vào khả năng và kinh nghiệm của người tham gia. Điều chúng ta mong đợi ở một đứa trẻ đang học cách chơi piano phải khác với điều chúng ta mong đợi ở một người trưởng thành đã có bằng cấp về âm nhạc. Chúng ta có tiêu chuẩn về sự xuất sắc dành cho một sinh viên đang tập giảng khác với một giáo sư môn giảng dạy. Mong đợi của chúng ta đối với tân sinh viên Trường Kinh Thánh đang học cách suy ngẫm về mục vụ khác với mong đợi của chúng ta đối với những cựu giáo sĩ vừa trở về từ cánh đồng truyền giáo để bắt đầu học chương trình cao học về truyền giáo học. Bài làm của cả hai đều có thể xuất sắc, dù ý tứ trong bài làm của người này có thể rất khác so với người kia. Chúng ta khẳng định sự xuất sắc trong phạm vi đó là chúng ta đã thành công trong việc đạt đến một tiêu chuẩn hay mục tiêu phù hợp với chương trình ấy và với trình độ kỹ năng cũng như kinh nghiệm của những người dự phần vào chương trình.

Hơn nữa, chúng ta khẳng định sự xuất sắc theo tiến trình khi một người di chuyển và tiến dần đến các giá trị, tiêu chuẩn hay mục tiêu. Một tiến trình xuất sắc không chỉ có thể được thực hiện khi một người trưởng thành hay chín chắn, nhưng chúng ta cũng có thể khẳng định sự xuất sắc theo cách mà trong đó sự tăng trưởng hay trưởng thành đang được ghi nhận. Tất cả các ví dụ này đều chứa đựng một khía cạnh tương đối với sự xuất sắc. Một điều gì đó đang được đo lường hay lượng giá ở những con người cụ thể với những ân tứ và khả năng độc nhất tại những thời điểm cụ thể và trong những bối cảnh cụ thể - tất cả đều dựa trên những giá trị, tiêu chuẩn hay mục tiêu phù hợp với những người đang được đánh giá.

Ai quyết định các tiêu chuẩn hay xác nhận sự xuất sắc của một chương trình đào tạo?

(1) Chính Đức Chúa Trời

Chương trình đào tạo của Tin Lành tồn tại để làm vinh hiển Đức Chúa Trời. Mong ước của cá nhân hay của tổ chức chúng ta phải là để được nghe Chúa nói "Hỡi đầy tớ ngay lành và trung tín kia, được lắm!" Chúng ta có những tiêu chuẩn rõ ràng từ Chúa qua

Kinh Thánh liên quan đến mạng lệnh đào tạo được ban cho chúng ta, cùng với đó là các gương mẫu về cách chúng ta có thể và cần phải làm trong việc đào tạo. Khi cố gắng thực hiện nhiệm vụ được giao phó, chúng ta cần lưu tâm đến Lời Ngài và lắng nghe Thánh Linh của Chúa để có thể bước đi và làm việc với sự khôn ngoan. Dù phần đánh giá tối thượng dành cho việc chúng ta làm chỉ có thể xảy ra vào thời kỳ cuối cùng, là lúc mọi vật đều được bày tỏ, nhưng Đức Chúa Trời có thể khuyến khích (và sửa dạy) chúng ta trong những gì chúng ta hiện đang làm. Xin Chúa cho chúng ta không quá bận rộn hay quá mù lòa và nghễnh ngãng đến nỗi không thể cảm nhận được sự hiện diện của Đức Chúa Trời giữa vòng chúng ta hoặc không nghe được tiếng Ngài. Xin Chúa cho chúng ta sẽ vui mừng và thỏa lòng về những gì Đức Chúa Trời đã làm khi chúng ta thấy hoặc nghe những câu chuyện về cuộc đời và chức vụ hầu việc Chúa của các sinh viên đã tốt nghiệp từ trường của mình. Và xin Chúa cho chúng ta được đổi mới và xác chứng bởi Thánh Linh của Đức Chúa Trời, Đấng đang sống và hành động trong và qua chúng ta.

(2) Cộng đồng người được đào tạo

Ngoài chính Đức Chúa Trời, chỗ quan trọng nhất mà chúng ta cần nghe lời khẳng định về sự xuất sắc của mình chính là cộng đồng mà chúng ta đang nỗ lực phục vụ. Phản hồi từ những người được đào tạo là cách tốt nhất để có được những nhận xét tích cực và tiêu cực liên quan đến sự xuất sắc của chúng ta. Chúng ta sẽ thảo luận vấn đề người được đào tạo một cách chi tiết hơn trong chương 4, 10 và 12. Sự hài lòng của họ về các nỗ lực đào tạo của chúng ta chính là sự công nhận tốt nhất cho những gì chúng ta đang làm. Ngược lại, nếu những học viên đã tốt nghiệp và cộng đồng của họ không hài lòng với kết quả mà chúng ta nỗ lực mang lại, thì chắc chắn chúng ta không thể khẳng định sự xuất sắc trong các chương trình đào tạo của mình.

(3) Chính phủ hay các cơ quan phê duyệt nhà nước

Trong các phê chuẩn chính thức hoặc quy trình cấp phép có phần xác nhận chất lượng và sự xuất sắc của một tổ chức. Càng ngày chính phủ càng giành quyền "chứng nhận" hoặc "cấp phép" cho các chương trình đào tạo. Điều đó không giới hạn quyền đưa ra các chương trình hội thảo và hay hội nghị chuyên đề của các hội thánh hay các tổ chức. Nhưng các cơ quan nhà nước có thẩm quyền về giáo dục muốn đảm bảo rằng những cơ sở đào tạo tự gọi là "trường học" phải có đủ năng lực và cơ cấu hoạt động để trở thành trường học. Sự phê chuẩn của nhà nước bảo vệ dân thường khỏi những chương trình đào tạo "rởm" cấp những "văn bằng" rẻ tiền, không cần phải học hành bao nhiêu cả. Công tác phê chuẩn này thông thường không can thiệp đến các tiểu tiết như giáo viên là ai, học viên là ai và giảng dạy cái gì trong các khóa học cụ thể. Mối quan tâm của họ là những người dạy có đạt chuẩn không, trường học có đủ cơ sở vật chất và ngân quỹ không, các khóa học có được thiết kế tương đương với văn bằng chứng chỉ được cấp hay không, chương trình có tư cách pháp nhân và cơ quan quản lý hay không... Vì nhiều lý do khác nhau, các cơ sở đào tạo tin lành có thể lựa chọn không được công nhận hay được công nhận bởi Bộ Giáo dục của chính phủ sở tại. Tuy nhiên, hầu hết các sinh viên đánh giá cao việc tham dự một chương trình đào tạo "được công nhận," chính là bởi vì điều này hàm ý chất lượng và sự xuất sắc của chương trình được chính thức ghi nhận.

(4) Những cơ sở đào tạo ngang cấp

Một cách khác để thẩm định sự xuất sắc là qua đánh giá ngang cấp. Cách này rất hữu ích cho các cơ sở đào tạo tin lành với các mục tiêu vốn khác biệt so với những trường đại học sở tại. Các cơ quan chính phủ không đứng ở vị trí đánh giá chúng ta đã làm tốt như thế nào trong việc định hình nhân cách sinh viên hay chuẩn bị con người một cách hiệu quả cho mục vụ. Tuy nhiên, dạng đánh giá này có thể được thực hiện bởi những đồng nghiệp là những người đang hoạt động trong các cơ sở đào tạo lãnh đạo cấp tương đương trong cùng khu vực. Đánh giá ngang cấp như thế được thực hiện một cách nghiêm túc qua các cơ quan kiểm định phối hợp cùng International Council for Evangelical Theological Education (ICETE-www.ecete-edu.org) và các cơ quan khác. Người đã tham gia thực hiện đào tạo thần học là người tốt nhất để đưa ra những tiêu chuẩn xuất sắc trong đào tạo thần học cũng như giúp đỡ các cơ sở đào tạo cùng nhau thực hiện trách nhiệm giải trình trước các tiêu chuẩn đó. Thật tốt khi một chương trình đào tạo được tôn trọng vì chính chất lượng của nó trong phạm vi toàn thế giới nhờ vào sự công nhận từ các cơ sở đào tạo ngang cấp.

(5) Nhân viên và người lãnh đạo của chính cơ sở đào tạo

Tất cả những người tham gia vào việc đào tạo thần học cho người lãnh đạo Tin Lành cần nhận biết họ có đang làm tốt công việc của mình hay không. Trong chương 12, chúng ta sẽ thảo luận phương cách một chương trình đào tạo có thể trở thành một tập thể không ngừng đổi mới và tự khuyến khích chính mình tiếp tục xuất sắc hơn như thế nào. Mỗi một chương trình đào tạo đều cần nhiều phương thức đa dạng nhằm lấy ý kiến phản hồi từ những gì nó đang thực hiện. Trở thành một trường học xuất sắc đòi hỏi sự xuất sắc trong nhiều lĩnh vực khác nhau. Có một cách hiệu quả để một chương trình đào tạo tự đánh giá sự xuất sắc của mình là thực hiện các bước tự đánh giá bằng các câu hỏi rà soát vốn được sử dụng bởi những đợt kiểm tra đánh giá chính thức.

Xuất sắc có phải là điều khả thi?

Dĩ nhiên là khả thi. Lời Chúa sẽ không kêu gọi chúng ta xuất sắc nếu sự xuất sắc là điều không thể. Vậy thì chúng ta ý thức được sự xuất sắc ở mức độ nào vì Chúa đang hành động trong và qua chúng ta? Chúng ta có đôi mắt của Ngài để hiểu nhu cầu của con người và môi trường của họ không? Mục vụ của chúng ta có được tổ chức tốt không? Chúng ta có đang sử dụng thì giờ cách khôn ngoan để làm đúng việc theo đúng cách không? Chúng ta có ước mơ những điều cao quý và ích lợi không? Chúng ta có đang xây dựng chương trình đào tạo dựa trên các giá trị của Đức Chúa Trời, hay chúng ta đang vận dụng một cách vô thức những giá trị văn hóa vốn định hình quá khứ của chúng ta? Chúng ta có tầm thường hóa bản thân không?

Chúng ta đánh giá chất lượng của mình bằng việc nhận biết nơi mình sẽ đến và lý do tại sao, và tiếp theo là bằng việc rà soát lại các giá trị và quy trình hỗ trợ cho chúng ta để có thể đến được vị trí hiện tại, bởi ân điển Chúa. Chúng ta đã đáp ứng nhu cầu trong bối cảnh của mình, dựa trên mục tiêu và mục đích của mình như thế nào? Chúng ta đã hoàn tất những gì mình định ra chưa? Chúng ta có hài lòng với quá trình chúng ta đã và đang sử dụng để đạt mục tiêu không? Liệu chúng ta có thể nói rằng những gì mình làm đều tốt không? Chúng ta đã sử dụng một cách hiệu quả các nguồn lực Đức Chúa Trời ủy thác để hoàn thành nhiệm vụ mà Ngài giao phó như thế nào? Biết được câu trả lời cho những câu hỏi này giúp xác nhận cơ sở đào tạo lãnh đạo của chúng ta có xuất sắc hay không, không chỉ trong mắt Đức Chúa Trời mà còn trước mặt nhiều người khác nữa.

Kết luận

Huấn luyện là một sự ủy thác chúng ta nhận từ Chúa Giê-xu như là một phần trong Đại Mạng Lệnh của Ngài dành cho toàn thể hội thánh (Mat. 28:18-20). Sứ đồ Phao-lô khích lệ chúng ta bằng những lời này: "Bất cứ điều gì anh em nói hay làm, hãy thực hiện mọi sự trong danh Chúa là Đức Chúa Giê-xu, nhờ Ngài mà tạ ơn Đức Chúa Trời, là Đức Chúa Cha" (Côl. 3:17). Những người giữ vai trò lãnh đạo các cơ sở đào tạo lãnh đạo cần tìm ra mặt nào đã xuất sắc và mặt nào chưa xuất sắc trong những việc họ đang làm. Họ cần biết điều gì đáng được khen ngợi cũng như điều gì cần chỉnh đốn hay thậm chí cần phải bỏ đi trong quá trình hành động hướng tới sự xuất sắc.

Như chúng ta sẽ thấy trong cuốn sách này, những chương trình xuất sắc sẽ tạo ra những kết quả tốt. Chúng biết mình đi đâu và tại sao chúng lại đi tới đó. Chúng đáp ứng những tiêu chuẩn tối thiểu. Chúng phù hợp với hoàn cảnh. Mục đích, quy trình và sản phẩm của các chương trình đào tạo ấy đều hiệp nhất với các nguyên tắc Thánh Kinh. Chúng được quản trị, quản lý và vận hành cách hiệu quả. Chúng có đủ các nguồn lực. Cộng đồng của những người làm nên chương trình đào tạo ấy là những người có năng lực và khỏe mạnh về tinh thần, là những người biết cách quan tâm lẫn nhau. Các cơ sở đào tạo thần học xuất sắc là những cộng đồng học hỏi để có thể tự đổi mới chính mình.

Câu hỏi thảo luận liên quan đến sự xuất sắc

1. Bạn hiểu gì về "sự xuất sắc" trong chương trình đào tạo mà bạn đang dự phần?

2. Trong những việc mình đang làm, bạn đã cảm nhận hoặc nhìn thấy điều Chúa nói "Hỡi đầy tớ ngay lành và trung tín kia, được lắm!" như thế nào?

3. Bạn có tiếng là làm tốt những gì mình bạn làm ở những lĩnh vực nào? Có những lĩnh vực nào khác bạn không được tiếng tốt vì bạn không giỏi lĩnh vực ấy không?

Chương 2

Xuất Sắc trong Lãnh Đạo

> *Một cơ sở đào tạo lãnh đạo xuất sắc hiểu được công tác lãnh đạo là gì và cách để khuyến khích, đào tạo và sử dụng nó. Một chương trình đào tạo tốt biết cách làm thế nào để tận dụng các phong cách lãnh đạo khác nhau. Phát hiện, khuyến khích và phát triển những nhà lãnh đạo tốt có thể là một mảnh ghép quan trọng khiến cho một chương trình tốt trở thành xuất sắc.*

Gần như không có ngoại lệ, các trường thần học nổi lên từ khải tượng và công khó của một người lãnh đạo có sức thu hút. Trường học sẽ không hiện hữu nếu không có công lao tận hiến của họ trong việc phát triển các hình thái cấu trúc quản trị và giáo trình, tuyển dụng giáo viên và sinh viên, và tìm kiếm các nguồn hỗ trợ để chương trình có thể vận hành. Tuy nhiên, hình thái lãnh đạo có sức thu hút này có thể không phải là một ơn phước trọn vẹn đối với ngôi trường ấy. Sinh viên và nhân viên đều tìm lời khuyên từ bạn bè và lãnh đạo của họ, dù biết điều này đồng nghĩa với việc phải trì hoãn việc đưa ra quyết định. Thật khó cho bất kì người nào khi tiếp nhận vai trò lãnh đạo từ những con người có sức thu hút như thế, nhất là khi những người lãnh đạo tiên phong ấy thường tiếp tục vai trò của họ với tư cách là một cổ đông, một thành viên ban quản trị, giảng viên hay quản lý văn phòng, và là người gây quỹ chính cho nhà trường. Mặc dù những con người tài năng này thường được ghi nhận và yêu mến nhưng những lãnh đạo như thế có khuynh hướng có được sự ảnh hưởng sâu sắc, thậm chí bao quát, trên tất cả mọi việc.

Công tác lãnh đạo của bạn như thế nào? Có nhiều quyển sách hay nói về bản chất và thực tiễn của công tác lãnh đạo. Mục đích của tôi không phải là đưa ra bản tổng kết chi tiết những điều tốt đẹp đã được trình bày bởi các tác giả khác. Trong phần danh mục tài liệu tham khảo ở cuối chương này, tôi đã liệt kê một số cuốn sách và các bài viết quan trọng về đề tài này. Song điều ngạc nhiên là cách rất ít trường đào tạo lãnh đạo dành thời gian để thảo luận về nghĩa của từ "lãnh đạo" mà họ muốn nói đến. Học trình lãnh đạo đào tạo các lãnh đạo kiểu gì nếu nó vẫn mập mờ trong sự hiểu biết về lãnh đạo?

Trong chương này, chúng ta sẽ xem xét ãnh đạo là gì và không phải là gì trong phạm vi dạy dỗ của Kinh Thánh, lưu ý rằng việc chúng ta là ai luôn quan trọng hơn chúng ta làm gì. Chúng ta sẽ không xem xét những câu hỏi liên quan đến chương trình giảng dạy về cách đào tạo sinh viên cho mục vụ để trở thành những lãnh đạo có tấm lòng phục vụ, vì điều đó sẽ được thảo luận trong chương 6. Mối quan tâm của chúng ta trong chương này là dành cho những người lãnh đạo của các chương trình đào tạo lãnh đạo. Chúng ta cần xem xét những đặc điểm tiêu biểu về cá tính và phẩm chất lãnh đạo mà họ cần có, cũng như những việc cụ thể mà họ cần làm. Làm thế nào để phát hiện ra những người này và giúp họ phát triển khả năng lãnh đạo của mình? Nhiều phong cách lãnh đạo sẽ tạo ra sự khác biệt gì? Sự đa dạng trong lãnh đạo như vậy có thể giúp họ làm việc với nhau theo đội ngũ được không? Chúng ta sẽ xem xét những vấn đề này, lưu ý rằng học hỏi các kỹ năng giải quyết xung đột là một kỹ năng quan trọng mà bất cứ lãnh đạo nào cũng cần phải học. Chúng ta cũng sẽ đưa ra một số gợi ý về cách mà những người lãnh đạo đương nhiệm có thể làm để chuẩn bị chuyển giao vai trò lãnh đạo cho những người kế cận. Một vấn đề mà chúng ta không xem xét trong chương này là chăm sóc và đổi mới đội ngũ lãnh đạo mà chúng ta có, vì nó sẽ được trình bày trong chương 12.

Lãnh đạo là gì?

Lãnh đạo có phải là phẩm chất bẩm sinh hay một ân tứ đặc biệt Chúa ban tặng? Lãnh đạo có phải là vai trò mang tính địa vị đưa một người lên đứng đầu, một công việc được bổ nhiệm cho một ai đó, hay đơn giản là điều xảy đến khi một "lãnh tụ" trỗi dậy đúng thời cơ giữa một cơn khủng hoảng? Có lẽ tất cả các lãnh đạo không đi theo chính xác khuôn mẫu của Môi-se, sự kêu gọi và đào tạo từ xa của ông được chính Chúa sắp đặt trong khoảng thời gian 80 năm. Trường hợp Giô-suê trải qua chương trình thực tập trọn 40 năm cũng không phải là quy tắc chung cho các lãnh đạo. Vậy việc đào tạo lãnh đạo mang tính chủ tâm ở mức độ nào? –phải chăng là dạy kỹ năng và kỹ thuật vận dụng những kinh nghiệm cũng như tài năng của một người? Những người lãnh đạo có thể được huấn luyện bởi người vốn không phải là lãnh đạo không?

Câu trả lời của chúng ta cho những câu hỏi này sẽ chứa đựng những hàm ý quan trọng đối với chương trình đào tạo lãnh đạo của chúng ta. Nếu chúng ta xem lãnh đạo chỉ như một vai trò mang tính chức năng mà trong đó hầu hết các cựu sinh viên của chúng ta sẽ bước vào thì các hoạt động đào tạo của chúng ta nên tập trung vào việc cung cấp các kỹ năng, công cụ và các nguồn lực thực tiễn để giúp người đó lãnh đạo tốt. Việc đào tạo ấy cần phải tham mưu từ những lãnh đạo đương nhiệm, từ những cựu lãnh đạo và từ những người hiểu biết ít nhiều về nhiệm vụ cần phải được thực thi. Nói cách khác, nếu chúng ta kết luận rằng "lãnh đạo" chủ yếu là cách sử dụng ân tứ Chúa ban thì các nỗ lực đào tạo của chúng ta phải giúp sinh viên hiểu đúng về ân tứ và khả năng của họ. Đảm bảo đào tạo đúng người cũng là điều căn bản mà chúng ta cần phải làm. Một điều có vẻ nghịch lý là, trong khi chúng ta ý thức được rằng những gì một người có được qua kinh nghiệm giáo dục sẽ không "sản sinh" ra ân tứ thuộc linh, nhưng chúng ta cũng tin tưởng rằng các nỗ lực đào tạo của mình sẽ giúp một người có những ân tứ lãnh đạo có thể sử dụng những ân tứ này cách hiệu quả hơn.

Quan điểm Thánh Kinh về lãnh đạo

Từ ngữ Kinh Thánh liên quan đến "lãnh đạo" gợi ý hai khía cạnh về chức vị và chức năng của người lãnh đạo. Lãnh đạo là người luôn đi đầu theo cách người khác thấy được và là người đưa dẫn người khác đến đâu đó, dù là dẫn dắt con dân Chúa đến miền đất hứa hay dẫn họ đi lạc! Môi-se ý thức rằng Đức Chúa Trời mới chính là người hướng dẫn hay lãnh đạo: "Nếu CHÚA đẹp lòng chúng ta, Ngài sẽ *hướng dẫn* chúng ta vào xứ ấy, là nơi đất đai đầy tràn sữa và mật, Ngài sẽ ban xứ ấy cho chúng ta" (Dân. 14:8 *BDM*). Nhưng Chúa dành một phần nhiệm vụ lãnh đạo cho Môi-se: "Vậy bây giờ, hãy lại đây, đặng ta sai ngươi đi đến Pha-ra-ôn, để *dắt* dân ta, là dân Y-sơ-ra-ên, ra khỏi xứ Ê-díp-tô" (Xuất. 3:10, BTT). Vai trò lãnh đạo cũng được giao phó cho Giô-suê: "Hãy mạnh dạn và can đảm vì con sẽ *dẫn* dân nầy đi nhận lấy đất mà Ta đã thề ban cho tổ phụ họ" (Giôs. 1:6). Nói cách khác, Đức Chúa Trời lãnh đạo, người lãnh đạo đi theo Chúa và qua đó đem người khác đến nơi mà Ngài muốn họ đến.

Hướng dẫn, hay ở vị trí lãnh đạo, là một vai trò được đảm nhiệm bởi các tiên tri (ví dụ như Đê-bô-ra trong Các Quan Xét 4:4), hay bởi các vua "...cũng giống như tất cả các nước khác; ...sẽ *cai trị* chúng tôi, đi ra dẫn đầu chúng tôi và chiến đấu cho chúng tôi" (1 Sa. 8:20). Vua Sa-lô-môn đã cầu nguyện: "xin Chúa ban cho con sự khôn ngoan và tri thức để con ra vào trước mặt dân nầy. Vì ai đủ khả năng *lãnh đạo* dân của Chúa, một dân lớn lao như thế nầy?" (2 Sử. 1:10). Lãnh đạo là một chức vị và lãnh đạo bao hàm vai trò đi đầu một cách có thể nhìn thấy được, để giúp con dân Chúa hoàn thành điều gì đó mà Ngài muốn.

Vai trò lãnh đạo có thể được thực hiện một cách tồi tệ hoặc có thể được thực hiện cách tốt đẹp nhưng vẫn hướng đến kết cục sai lầm. Cả hai đều là vấn đề của dân Y-sơ-ra-ên xuyên suốt lịch sử. "Ôi dân ta! Kẻ *dẫn đường* ngươi làm cho ngươi lạc hướng, họ làm rối loạn đường lối ngươi" (Ê-sai 3:12). Điều này cũng từng là vấn đề trong hội thánh. Sứ đồ Giăng cảnh báo: "Ta viết những điều đó về những kẻ lừa gạt đang tìm cách *dẫn* các con đi lạc" (1 Giăng 2:26, BHĐ). Rõ ràng là người mù thì không nên *dẫn* người mù (Mat. 15:14). Mục đích của Chúa Giê-xu khi đến thế gian là "khiến cho người mù được thấy" (Giăng 9:39). Những ai đang thi hành công tác lãnh đạo cần phải có đôi mắt sáng. Lãnh đạo bao gồm việc có khải tượng, sự khôn ngoan và sự thông hiểu.

Làm người lãnh đạo Cơ Đốc bao hàm việc làm một môn đồ của Chúa Giê-xu. Lời của Ngài không đơn giản chỉ để học; mà cần phải làm theo (Mat. 28:19). Việc cầu hỏi sự hướng dẫn của Chúa để biết cách sống là một điều phải lẽ. Các môn đồ được dạy cách cầu nguyện: "Xin đừng *để* chúng con bị cám dỗ, nhưng cứu chúng con khỏi điều ác!" (Mat. 6:13). Tác giả Thi Thiên cũng kêu cầu: "Thử xem con có lối ác nào không, và *dẫn* con vào con đường đời đời" (Thi. 139:24). Kết quả của những gì Đức Chúa Trời làm trên tác giả Thi Thiên đó là ông có thể tự mình nhận lấy trách nhiệm. "Con sẽ sống cách khôn ngoan *theo* con đường trọn vẹn" (Thi. 101:2).

Một hình ảnh quan trọng dựa trên nền tảng Kinh Thánh về lãnh đạo chính là người chăn chiên. Đa-vít viết: "Ngài khiến tôi an nghỉ nơi đồng cỏ xanh tươi, *dẫn* tôi đến mé nước bình tịnh" (Thi. 23:2). Đấng Mê-si-a đã được hứa ban sẽ là Đấng như thế này: "Ta sẽ ban cho các ngươi những người chăn đẹp lòng Ta. Họ sẽ lấy tri thức và sự khôn ngoan mà *chăn dắt* các ngươi" (Giê. 3:15). Hình ảnh này cũng chỉ về Đấng Christ vào thời kì cuối cùng: "Vì Chiên Con ở giữa ngai sẽ chăn giữ và *dẫn* họ đến những suối nước sự sống" (Khải. 7:17). Giăng mô tả Chúa Giê-xu là Đấng "Ta Là" (Đấng Tự Hữu Hằng Hữu) vĩ đại, Đấng vừa là cái cửa của bầy chiên vừa là cái cửa của chính người chăn bầy chiên đó: "Người canh gác mở cửa và chiên nghe tiếng người chăn. Người chăn gọi tên chiên mình và *dẫn* ra ngoài" (Gi. 10:3).

David Bennet đã thực hiện một nghiên cứu thấu đáo về lời Thánh Kinh dành cho lãnh đạo.[1] Trong phần tóm tắt *Metaphors of Ministry (Những hình ảnh ẩn dụ về mục vụ)* được trình bày tại chương trình the Consultation on Institutional Development for Theological Education in the Two-Thirds World (Tạm dịch: Hội Thảo về Cơ Chế Phát Triển Giáo Dục Thần Học ở Hai Phần Ba Khu Vực trên Thế Giới") diễn ra từ 26/6–8/8, 1995), ông đưa ra những quan sát sau về những điều không phải là vai trò của người lãnh đạo

- Chúa Giê-xu không bao giờ sử dụng bất cứ từ ngữ nào bắt đầu với gốc từ *arch* liên quan đến việc cai trị và thẩm quyền.

- Mặc dù Chúa Giê-xu kể nhiều câu chuyện về chủ và tớ nhưng Ngài không bao giờ ví sánh môn đồ của mình với ông chủ–chỉ ví sánh với hình ảnh người đầy tớ mà thôi.

- Chúa Giê-xu mô tả những người theo Ngài như một gia đình nhưng Ngài không bao giờ ngụ ý rằng bất kì ai đó trong số họ đóng vai trò của người "cha".

- Khi Chúa Giê-xu nhắc đến các môn đồ của mình trong tư cách các mục sư hoặc người chăn chiên, thì điểm nhận nằm ở việc chăm lo cho bầy chiên chứ không phải ở thẩm quyền mà người chăn có được. Chúa Giê-xu không đào tạo môn đồ của mình để trở thành những ông sếp tương lai, tức là những người ra mệnh lệnh cho toàn cõi vũ trụ.

- Nhóm các hình ảnh đáng chú ý vì không được sử dụng để ví sánh là những hình ảnh đến từ đền thờ và sự thờ phượng. Các môn đồ phải là anh chị em của nhau và rất có

---

1. Bennett, David W. *Metaphors of Ministry: Biblical Images for Leaders and Followers.* Grand Rapids, MI: Baker Book House, 1993

thể Chúa Giê-xu muốn tránh tạo ra những liên tưởng đến "giới tinh hoa" giữa vòng họ.

Các môn đồ của Chúa Giê-xu không được trở thành những nhà cầm quyền dân ngoại, "thống trị" trên người khác và "dùng quyền lực" mà cai trị họ (Mác 10:42). Theo Chúa Giê-xu, "ai muốn làm lớn trong các con thì phải làm đầy tớ, còn ai muốn đứng đầu trong các con thì phải làm nô lệ cho mọi người" (Mác 10:43-44). Sứ đồ Phi-e-rơ hiểu được những lời ấy và sau này đã phản ánh sự hiểu biết đó trong lời khuyên dành cho các trưởng lão: "Hãy chăn bầy của Đức Chúa Trời đã giao phó cho anh em, không vì ép buộc nhưng do tự nguyện, không vì lợi lộc thấp hèn mà với cả nhiệt tâm, không dùng quyền uy cai trị những người được giao cho mình, nhưng làm gương tốt cho cả bầy" (1 Phi. 5:2-3). Làm tôi tớ cho cả bầy không có nghĩa là không có những vai trò lãnh đạo cụ thể, vì vẫn có những người được giao phó nhiệm vụ trưởng lão, giám mục và người chăn. Nhưng rõ ràng có những phương cách sai lầm khi thi hành vai trò lãnh đạo. Không ai bị ép buộc phải bước vào một vai trò lãnh đạo, và làm lãnh đạo cũng không phải là cách để có quyền và tiền. Lãnh đạo bao hàm việc làm tôi tớ, quan tâm chăm sóc mục vụ cho những người mà mình dẫn dắt.

Trong Rô-ma 12, lãnh đạo được gọi là một ân tứ, là một trong số các ân tứ liên hệ đến việc quản lý con người. Nếu ân tứ của một người là "ân tứ lãnh đạo", thì "hãy siêng năng lãnh đạo" (Rô. 12:8). Đây chỉ là một ân tứ trong số nhiều ân tứ vì con cái Chúa ai cũng đều được ban cho các ân tứ khác nhau để làm các mục vụ khác nhau. Chắc chắn có những khía cạnh của vai trò lãnh đạo có thể sử dụng bất cứ ân tứ nào Chúa ban cho. Đức Chúa Trời sắp đặt các chi thể trong thân thể "theo ý Ngài muốn" (1 Cô. 12:18). Người ta không thể loại mình ra khỏi mục vụ vì họ không nhìn thấy mình là lãnh đạo bởi họ cho rằng mình không có những ân tứ đúng cho người lãnh đạo. Nhiều người (bao gồm người được ban cho ân tứ lãnh đạo) cũng không thể coi mình là người quá đa tài đến nỗi không cần người khác. Theo Phao-lô nói trong Ê-phê-sô 4, cả thân thể gắn kết và ràng buộc với nhau bởi những cái lắt léo, chỉ có thể "tăng trưởng, và tự gây dựng trong tình yêu thương" khi "mỗi phần hoạt động một cách thích hợp" (Êph. 4:16). Lãnh đạo bao gồm việc sử dụng ân tứ của một người để quản lý con người hầu đem lại ích lợi cho toàn bộ thân thể Đấng Christ.

Chính trong bối cảnh này mà chúng ta đọc thấy một số điều đặc biệt mà Chúa đã làm cho hội thánh của Ngài. Ngài "ban cho" hội thánh một số người, mỗi một người có ân tứ riêng của mình: sứ đồ, tiên tri, nhà truyền giảng Tin Lành, mục sư và giáo sư. Đây là những người được công nhận là lãnh đạo. Nhưng nhiệm vụ của họ không phải là thay cho người khác làm công tác nước Trời, mà để chuẩn bị hay trang bị con dân Chúa sao cho họ có thể thực hiện các công tác của mục vụ đó (Êph. 4:11-12). Lãnh đạo bao gồm việc góp phần trang bị người khác mục vụ được hoàn tất.

Từ quan điểm Kinh Thánh, lãnh đạo hiệu quả bao gồm những phẩm chất của đời sống và không đơn giản là một vị trí hay vai trò để lấp vào. Chúng ta có thể kết luận rằng lãnh đạo bao hàm:

- Làm môn đồ của Chúa Giê-xu.
- Đưa con dân Chúa đến đâu đó.
- Có khải tượng, sự khôn ngoan và sự thông biết.
- Làm một người đầy tớ, quan tâm chăm sóc những người mình dẫn dắt.
- Sử dụng những ân tứ của một người để ích lợi cho toàn bộ thân thể Đấng Christ.
- Hỗ trợ trang bị người khác hoàn thành mục vụ.

Nhân cách: Người lãnh đạo cần phải là người như thế nào

Chúng ta là ai quan trọng hơn việc chúng ta làm gì. Sự thể hiện bên ngoài không phải điều quan trọng, dù trong vai trò lãnh đạo hay trong bất cứ công tác mục vụ nào. Trong bài giảng trên núi của Chúa Giê-xu, giáo sư giả được nhận biết không dựa trên bản thân lời dạy dỗ nhưng bởi bông trái trong đời sống họ (Mat. 7:15-20). Chúa Giê-xu cũng không ấn tượng bởi những người gọi Ngài là "Chúa" hoặc bởi những người thực hiện việc lạ lùng nhân danh Ngài, như nói tiên tri, thực hiện phép lạ vĩ đại hay đuổi quỷ. Điều quan trọng chính là sự vâng phục, làm theo "ý muốn của Cha" (Mat. 7:21). Chúa Giê-xu kể câu chuyện về hai người cùng xây hai căn nhà giống nhau, một người xây trên đá còn người kia xây trên cát. Có thể cả hai đều đã từng là sinh viên Trường Kinh Thánh, cả hai đều đã nghe lời Chúa Giê-xu một cách đầy đủ như nhau và đều đạt điểm xuất sắc trong các bài thi. Cả hai rõ ràng đã đều đang xây dựng những kỹ năng và kinh nghiệm như nhau, và cả hai đều đang làm việc từ cùng một bản thiết kế. Điều khiến họ là người khôn hay dại không phải là kiến thức, ân tứ, kỹ năng hay sự trung thành với bản thiết kế. Điểm "căn bản" chính là sự vâng lời, "nghe lời Ta và làm theo" (Mat. 7:24).

Oswald Sanders trong cuốn *Lãnh đạo thuộc linh*,[2] đã trình bày danh mục phẩm chất thiết yếu cần có trong bất cứ lãnh đạo nào, trong đó có cả những người huấn luyện về phương cách điều hành và lãnh đạo cho các chương trình đào tạo thần học, như sau:

- Kỷ luật–học vâng lời
- Khải tượng–thấy được những khả năng khác nhau và hiểu được hàm ý của những khả năng ấy bằng sự lạc quan

---

2. Oswald Sanders, *Spiritual Leadership* (Chicago, IL: Moody Press, 1967), chương 7–8

- Khôn ngoan–nhận biết cách ứng dụng phù hợp sự hiểu biết ấy vào trong các lĩnh vực đạo đức và thuộc linh
- Quyết đoán–ra quyết định một cách dứt khoát một khi đã có tất cả các dữ kiện trong tay
- Can đảm–đối diện với khó khăn mà không lo âu, sợ hãi
- Khiêm nhường–hiểu một cách thực tế mình là ai trong Đấng Christ
- Hài hước–mà không đem người khác ra làm trò cười
- Tức giận–trước những bất công làm ô danh Chúa và khiến con người trở thành nô lệ
- Kiên nhẫn–giữ gìn mối quan hệ bền chặt, không áp đảo người khác
- Tình bạn–yêu thương con người, khơi dậy những điều tốt nhất từ họ
- Khéo léo và biết cách ngoại giao–tung hứng với nhiều quan điểm khác nhau nhưng vẫn tôn trọng người đó
- Động lực–truyền cảm hứng để người khác phục vụ
- Khả năng điều hành–quản trị sao cho mọi thứ được thực hiện cách uyển chuyển

Nhiều yếu tố trên đây là những đặc điểm về nhân cách nên được tìm thấy trong bất cứ môn đồ nào của Chúa Giê-xu. Chúng ta không bao giờ có thể hấn mạnh quá mức tầm quan trọng của nhân cách trong việc lãnh đạo. Con người thật của chúng ta sẽ truyền thông cho người khác điều chúng ta cảm nhận là quan trọng tốt hơn bất cứ điều gì chúng ta nói. Nếu giá trị quan trọng nhất của chúng ta là gọn gàng hay ngăn nắp, thì không cần nói nhiều, sinh viên của chúng ta có thể học về việc không dẫm lên cỏ nhiều hơn những gì họ học về các mối quan hệ yêu thương hay sự sẵn sàng cho Chúa Giê-xu trở lại. Là những giảng viên và người quản lý, năng lực chuyên môn của chúng ta phải đi đôi với thái độ và các mối quan hệ. Sinh viên học nhiều từ việc quan sát con người chúng ta và cách chúng ta làm mục vụ hơn là từ tài liệu mà chúng ta phát ra. Những gì Chúa Giê-xu nói là rất đúng, vừa theo nghĩa tiêu cực vừa theo nghĩa tích cực, "Môn đồ không hơn thầy, nhưng nếu môn đồ được huấn luyện đầy đủ, thì sẽ giống như thầy mình" (Lu. 6:40).

Cuộc đời một người sống trong bối cảnh tập thể chính là khía cạnh quan trọng của lãnh đạo (hay bất kì mục vụ nào khác). Chúng ta là ai trong vai trò lãnh đạo, giáo viên và nhân viên là điều quan trọng nhất trong một chương trình đào tạo thần học. Nhiệm vụ giáo dục của chúng ta không phải chủ yếu về mặt chức năng, nghĩa là giảng dạy kỹ năng để sinh viên có thể sử dụng trong việc "làm" công tác mục vụ. Nhiệm vụ của chúng ta cũng không chủ yếu là để giúp sinh viên thu nhận thật nhiều kiến thức và thông tin nền tảng về thần học, lịch sử hay Kinh Thánh. Nhiệm vụ chính yếu của việc đào tạo thần học là để định hình cuộc đời của những người làm môn đồ của Chúa Giê-xu sao cho họ có thể được Đức Chúa Trời sử dụng với vai trò là người lãnh đạo và người ảnh hưởng trên người khác vì ích lợi của nước Trời. Nhân cách là vấn đề quan trọng, đó là lý do tại sao lãnh đạo của các chương trình đào tạo lãnh đạo sẽ "dạy" chủ yếu bằng chính con người của họ.

Trách nhiệm: Điều một lãnh đạo cần làm

Một lần tôi yêu cầu một nhóm khoảng 50 lãnh đạo của chương trình đào tạo thần học tại một hội thảo liệt kê những phẩm chất hoặc đặc điểm mà họ cảm thấy những người lãnh đạo một chương trình đào tạo thần học cần có. Đáp ứng của họ cho thấy rằng nhân cách thật sự quan trọng. Một lãnh đạo nên là một người liêm chính, có khải tượng, có đam mê, yêu Chúa và yêu người, là một người sẵn sàng lắng nghe và là một người có thể ra quyết định. Kinh nghiệm nền cũng quan trọng, với giả thuyết rằng một lãnh đạo có những kỹ năng cần thiết để thực hiện công tác của mình.

Hiểu bối cảnh văn hóa của mình cũng là điều quan trọng đối với các lãnh đạo. Đối với kỹ năng công việc, điều có vẻ quan trọng nhất đó là lãnh đạo có thể làm việc với con người. Điều đó có nghĩa là tuyển đúng người và để cho những người không phù hợp ra đi, cũng như biết làm thế nào để xây dựng mối quan hệ lành mạnh về phương diện đối nội lẫn đối ngoại. Một lãnh đạo giỏi phải là một người khích lệ, người trang bị, người giải quyết vấn đề, người giao việc.

Có bốn nhiệm vụ chính dành cho những người lãnh đạo các chương trình đào tạo lãnh đạo:

(1) Lãnh đạo đưa ra khải tượng và kế hoạch

Như chúng ta lưu ý trước đó, lãnh đạo bao hàm việc dẫn người khác đến một nơi nào đó. Vì vậy, những người đang lãnh đạo các chương trình đào tạo lãnh đạo cần phải có khải tượng và sự tập trung để biết mình đang đi đâu. Người lãnh đạo biết việc đào tạo lãnh đạo là vấn đề chiến lược đối với sự tăng trưởng và trưởng thành của hội thánh. Họ được thuyết phục rằng chương trình đào tạo là chỗ thú vị mà ở đó nhiều cuộc đời đang được nhào nặn cho sự vinh hiển của Đức Chúa Trời và là nơi các lãnh đạo tương lai được trang bị một cách hiệu quả để tạo ra sự khác biệt cho nước Trời. Lãnh đạo cần mục tiêu và một kế hoạch để biết cách đi từ nơi này sang nơi khác như thế nào. Những vấn đề này sẽ được thảo luận nhiều hơn trong chương 3.

(2) Lãnh đạo gây dựng, trang bị và khích lệ đội ngũ

Lãnh đạo phải tìm ra người có cùng khải tượng với mình. Những người có năng lực, sự nhiệt thành và uy tín cần được tuyển dụng vào chương trình đào tạo. Từ đó, chúng ta có thể có được ban quản trị đúng chức năng, đội ngũ quản lý hành chính-tài chính luôn tìm kiếm và sử dụng đúng đắn nguồn ngân quỹ và đội ngũ giáo viên giảng dạy đầy tâm huyết bằng năng lực và chính cuộc đời của họ. Lãnh đạo không nên chỉ đơn thuần là làm gì hộ người khác (là điều có thể khiến người ấy bị lợi dụng) hay làm thay người khác (là điều có thể khiến người lãnh đạo ấy trở nên gia trưởng và có lẽ cũng không hiệu quả) nhưng là làm qua người khác. Để một đội ngũ có thể vận hành, mối quan hệ là rất quan trọng. Tất cả mọi người cần được trao quyền, trang bị và khích lệ.

(3) Người lãnh đạo dạy và làm chuyên gia trong lĩnh vực giảng dạy

Nhưng ai đang lãnh đạo chương trình đào tạo lãnh đạo phải có những kỹ năng sư phạm để giúp người trưởng thành được học và tăng trưởng. Họ sẽ muốn dạy chút gì đó để trau dồi các kỹ năng và hiểu được thế giới thật của sinh viên. Tuy nhiên, điều có thể quan trọng hơn cho lãnh đạo đó là trở thành một chuyên gia giảng dạy, giúp các giáo viên khác có được những kỹ năng trong việc giảng dạy hiệu quả

(4) Lãnh đạo đại diện cho nhà trường trước công chúng

Trong mắt của cộng đồng, chính quyền, hội thánh, giảng viên, nhân viên và sinh viên, người lãnh đạo là hiện thân của nhà trường. Kiểu nhân cách và kỹ năng mà người ta mong đợi nơi các cựu sinh viên cũng là kiểu nhân cách và kỹ năng mà người ta mong nhìn thấy nơi những người lãnh đạo của chương trình đó. Người lãnh đạo phải tìm cách làm sao cho người có thể dễ gần với mình và làm mục vụ một cách công khai để có thể lắng nghe phản hồi và để chia sẻ những câu chuyện về những gì Chúa đang làm. Họ sẽ đảm đương vai trò của mình trong việc xây dựng cơ sở ngân quỹ vững chắc và trong việc trình bày về chương trình đào tạo của mình ở bất cứ nơi nào có thể.

Phát hiện và gây dựng người lãnh đạo

Làm thế nào chúng ta có thể phát hiện những người có ân tứ trong việc lãnh đạo? Có lẽ câu trả lời đơn giản nhất là qua việc quan sát cuộc đời của người đó. Như Chúa Giê-xu nói: "Các con nhận biết họ nhờ bông trái của họ" (Mat. 7:16). Chúng ta cần nhìn xung quanh để tìm xem người nào là người quan tâm đến việc người khác đang đi về đâu. Ai có những kỹ năng tốt trong việc xây dựng mối quan hệ? Ai có đời sống đáng để bắt chước? Ai có khải tượng và kỹ năng trong việc dạy dỗ và quản lý người khác? Ai có tiếng tốt trong việc giúp đỡ người khác tiếp tục tiến tới mà không thao túng họ? Chúng ta cần lưu ý những người mà Đức Chúa Trời đã sử dụng trong vai trò lãnh đạo, và sau đó tìm cách để khích lệ họ trong quá trình họ lớn lên.

Điều này không đòi hỏi phải tinh thông *Leadership for Dummies* (Tạm dịch: *Kỹ năng lãnh đạo cho những người ngờ nghệch*) nếu có một cuốn sách như thế, hay áp dụng *10 Proven Steps towards Becoming a Perfect Leader* (Tạm dịch: *10 bước để trở thành một lãnh đạo hoàn hảo*). Học cách học hỏi là một trong những kỹ năng quan trọng mà ai cũng cần phải có, kể cả một người lãnh đạo. Trở thành một lãnh đạo là một quá trình tốn thời gian cũng như công sức. Cách tốt nhất để giúp những lãnh đạo tiềm năng tăng trưởng về mặt kỹ năng, nhân cách và tinh thần phục vụ là hãy tìm cho người đó những người cố vấn, là những lãnh đạo có kinh nghiệm, có kỹ năng và có sự sẵn lòng. Những người đang trong tiến trình trở thành lãnh đạo sẽ học được nhiều từ những mối quan hệ khác nhau với những người chịu dạy dỗ và môn đồ hóa họ, người sẽ huấn luyện hay tham vấn họ, người sẽ bảo trợ họ trước mặt người khác và người sẽ làm gương cho họ.

Laurent Daloz mô tả ba điều quan trọng mà người cố vấn làm:

- **Người cố vấn cung cấp sự hỗ trợ**. Qua việc lắng nghe, làm người ủng hộ và qua việc việc chia sẻ kinh nghiệm riêng của mình, người cố vấn cung ứng một ôi trường thoải mái mà ở đó người khác có thể học được cách học hỏi từ chính những kinh nghiệm hiện tại của mình.

- **Người cố vấn thách thức.** Một giảng viên hay người cố vấn điêu luyện sẽ giúp người khác suy nghĩ lại những giả định căn bản và hiểu hoàn cảnh hoặc vấn đề theo nhiều cách khác nhau. Người cố vấn giúp người khác tự đặt ra những kỳ vọng thực tế cho bản thân.

- **Người cố vấn cung cấp khải tượng.** Bằng việc đưa ra phản hồi và lời khích lệ, người cố vấn khuyến khích những phản biện và sự tự nhận thức để giúp người khác nhìn thấy điều họ có thể (và cần) trở thành.[3]

Đối với hầu hết chúng ta, người thầy tốt nhất là những người muốn chúng ta tự mình tìm hiểu mọi thứ. Theo đó, một cố vấn tốt là người hướng dẫn một lãnh đạo tiềm năng cách để kết hợp một kế hoạch học tập cá nhân lại với nhau. Người cố vấn tìm cách để những người lãnh đạo tiềm năng "trầm mình" trong nhiệm vụ lãnh đạo và sau đó đặt ra các câu hỏi đòi hỏi sự phản hồi những kinh nghiệm và kiến thức mới. Những cố vấn thường hiệu quả nhất khi họ thường xuyên sẵn sàng lắng nghe những điều người mình cố vấn cho đã học được cũng như phản hồi trước các câu hỏi mà họ đưa ra. Những lãnh đạo giỏi phục vụ với tư cách là người cố vấn sẽ giúp các lãnh đạo tiềm năng tiếp tục thích nghi và tăng trưởng trong phong cách học riêng của họ

Phong cách và sự đa dạng trong cách lãnh đạo

Phong cách lãnh đạo là cách người lãnh đạo giúp người khác hoàn thành công việc. Không có bất cứ một mô tả nào về việc một lãnh đạo phải như thế nào. Vai trò lãnh đạo cũng không diễn ra theo

---

3. Laurent Daloz, *Mentor: Guiding the Journey of Adult Learners* (San Francisco, CA: Jossey-Bass, 1999), 206-229.

một cách duy nhất nào đó. Lãnh đạo có thể tập trung vào một nhiệm vụ (hoàn thành một việc gì đó), vào một quy trình (làm đúng cách) hay vào con người (khuyến khích và làm giàu cuộc sống của những người làm việc dưới quyền của họ hoặc làm việc cho người lãnh đạo ấy). Tất cả những điều này đều quan trọng, chỉ là chúng khác nhau mà thôi.

Mỗi một chúng ta là một tập hợp độc nhất của các khả năng, mối quan tâm và xuất thân riêng–làm việc với những người cũng độc đáo không kém về mặt ân tứ, trách nhiệm và năng lực. Chúng ta đến từ những nền văn hóa khác nhau và làm việc trong nhiều bối cảnh khác nhau. Chúng ta có thể có những giá trị chung nhưng đặt thứ tự ưu tiên theo một cách khác nhau. Một số lãnh đạo rất giỏi trong việc nhìn bức tranh tổng thể, ước ao những khải tượng lớn. Một số lãnh đạo khác thì hoạt động hiệu quả hơn với vai trò là người cổ vũ, người kèm cặp, người điều phối, người giải quyết vấn đề hoặc quản lý điều hành. Hãy lưu ý một số lãnh đạo ở trong Kinh Thánh:

- Môi-se–Người trung gian, lãnh đạo thông qua một người phát ngôn.
- Nê-hê-mi–Người làm cho dự án chạy, thậm chí đôi lúc còn buộc người khác phải cư xử đúng đắn.
- Đa-vít–Vị vua, với thẩm quyền cao nhất
- Phi-e-rơ–Người hăng hái hành động, kéo mọi người đi với mình.
- Phao-lô–Người làm việc theo đội ngũ, người giao việc, "Tôi trồng, một ai đó sẽ tưới."

Thật tốt cho những ai đang giữ vai trò lãnh đạo muốn khám phá phong cách lãnh đạo của mình. Chúng ta cần biết cách làm thế nào để lãnh đạo từ điểm mạnh của mình cũng như biết rõ chỗ yếu kém của mình. Không ai trong chúng ta được tạo dựng hay ban tặng khả năng toàn tri và thật tuyệt vời khi biết chúng ta cần người khác giúp đỡ ở chỗ nào để việc đúng đắn được hoàn thành.

Nhiều công cụ hữu ích đã được phát triển để giúp những người trong giới doanh nghiệp nhận diện phong cách lãnh đạo của họ. Một công cụ thông dụng là Biểu đồ chỉ báo Myers-Brigg,[4] là công dụ dựa trên cách con người học, ra quyết định hay liên hệ với những người xung quanh.[5] Một công cụ thông dụng khác được gọi là mô hình DISC (www.intesiresources.com) mô tả các khuôn mẫu hành vi về phương diện điểm mạnh và điểm yếu trong bốn lĩnh vực: Thống Trị (những người chấp nhận rủi ro, mạnh mẽ và thẳng thắn), Ảnh Hưởng (những người tình cảm, hòa đồng và có xu hướng ảnh hưởng người khác qua trò chuyện và hoạt động), Kiên Định (là những người dễ đoán, trung thành, thích một nhịp độ ổn định), Tuân Thủ (những người tuân theo các quy tắc và cấu trúc và là người muốn làm đúng mọi việc ngay từ đầu).

Vai trò lãnh đạo hàm ý có những người đi theo mình. Đôi khi chúng ta mặc định rằng lãnh đạo phải là việc được thực hiện bởi những người "thuộc top đầu." Thực tế là hầu hết mọi người vào thời điểm nào đó trong cuộc đời đều gánh vai trò lãnh đạo. Công tác lãnh đạo được thực hiện bởi những người tiên phong (người đi trước mọi người), các nhà tiên tri (người kêu gọi người khác trở lại với điều gì đó quan trọng), những người quản lý (người giúp đỡ người khác thực hiện công việc cách hiệu quả). Người chăn chiên đi trước bầy chiên. Những chú chó chăn cừu làm nhiệm vụ của mình hai bên hông và đằng sau. Nhiều con chiên có vẻ thích một nhóm lãnh đạo cùng làm việc với nhau. Hi vọng trong tất cả những trường hợp này, thì bầy chiên đó sẽ đi đúng hướng.

Kết luận của chúng ta là có nhiều phong cách lãnh đạo khác nhau được chấp nhận và công tác lãnh đạo được thực hiện tốt nhất

---

4. Http://en.wikipedia.org/wiki/Meyers_Briggs
5. Renee Baron, *What Type Am I? The Myers-Brigg Indicator Made Easy* (New York, NY: Penguin, 1998).

khi chúng ta làm việc cùng nhau và khi tất cả chúng ta di chuyển theo đúng hướng.

Làm việc cùng nhau theo đội ngũ

Hầu hết các lãnh đạo luôn bị quá tải bởi gánh trên vai mọi thứ. Một người có thể có đủ năng lực trong những việc họ đang làm nhưng vấn đề là có quá nhiều việc phải hoàn thành! Hầu hết chúng ta cần lắng nghe một cách cẩn thận (một lần nữa) lời khuyên bảo của Giê-trô dành cho Môi-se: "Con làm như thế không tiện đâu. Cả con và những người dân đến với con chắc chắn sẽ bị đuối sức vì việc đó quá nặng nề đối với con, một mình con không sao làm nổi." (Xuất. 18:17-18).

Chúng ta cần phải làm việc cùng nhau. Đức Chúa Trời ban cho A-đam một cộng sự trong vườn Ê-đen bởi vì "con người ở một mình thì không tốt" (Sáng. 2:18). Chúng ta là tập hợp của những viên đá sống đang được Đức Chúa Trời xây lên thành một căn nhà thuộc linh (1 Phi. 2:5). Chúng ta là những công dân và thành viên trong nhà của Chúa, đền thánh của Chúa (Êph. 2:19-22). Chúng ta "là thân của Đấng Christ, và mỗi cá nhân là một chi thể" (1 Cô. 12:27). Chúng ta chỉ tăng trưởng khi mỗi phần trong thân thể làm việc theo đúng chức năng của nó (Êph. 4:16). Ngay chính Đức Chúa Trời cũng tồn tại trong một tập thể: Cha, Con và Thánh Linh.

Công việc của người lãnh đạo không phải là "làm" công tác mục vụ nhưng góp phần trang bị để người khác làm việc đó. Những nhà lãnh đạo chương trình đào tạo thần học áp dụng vào thực tiễn các nguyên lý này cho bản thân và cho học viện của họ như thế nào?

Lập thêm nhiều ban bệ hay các "nhóm làm việc" ngẫu hứng không phải là giải pháp. Giao việc có thể giải quyết được vấn đề. Nhưng chìa khóa của giao việc hiệu quả là xác định cái gì có thể và cần được thực hiện bởi người khác. Điều này bao gồm việc suy nghĩ lại về bản mô tả công việc của chúng ta. Sau đó chúng ta trao quyền cho người khác và tin tưởng để họ làm những việc thật sự là việc mà họ cần làm. Công tác lãnh đạo không nhất thiết phải được thực hiện thông qua ban ngành. Nhưng một đội ngũ lãnh đạo tận tụy vì mục đích chung chia sẻ trách nhiệm có thể là một ý tưởng hay.

Trong cuốn *Team Player and Teamwork* (Tạm dịch: *Thành viên của đội ngũ và làm việc theo đội ngũ*) (San Francisco, CA: Jossey-Bass, 1990), Glen Parker gợi ý rằng việc đưa những người trong đội ngũ lãnh đạo với những quan điểm và phong cách khác nhau vào trong một tập thể là việc hữu ích. Ông nêu ra bốn dạng nhóm viên cơ bản như sau (trang 164):

- **Người đóng góp**–là người có khả năng tổ chức, lý luận, thực tế và có hệ thống, dù họ cũng có thể là những người cầu toàn, cứng ngắc theo dữ liệu, không sáng tạo và tầm nhìn hạn hẹp.

- **Người hợp tác**–là những người có tầm nhìn, có trí tưởng tượng, cởi mở, linh hoạt và có quan điểm rõ ràng, dù họ có thể quá bao đồng, quá tham vọng, không nhạy bén và nhận thức được thực tế.

- **Người truyền thông**–là những người luôn sẵn sàng hỗ trợ, tốt về mối liên hệ, khéo cư xử, kiên nhẫn và thoải mái, dù họ có thể không thực tế, không mục đích, dễ bị thao túng và thậm chí hơi ngờ nghệch.

- **Người thách thức**–là những người có nguyên tắc, đạo đức và thật thà. Họ thắc mắc về mọi thứ dù họ cũng có thể là người soi mói, cứng nhắc, thậm chí là tự phụ và tự kiêu.

Đội ngũ lãnh đạo vận hành tốt nhất khi ít nhất mỗi một dạng nhóm viên họ có một người. Chúng ta sẽ khám phá niềm vui của sự hiệp lực khi chúng ta khám phá làm cách nào để làm việc với nhau trong cộng đồng, sử dụng các ân tứ đa dạng mà Chúa đã ban tặng cho chúng ta. Chúng ta cũng sẽ trụ lại lâu hơn mà không bị quá tải về cảm xúc và thể chất.

Giải quyết căng thẳng và xung đột

Xung đột là điều không thể tránh ở bất cứ tổ chức nào. Nó có thể xảy ra khi người ta muốn có cùng một vị trí, mục vụ, và đặc quyền hay khi có những cách nhìn khác nhau liên quan đến giải pháp hoặc các thứ tự ưu tiên. Sự thất vọng có thể xuất hiện bởi những mong đợi không được đáp ứng hoặc khi công tác lãnh đạo không được thực hiện trơn tru. Đôi khi thái độ và cá tính xung đột nhau. Người ta phản ứng khi họ cảm thấy không được đánh giá cao hoặc họ bị đối xử không công bằng.

Donald C. Palmer chỉ ra rằng xung đột thường liên quan đến những vấn đề căn bản, chẳng hạn:

1. Xung đột về giá trị, niềm tin và truyền thống
2. Xung đột về mục đích và mục tiêu
3. Xung đột về chương trình và phương pháp

    ◦ Chúng ta nên làm thế nào? Chiến lược, phương pháp, chương trình
    ◦ Ai sẽ là người thực hiện? Tổ chức, nhóm
    ◦ Khi nào chúng ta nên làm? Thời gian biểu
    ◦ Cần tốn bao nhiêu tiền cho nó? Ngân sách

5. Xung đột về những dữ kiện, tính khách quan và góc nhìn
6. Xung đột về khải tượng của mục vụ, tính cách và phong cách lãnh đạo.[6]

Không phải mọi xung đột đều là xấu. Xung đột có thể là biểu hiện lành mạnh của sức sống trong một tổ chức khi những con

---

6. Donald C. Palmer, *Managing Conflict Creatively: A Guide for Missionaries and Christian Workers* (Pasadena, CA: William Carey Library, 1990), 11-13.

người có đầu óc sáng tạo đưa ra các ý tưởng mới và những thay đổi cần phải thực hiện. Xung đột chỉ nguy hiểm khi nó không được giải quyết, để cho sự oán giận lớn dần lên. Lãnh đạo đóng vai trò quan trọng trong việc giúp đỡ để đảm bảo rằng có những quy trình cụ thể kịp thời sao cho người ta được lắng nghe và các vấn đề được xử lý một cách phù hợp.

Sinh viên của chúng ta sẽ học cách giải quyết xung đột khi họ nhìn thấy lãnh đạo của mình xử lý xung đột. Có ít nhất hai cách phản ứng không lành mạnh trước xung đột (1) cố gắng trốn tránh xung đột hay chối bỏ sự hiện diện của nó; hoặc (2) tấn công như thể người cùng là việc với mình là kẻ thù–thông qua lời nói, hành động kiện cáo hay đánh nhau.[7]

Peacemaker Ministries (Tạm dịch: *Mục vụ người giải hoà*) nêu ra 4 bước hữu ích khi giải quyết xung đột.

1. Thay vì tập trung vào chúng ta và những tổn thương của mình, chúng ta nên vui mừng trong Chúa và trong sự tha thứ của Ngài khi chúng ta cố gắng trung tín vâng theo các mạng lệnh của Ngài.

2. Thay vì đổ lỗi cho người khác về một xung đột, chúng ta nên nhận trách nhiệm về phía mình khi trực tiếp góp phần vào xung đột.

3. Thay vì giả vờ cho rằng xung đột không tồn tại hay nói sau lưng người khác, chúng ta hoặc nên bỏ qua những điều nhỏ nhặt khiến mình phật lòng hoặc nói chuyện một cách riêng tư với những người xúc phạm chúng ta.

4. Thay vì cho phép những thỏa hiệp trẻ con xảy ra hoặc là để các mối quan hệ khô héo, chúng ta nên chủ động theo đuổi sự hòa bình và giải hòa thật.

---

7. Peacemaker Ministries, P.O. Box 81130, Billings, MT 59108 USA. www.HisPeace.org

Các nhà lãnh đạo của các chương trình đào tạo lãnh đạo nên học cách sử dụng xung đột vì ích lợi và sự thay đổi chung. Nguyện Chúa giúp họ biết cách khích lệ những cộng đồng khỏe mạnh nơi sự tha thứ được thực hành. "Phước cho những người hòa giải, vì sẽ được gọi là con Đức Chúa Trời!" (Mat. 5:9).

Điều đình việc chuyển giao lãnh đạo

Một trong những điều khó nhất đối với nhiều nhà lãnh đạo là chuẩn bị cho thế hệ lãnh đạo kế cận. Điều này là thách thức đối với một số chính phủ như thế nào thì cũng là thách thức với nhà trường hay hội thánh như thế ấy. Hiếm khi người ta có đủ nhận thức thông thường để biết khi nào mình nên tự nguyện lùi lại và để người khác tiến lên lãnh đạo tổ chức. Việc lên kế hoạch cho việc chuyển giao lãnh đạo và không để nó trở thành khủng hoảng sau khi người lãnh đạo qua đời là rất quan trọng.

Tất cả các nhà lãnh đạo nên chủ động dìu dắt và nâng đỡ lãnh đạo mới. Dẫu vậy, tôi không nghĩ việc lãnh đạo của các chương trình đào tạo thần học tự chọn người kế nhiệm cho mình là một ý kiến hay. Tốt hơn hết là nên để ban quản trị nhà trường làm việc này, với sự cầu nguyện họ có thể xem xét cẩn thận tư cách của một số ứng viên trong ánh sáng mục đích, nhu cầu và cơ hội mà chương trình đào tạo ấy đang có.

Việc có một khoảng thời gian gối đầu giữa lãnh đạo mới và cũ là rất hữu ích để hiệu trưởng hay viện trưởng mới có thể quan sát nhiều chi tiết của chương trình trước khi đảm đương toàn bộ trách nhiệm lãnh đạo nó. Tuy nhiên, nói chung thì sự chuyển giao nên nhanh và gọn nhất có thể. Dù việc hiểu cách kỹ lưỡng nhiệm vụ nào đó trước khi thực sự bước vào là điều phải lẽ, nhưng không phải ai cũng muốn ([trở nên] như Giô-suê) phục vụ với tư cách là người phụ tá trong vòng 40 năm trước khi đảm đương trách nhiệm lãnh đạo.

Có hai vấn đề quan trọng cần lưu ý trong sự chuyển giao lãnh đạo. Thứ nhất là lãnh đạo mới biết cách trân trọng một cách phù hợp công khó của những lãnh đạo trước đó. Mặc dù có nhiều tiếng thở phào nhẹ nhõm khi người lãnh đạo cũ lui về (hoặc qua đời), thì việc nói những lời tiêu cực về quá khứ chẳng có ích lợi gì cả. Tuy nhiên, việc người lãnh đạo mới có tự do và thẩm quyền để thực hiện những cái mới là điều tất nhiên chứ không chỉ đơn thuần là họ bị ép buộc phải tiếp tục giữ truyền thống vốn không còn phù hợp với nhu cầu và thực tế của chương trình hiện tại. Mặc dù sự khôn ngoan cho ta biết không phải mọi thứ đều được thay đổi hoàn toàn ngay sau ngày chuyển giao lãnh đạo, nhưng người lãnh đạo mới phải có sự tự do để tiến đến kỷ nguyên mới một cách phù hợp trong sự hoạt động của nhà trường. Để làm được điều đó đòi hỏi những lãnh đạo về hưu không được quanh quẩn theo dõi hay khuyên răn này nọ.

Kết luận

Chương trình đào tạo thần học diễn ra với nhiều kích cỡ, hình dạng và hình thức khác nhau. Lãnh đạo chương trình đào tạo lãnh đạo không phải là một việc dễ dàng. Nhưng nếu không có sự xuất sắc trong những người phục vụ với tư cách lãnh đạo cơ sở đào tạo của chúng ta thì sẽ không có sự xuất sắc trong phần còn lại của chương trình. Đó là đặc ân của chúng ta khi góp phần trang bị những người được Chúa ban ơn và kêu gọi vào mục vụ. Chúng ta không thể thay Chúa phân phát ân tứ thuộc linh nhưng có thể hỗ trợ một ban quản lý quản lý hiệu quả hơn; một giáo viên dạy tốt hơn; và một mục sư phát triển toàn bộ các kỹ năng chăn bầy. Nguyện Chúa cho cơ sở đào tạo của các bạn có ban lãnh đạo xuất sắc để bạn làm được điều này!

Câu hỏi thảo luận liên quan đến công tác lãnh đạo của bạn

1. Bạn đang chuẩn bị cho nhu cầu lãnh đạo tương lai của nhà trường như thế nào? Làm sao bạn (hoặc liệu bạn có thể) phát hiện ra những người có tiềm năng lãnh đạo? Bạn có quy trình để chọn và chuẩn bị những người sẽ đảm nhiệm vai trò lãnh đạo trong chương trình đào tạo của bạn không? Nếu có thì nó hiệu quả ra sao?

2. Đâu là những giá trị cốt lõi về lãnh đạo mà bạn đang nắm giữ? Những khuôn mẫu nào minh họa cho những giá trị này? Những câu chuyện nào bạn có thể kể về những người minh họa cho những giá trị này?

3. Những vai trò lãnh đạo nào vượt trội nhất trong văn hóa của bạn? Những phong cách lãnh đạo nào hiện có trong đội ngũ lãnh đạo của bạn? Những phong cách lãnh đạo khác nhau hiệu quả và phù hợp với bối cảnh của bạn ở mức độ nào?

4. Công việc thật sự của các lãnh đạo của bạn là gì? Hãy rà soát lại những bản mô tả công việc khác nhau mà bạn có. Căn cứ trên tầm quan trọng của vấn đề nhân cách, bạn giúp cải thiện tâm tính của nhau như thế nào?

5. Đội ngũ lãnh đạo của bạn làm việc hiệu quả như thế nào trong cùng một nhóm làm việc? Điều gì có thể giúp bạn vận hành tốt hơn?

6. Lãnh đạo có vai trò gì trong việc giải quyết vấn đề và làm mới các mối quan hệ? Những phần nào trong giải quyết xung đột vượt quá tầm kiểm soát của một lãnh đạo?

Gợi ý đọc thêm

Anderson, Terry D. *Transforming Leadership: Equipping Yourself and Coaching others to Build the Leadership Organization.* New York, NY: St. Lucie Press, 1998.

Augsburger, David W. *Conflict Mediation across Cultures: Pathways and Patterns.* Louisville, KY: Westminster/John Knox Press, 1992.

Banks, Robert and Kimberly Powell, eds. *Faith in Leadership.* San Francisco, CA: Jossey-Bass, 2000.

Bennett, David W. *Metaphors of Ministry: Biblical Images for Leaders and Followers.* Grand Rapids, MI: Baker Book House, 1993.

Bennis, Warren. The Unconscious Conspiracy: *Why Leaders Can't Learn to Lead.* AMA-COM, 1976.

Blanchard, Kenneth and Spencer Johnson. *The One-Minute Manager.* New York, NY: Berkley Books, 1982.

Covey, Stephen R. *The 8th Habit.* New York, NY: Simon and Schuster, 2005.

_____. *The Seven Habits of Highly Effective People.* New York: NY: Simon and Schuster, 1989.

Clinton, J. Robert. *The Making of a Leader: Recognizing the Lesson and Stages of Leadership Development.* Colorado Springs, CO: Nav Press, 1988.

Collins, Jim. *Good to Great.* New York, NY: Harper Collins Publisher, 2001.

Daloz, Laurent. *Mentor: Guiding the Journey of Adult Learners.* San Francisco, CA: Jossey-Bass, 1999.

DePree, Max. *Leadership is an Art.* New York, NY: Bantam, Doubleday Dell Publishing 1989.

Drucker, Peter F. *The Effective Executive.* New York, NY: Harper and Row, 1985.

Early, Gene. "The Chief Executive Role as God's Classroom for Character Formation". *Transformation* 18, no. 1 (2001): 9ff.

_____"A Second Generation Leader succeeds the Founder: What is the process?" *Transformation* 18, no. 1 (2001): 1ff.

Elmer, Duane. *Cross-Cultural Conflict: Building Relationship for Effective Ministry*. Downers Grove, IL: InterVarsity Press, 1993.

Ford, Leighton. *Transforming Leadership: Jesus's Way of Creating Vision, Shaping Values, and Empowering Change*. Downers Grove, IL: InterVarsity Press, 1991.

Fullan, Micheal. *Leading in a Culture of Change*. San Francisco, CA: Jossey-Bass, 2001.

Gardner, John W. *On Leadership*. New York, NY: Free Press, 1990.

Greenleaf, Robert K. *Servant Leadership*. New York, NY: Paulist Press, 1977.

Hesselbein, Francis and Paul. Cohen, eds. *Leader to Leader: Enduring Insights on Leadership from the Drucker Foundation's Awards-Winning Journal*. San Franscisco, CA: Jossey-Bass, 1999.

Hesselbein, Francis, Marshall Goldsmith and Tichard Beckhard. *The Leader of the Future*. San Francisco, CA: Jossey-Bass, 1996.

Jenning, Ken and John Stahl-Wert. *The Serving Leader*. San Francisco, CA: Berrett-Koehler Publisher, Inc, 2003.

Kouzes, James W. and Barry Z. Posner. *The Leadership Challenge*. San Francisco, CA: Jossey-Bass, 1995.

Lewis, Philip V. *Transformational Leadership*. Nashville, TN: Broadman & Holman Publishers, 1996.

Marshall, Tom. *Understanding Leadership*. Grand Rapids, MI: Baker, 2003.

Maxwell, John C. *The 21 Irrefutable Laws of Leadership*. Nashville, TN: Thomas Nelson, 1998.

Maxwell, John C. *The Winning Attitude: Your Pathway to Personal Success*. Nashville, TN: Thomas Nelson 1993.

Osei-Mensah. Gottfried. "Leaders: What are they?" in *SPAN-IFES in English and Portuguese Speaking Africa* (January – April 1997 Vol.2 Issues 1)

Palmer, Glenn M. *Team Players and Teamwork: The New Competitive Business Strategy*. San Francisco, CA: Jossey-Bass, 1990.

Parker, Glenn M. *Team Players and Teamwork: The New Competitive Business Strategy*. San Francisco, CA: Jossey-Bass, 1990.

Peters, Thomas J and Robert H Waterman, Jr. *In Search of Excellence: Lesson from America's Best Run Companies*. New York, NY: Warner Books, 1992.

Ratxburg, Wilf. "The Blanchard Leadership Model", from Organizational Behavior- OBNotes.htm (http://www.geocities.com/Athens/Forum/1650/html blanchard.html).

Sanders, J. Oswald. *Spiritual Leadership*. Chicago, IL: Moody Press, 1967.

Snook, Stuart G. *Developing Leaders Through TEE: Case Studies from Africa*. Wheaton, IL: Billy Graham Center, 1992.

Stanley, Paul D. and Robert Clinton. *Connecting: The Mentoring Relationship You Need to Succeed in Life*. Colorado Springs, CO: NavPress, 1992.

Wivcharuck, Peter. *Building Effective Leadership: A Guide to Christianans Professional Management*. Alberta, Canada: International Christian Leadership Development Foundation, 1987.

Chương 3

Xuất Sắc trong Việc Lập Chiến Lược

Nếu không có ý tưởng rõ ràng về hướng đi của mình thì rất khó để biết mình có hoàn thành công việc nào đó hay không. Một cơ sở đào tạo lãnh đạo xuất sắc thường dành thời gian để phát triển và rà soát lại kế hoạch chiến lược bao gồm việc khám phá những giá trị của nó, xác định sứ mạng của nó trong mối liên hệ với nhu cầu và đánh giá điểm mạnh và điểm yếu của nó và sau đó ao ước trong sự cầu nguyện để phát triển một kế hoạch có thể thực hiện được để đưa chương trình đến nơi phải đến.

Có lần một hội thánh nọ hỏi tôi: "Nếu chúng tôi đưa cho ông 10.000 USD thì ông sẽ làm gì với nó?" Tôi thực sự không nghĩ rằng họ có ý muốn đưa tôi tờ séc nhưng chắc họ muốn biết liệu tôi có chiến lược cho mục vụ hay không và liệu tôi có bất cứ ý tưởng gì về chi phí cho việc thực hiện kế hoạch không.

Có một kế hoạch khả thi là điều quan trọng đối với các chương trình đào tạo thần học. Trường Kinh Thánh hay thần học viện cố gắng đào tạo những người nam và người nữ một cách hiệu quả với kiến thức và kỹ năng cần thiết cho mục vụ. Quy trình này bao hàm việc lĩnh hội được kiến thức Kinh Thánh và hiểu biết sâu sắc về thần học của thời đại. Nó bao gồm việc có được một sự thông hiểu về cách lẽ thật có thể được áp dụng một cách thực tế trong thế giới thật. Nó liên quan đến nhân cách có ý thức và sự phát triển thuộc linh sao cho các sinh viên tốt nghiệp có thể minh họa lẽ thật qua cuộc sống thực.

HHoàn thành được điều này là một nhiệm vụ to lớn. Mỗi một sinh viên được ban cho ân tứ riêng và đang hướng đến một mục vụ riêng trong bối cảnh riêng. Chúng ta không có tất cả các nguồn lực trong thế giới này. Chúng ta thường không có đủ nhân sự, và đội ngũ giảng viên cũng như nhân viên mà chúng ta có là tập hợp những con người không hoàn hảo. Vấn đề các phức tạp hơn khi chúng ta thường chỉ có ba hay bốn năm để tác động trên cuộc đời của sinh viên. Vì vậy, làm thế nào chúng ta có thể sử dụng nguồn lực, công cụ và con người chúng ta có để hoàn thành điều gì đó có ý nghĩa cho nước Trời? Chúng ta nên ưu tiên những lựa chọn mà mình phải đưa ra như thế nào? Vì tất cả những lý do này, chúng ta cần một kế hoạch chiến lược thông suốt và toàn diện. Những chương trình đào tạo xuất sắc có các kế hoạch chiến lược đóng vai trò bản chỉ dẫn cho mọi điều họ làm.

Trong chương này, chúng ta sẽ xem xét kế hoạch chiến lược là gì và không phải là gì. Sau đó chúng ta sẽ xem năm bước cần thiết, trước khi viết một kế hoạch chiến lược và trong quá trình rà soát lại kế hoạch đang có. Năm bước đó là (1) Nhận diện giá trị cốt lõi của bạn, (2) Xem lại tuyên ngôn sứ mạng, (3) Thực hiện đánh giá nhu cầu, (4) Triển khai đánh giá điểm mạnh, điểm yếu và nguồn lực của học viện của bjan, và (5) Ước ao cũng như cầu nguyện cho những gì có thể và cần được củng cố, bỏ đi hay thêm vào.

Lập kế hoạch chiến lược không phải là:

(1) Lập kế hoạch chiến lược không phải là cố gắng để làm mọi thứ mà ai đó ở đâu đó có thể cần làm.

Không một trường Kinh Thánh nào có thể đáp ứng nhu cầu của tất cả mọi người. Vì vậy, điều bạn cần phải chú ý và làm tốt chính xác là gì? Đức Chúa Trời đã sử dụng bạn trong quá khứ như thế nào? Bạn đang phục vụ ai? Một kế hoạch chiến lược xác định được các câu hỏi của đối tượng học viên và phản ánh phương cách mà chúng ta có thể phục vụ đối tượng học viên cụ thể đó tốt nhất bằng chính con người và những gì chúng ta làm.

(2) Kế hoạch chiến lược không đơn thuần là hoàn thiện những gì được kế thừa từ quá khứ.

Ở những quốc gia không phải ở phương Tây, dường như mục đích chủ yếu của một số lượng đáng kể những chương trình đào tạo là để đảm bảo rằng những gì được dạy vẫn luôn được giữ nguyên xi và sẽ mãi mãi như vậy cho đến "đời đời, vô cùng, Amen". Dù họ có thể ý thức được (đôi khi ý thức một cách đau đớn) rằng chương trình đó được phát triển trong những năm tháng còn là thuộc địa của nước ngoài dựa trên mô hình giáo dục Tây phương, nhưng những gì còn tồn tại đến nay là thiêng liêng, đòi hỏi cần được duy trì và trau chuốt. Bất cứ thay đổi nào đối những điều đã và đang tồn tại đều được xem là phản bội công khó của những bậc tiền nhân. Hậu quả là, năng lượng thúc đẩy lên kế hoạch chiến lược cho viện giáo dục ấy phải được dùng để duy trì và hoàn thiện những gì đã được dự định ban đầu. Buồn một nỗi là người ta không hiểu rằng nếu người sáng lập có thể thiết lập chương trình cho đến ngày hôm nay thì họ sẽ dùng những mô hình học tập mới và sáng tạo hơn, giống như những gì họ đã làm khi bắt đầu chương trình. Lên kế hoạch chiến lược hoàn toàn không thể chỉ đơn thuần là trau chuốt, đánh bóng những tàn tích . Mặc dù đúng là trong quá khứ có nhiều điều tốt đẹp cần ta công nhận nhưng lập kế hoạch chiến lược cần phải cân nhắc thực tế của hiện tại. Khi sinh viên của chúng ta thay đổi và thế giới mà họ làm mục vụ thay đổi thì các cơ sở đào tạo của chúng ta cũng phải thay đổi và chương trình của các cơ sở ấy cũng phải thay đổi cho phù hợp. Lập kế hoạch chiến lược sẽ cân đối giữa việc ghi nhận quá khứ với những thách thức của hiện tại.

(3) Lập kế hoạch chiến lược không đơn thuần là sửa chữa những gì đã bị gãy đổ

GGiống như trong một căn nhà cũ, con người, chương trình và cơ sở vật chất trong các trường Kinh Thánh có thể bị cũ nát và hư gãy. Việc tiếp tục ghi lại danh sách tất cả những thứ không hiệu quả và sau đó đưa ra "kế hoạch" để sửa chữa chúng không phải là một ý tồi. Tuy nhiên, nếu thực hiện việc "bảo trì" kiểu này là tất cả những gì chúng ta cần làm khi "lên kế hoạch" thì chúng ta có thể bỏ sót một vài chuyện lớn hơn. Một số khóa học và chương trình nhất định không nên bị chỉnh sửa; chúng nên được bỏ đi. Một số tòa nhà của viện không nên bị chắp vá; chúng nên được thay thế. Một số giáo viên và quản lý...

Mặc dù chúng ta cần chú ý đến việc làm cho mọi thứ vận hành tốt, nhưng một kế hoạch chiến lược bao hàm nhiều thứ chứ không chỉ đơn thuần là chỉnh sửa những cái chưa ổn. Chúng ta phải nhìn vào tác động rộng lớn hơn của toàn bộ chủng viện chúng ta và toàn bộ những gì chúng ta có. Một kế hoạch chiến lược tốt sẽ bao gồm những vấn đề cần phải được "bảo dưỡng", nhưng đó chỉ là một phần của kế hoạch chung của chúng ta.

(4) Lập kế hoạch chiến lược không phải là kiến tạo những chương trình học mới

Một số trường học có vẻ đã suy nghĩ rằng "kế hoạch chiến lược" đồng nghĩa với chạy thử hàng loạt các "chương trình nâng cao" hơn. Lý do cho việc đó là suy nghĩ cho rằng những chương trình này phản ánh ước muốn của sinh viên và cộng đồng trong khuôn khổ sự phát triển giáo dục trong khu vực nói chung. Theo đó, họ bỏ ra rất nhiều thời gian, năng lượng và ngân quỹ để điều chỉnh và thiết lập một cách sáng tạo các chương trình Cao học (MA), Thạc sĩ Thần học (ThM) hay Tiến sĩ thần học (PhD). Mỗi một chương trình mới đều có thể có giá trị nhất định, nhưng việc phát triển một chương trình mới không phải là những gì chúng ta muốn nói khi nhắc đến việc kế hoạch chiến lược. Một kế hoạch chiến lược sẽ nhìn vào điểm mạnh và thành công của chương trình hiện có dưới ánh sáng là nhu cầu thực sự của sinh viên chúng ta và thế giới mà họ đang và sẽ phục vụ. Khi chúng ta nghĩ thấu đáo những gì mình có thể thực hiện được với nguồn lực giới hạn của mình (con người, cơ sở vật chất, thư viện, ngân quỹ) một cách thực tế, chúng ta đủ khả năng để tổ chức bao nhiêu chương trình? Nếu chúng ta đưa vào một chương trình mới, thì điều này ngụ ý rằng các chương trình chất lượng vốn tạo uy tín cho trường chúng ta trong quá khứ có lẽ không còn hiệu quả như trước nữa ở mức độ nào? Các hội thánh và tổ chức Cơ Đốc cần những sinh viên tốt nghiệp từ những chương trình cũ hay chương trình mới, hay cả hai? Một kế hoạch chiến lược tốt xây dựng trên thế mạnh đã được minh chứng của nhà trường khi nó đáp ứng được nhu cầu thực sự của cộng đồng với nguồn lực mà nó có.

(5) Lập kế hoạch chiến lược không phải là chuẩn bị bản vẽ cho việc sửa sang cơ sở vật chất

Đối với rất nhiều chương trình đào tạo lãnh đạo, có vẻ như sự lành mạnh của chúng chỉ được tính trên phương diện sự tăng trưởng về mặt con số. Do đó, kế hoạch chiến lược trở thành văn kiện quảng bá với những đồ họa đầy màu sắc cho thấy những kế hoạch tăng trưởng trong năm đến mười năm tới về mặt chương trình, sinh viên, sách vở, ban giảng huấn và cơ sở vật chất. Hầu hết các trang kế hoạch này được sử dụng để trình bày các phác họa và ước tính kinh phí cho tất cả các tòa nhà mới (và thậm chí là cho toàn khuôn viên trường) cần đi kèm với sự tăng trưởng đã được báo cáo. Phải thừa nhận rằng, phát triển cơ sở vật chất của trường là phần hợp lý trong kế hoạch chiến lược. Dầu vậy, có chiến lược không nhất thiết phải có nghĩa là trở nên lớn hơn, to hơn. Thậm chí nếu sự tăng trưởng dường như quan trọng đối với sự phát triển của cơ sở đào tạo, thì một kế hoạch chiến lược cần được dựa trên nghiên cứu cũng như trên thực tiễn một cách cẩn thận, không đơn giản là trên sự tăng trưởng ảo hoặc còn trong mong đợi. Hơn nữa, một kế hoạch chiến lược phải xem xét nhiều yếu tố khác vốn chắc chắn đi kèm với sự tăng trưởng về số lượng sinh viên hay số chương trình theo các trình độ khác nhau, chẳng hạn như việc phát triển thư viện, ban giảng huấn là người bản địa đủ tiêu chuẩn, chính sách cho nhân viên, tuyển sinh, chi phí quản lý hành chính, v.v... Một kế hoạch chiến lược tốt không chỉ có tính bao quát mà còn phải dựa trên thực tế.

(6) Lập kế hoạch chiến lược không phải là tạo ra văn kiện bởi một ủy ban bao gồm một ít người

Để vận hành tốt, kế hoạch chiến lược cần được thực hiện theo quy trình với cả tập thể. Chuẩn bị cho kế hoạch năm năm hay mười năm không giống như một bài nghiên cứu để nộp cho bộ phận quản lý hành chính hay cho ban quản trị. Nó cũng không phải là kế hoạch cá nhân của hiệu trưởng, của đội ngũ quản lý hành chính hay của ban quản trị. Kế hoạch có chiến lược cần phản chiếu mơ ước chung của tất cả mọi người. Nó hiệu chỉnh và làm mới những điều mà mọi người nhận thấy cần phải sửa đổi và làm mới. Nó đưa ra những sáng tạo trong các chương trình mới mà theo đó chúng đáp ứng được nhiều nhu cầu khác nhau. Vì vậy, dù cử ra một ban để điều phối quy trình lên kế hoạch chiến lược hay thậm chí là cử một người được đánh giá cao về kỹ năng truyền thông chịu trách nhiệm tổng hợp lại kết quả thảo luận là một ý kiến hay, thì một kế hoạch chiến lược tốt vẫn cần thuộc về và được phát triển bởi tất cả mọi người trong cơ sở đào tạo cũng như các bên liên quan của nhà trường.

Phát triển một kế hoạch chiến lược

(1) Nhận diện các giá trị cốt lõi của bạn

Bắt đầu bằng các câu hỏi về giá trị có vẻ hơi kỳ cục. Thực tế là mọi thứ chúng ta làm cuối cùng đều phản ánh điều quan trọng với chúng ta. Dù có ý thức hay không, thì kế hoạch và hành động của chúng ta cũng thể hiện những giá trị chúng ta có. Do đó, trước khi phát triển kế hoạch cụ thể cho tương lai của một chương trình đào tạo lãnh đạo, rất đáng để dành thời gian rà soát và xác nhận lại điều gì là quan trọng đối với tất cả những người tham gia–nhân viên, giáo viên, ban quản trị, thậm chí là sinh viên của bạn.

Lưu ý rằng các giá trị không nhất thiết phải là các câu Kinh Thánh nói về những đặc trưng và bông trái thuộc linh. Những giá trị này phải thực sự quan trọng đối với bạn, nhưng giá trị cũng bao gồm những mong đợi về cách ăn mặc, cách chúng ta liên hệ với nhau và cách chúng ta hình dung về quá trình học tập. Trong hầu hết những vấn đề này, các giá trị phản ánh những điều quan trọng đối với văn hóa của chúng ta. Điều đó có thể là điều tốt hoặc không tốt.

Một số giá trị với chúng ta là quan trọng nhưng với người khác lại không, như minh họa từ bất cứ cuộc hôn nhân nào. Điều vốn được xem là quan trọng trong gia đình của người này có thể đã không hề quan trọng đối với gia đình của người kia. Khi bất đồng xảy ra, thì việc suy ngẫm về lý do tại sao cái này hay cái kia quan trọng đối với chúng ta là điều rất đáng làm. Những mâu thuẫn sâu sắc nhất thường xuất hiện khi có sự xung đột về các giá trị. Chân thành mà nói, có một số điều đáng để chúng ta chiến đấu. Trong hầu hết các trường Kinh Thánh, hệ phái, tổ chức hay gia đình, những trận chiến quan trọng đều đã diễn ra. Chúng ta cần phân biệt điều đã (và đang) rất quan trọng đáng để chúng ta chiến đấu là gì.

Tương tự, nhận diện người hùng (hay kẻ thù) của chúng ta có thể là một bài tập hữu ích trong việc khám phá các giá trị của chúng ta. Những người này có gì khiến họ quan trọng, theo hướng tích cực hoặc tiêu cực, đối với chúng ta? Tại sao ý kiến của họ lại rất quan trọng đối với chúng ta?

Khả năng xảy ra xung đột giá trị trở nên lớn hơn khi chúng ta xuất thân từ những chỗ khác nhau. Đối với người Bắc Mỹ, năng suất là cực kỳ quan trọng, vì 'thì giờ là tiền bạc!' Tuy nhiên đối với người Mỹ La-tinh, các mối quan hệ nhìn chung quan trọng hơn thời gian. Trong việc nỗ lực vâng lời Chúa, một sinh viên Bra-xin có thể thức trọn đêm với một người bà con hoặc một người bạn bị tổn thương thay vì chọn hoàn thành bài luận phải nộp vào ngày hôm sau. Ở mức độ nào thì điều này đúng hay sai? Trong việc lên kế hoạch, làm thế nào chúng ta có thể đưa ra không gian phù hợp cho những giá trị khác nhau mà sinh viên và giáo viên đang nắm giữ?

Trong văn hoá của người Châu Phi, lợi ích của cộng đồng là một giá trị quan trọng. Việc một người tôn trọng thẩm quyền của một người lớn tuổi hơn dù người đó không được đào tạo chính quy là điều rất quan trọng. Lời Chúa xác nhận rằng tôn trọng và gìn giữ sự hiệp một là những giá trị có nền tảng Thánh Kinh. Tuy nhiên, đối với người Châu Phi và nhiều người Châu Âu, cư xử đúng và bảo vệ các quyền của mình (và quyền của người khác), không phân biệt tuổi tác, giới tính, tôn giáo, chủng tộc của người đó, là điều quan trọng. Văn hoá Cơ Đốc phương Tây cho rằng vì mỗi người được tạo dựng theo hình ảnh của Đức Chúa Trời nên mọi người đều nên phát huy ân tứ của mình một cách trọn vẹn, không quan trọng cộng đồng nghĩ gì về điều đó.

Những dạng giá trị như thế này sẽ xung đột nhau kể cả trong môi trường giáo dục. Các kì thi và quy trình cho điểm nên tập trung vào những thành tích cá nhân hay phải có bài tập giúp sinh viên làm việc trong tập thể? Ở mức độ nào một giáo viên hay người quản lý hành chính cần giải trình về bản thân với bất cứ ai? Nhân viên nhà trường có nên uống trà với sinh viên? Hay phải có phòng trà riêng và thời gian uống trà riêng? Các giá trị (và văn hóa) của bạn có đòi hỏi văn phòng của các vị giáo sư phải rộng rãi (và sang trọng) hơn của các phó giáo sư, văn phòng của các phó giáo sư phải rộng hơn của giảng viên cấp dưới, và văn phòng của các giảng viên rộng hơn của các trợ giảng, văn phòng của trợ giảng phải rộng hơn của giám thị, v.v... không? Hay là một hệ thống phân cấp trơn tru sẽ truyền đạt khá rõ đến sinh viên của chúng ta tầm quan trọng của việc có địa vị và đòi hỏi sự tôn trọng và thoải mái một khi *họ* trở thành giáo phẩm? Thế thì vấn đề địa vị chi phối như thế nào đến việc kí túc xá sinh viên phải trông ra sao?

Những gì chúng ta tin và nắm giữ sẽ chắc chắn ảnh hưởng những điều sinh viên chúng ta thực sự học được, dù chúng ta có chủ ý dạy hay không. Cái nhìn của chúng ta về cộng đồng, sự sạch sẽ, đúng giờ, thánh khiết, hiếu thuận, giải hòa, tha thứ, vai trò của Đức Thánh Linh trong học tập..., cách chúng ta cảm nhận về tất cả những điều này chắc chắn sẽ ảnh hưởng đến những gì sinh viên của chúng ta thật sự học được. Chúng ta cần khám phá các giá trị của mình sao cho kế hoạch chúng ta lập ra cho chương trình và cộng đồng giáo dục sẽ xây dựng một cách có ý thức và cẩn thận trên những điều quan trọng với chúng ta. Phần không thể thiếu của quy trình này cần bao gồm việc lượng giá (thậm chí loại bỏ) những giá trị văn hóa kế thừa mà chúng ta đã giữ, một số giá trị trong đó có thể không đúng với Kinh Thánh. Để có chủ đích trong những gì bạn hoàn thành qua các hoạt động đào tạo, hãy bắt đầu quy trình lên kế hoạch chiến lược bằng việc nhận diện và lượng giá các giá trị cốt lõi của bạn.

(2) Rà soát lại câu tuyên ngôn sứ mạng của bạn

Người ta đã viết nhiều sách vở tài liệu nói về việc phát triển câu tuyên ngôn sứ mạng hay mục đích. Về thực chất, tuyên ngôn này là tóm tắt của những gì bạn làm với vai trò là một chương trình đào tạo. Tuyên ngôn sứ mạng nên trả lời một cách ngắn gọn những câu hỏi sau:

- Bạn là ai?
- Tại sao bạn tồn tại?
- Bạn tồn tại cho ai (hay cho điều gì)?
- Bạn dự định thực hiện điều bạn sẽ làm như thế nào?

- Bạn sẽ thực hiện điều đó ở đâu? Và trong bao lâu?

Hầu hết các trường học đều đã có tuyên ngôn sứ mạng và mục đích của mình. Trước khi nhảy xổ vào hiệu chỉnh, sửa đổi hay tạo ra tuyên ngôn sứ mạng mới, có thể sẽ hữu ích nếu tổ chức nhiều nhóm khác nhau, là những nhóm làm việc cách có hệ thống xuyên suốt các khía cạnh lớn nhỏ của toàn bộ chương trình trong ánh sáng những gì câu tuyên ngôn sứ mạng hiện tại của bạn. Tất cả các khía cạnh đều có trong câu tuyên ngôn sứ mạng đó chứ? Tuyên ngôn có phản ánh tất cả các giá trị của bạn và những gì là quan trọng đối với bạn không?

Việc xem trọng tuyên ngôn sứ mạng có nghĩa là đưa ra các câu hỏi như: "Những hoạt động hiện tại đang được thực hiện có vượt quá tuyên ngôn sứ mạng của chúng ta không?" Nếu như vậy thì một phần trong kế hoạch chiến lược nên bao gồm việc loại bỏ những hoạt động như thế vì chúng không đóng góp vào những gì bạn thực sự chủ định thực hiện. Ngoài ra, nếu bạn kết luận rằng những hoạt động phụ thêm đó rất "quan trọng" không thể loại bỏ thì bạn cần phải viết lại tuyên ngôn sứ mạng của mình.

Tuyên ngôn sứ mạng của bạn có đưa ra những hoạt động mới hay toàn bộ các lĩnh vực mục vụ mà bạn chưa bao giờ thực hiện không? Nếu vậy, kế hoạch chiến lược cần phác họa ra những phương cách bắt đầu thứ đó quan trọng đối với bản chất của một cơ sở đào tạo đó. Một tuyên ngôn sứ mạng tốt sẽ mang tính bao quát, gồm tóm mọi thứ bạn đang làm và sẽ làm. Nó cũng sẽ hạn chế và xác định những gì bạn không làm và sẽ không làm.

Một trong những khía cạnh quan trọng hơn cho việc phát triển một và tinh sửa tuyên ngôn sứ mạng là sự tham gia của tập thể lớn hơn. Phải thừa nhận rằng chỉ cần một người có trí tuệ xuất chúng là có thể viết dự thảo tuyên ngôn sứ mạng lí tưởng cho chương trình đào tạo của bạn. Tuy nhiên, cách xây dựng ý tưởng của một người (nhất là khi người đó có thẩm quyền) không nên được phép trở nên quá thiêng liêng đến nỗi nó không thể được phản biện, thảo luận hay thay đổi.

Một tuyên ngôn sứ mạng tốt sẽ là một bản tóm tắt ngắn gọn (thậm chí dễ thuộc) về chương trình của bạn. Trong tư cách một bản tóm tắt, nó là cơ sở đối chiếu cho việc đánh giá chương trình sau này. Tất cả các khía cạnh trong chương trình của bạn có minh họa cho những gì tuyên ngôn sứ mạng đã đưa ra trong một câu rút ngắn không? Ưu điểm của việc phát triển, thảo luận và rà soát lại câu tuyên ngôn sứ mạng theo nhóm đó là sự đồng thuận càng lớn thì sự hiệp một sẽ càng trở nên mạnh mẽ. Hơn nữa, khám phá ưu điểm và nhược điểm của một chương trình hiện hành dưới sự soi sáng của câu tuyên ngôn sứ mạng sẽ không chỉ làm rõ thêm nhiệm vụ của việc lập kế hoạch chiến lược mà còn thúc đẩy việc đưa ra những thay đổi phù hợp.

Hãy nhớ rằng những thay đổi trong nhu cầu của cộng đồng, những thực tế chương trình và năng lực đáp ứng của bạn sẽ ảnh hưởng đến tuyên ngôn sứ mạng của bạn. Các tổ chức đều sẽ trưởng thành và thay đổi. Một quy trình lập kế hoạch chiến lược sẽ góp phần làm cho sự thay đổi này trở nên có chủ đích. Đồng thời, sự trưởng thành của tổ chức có thể chỉ ra rằng tuyên ngôn sứ mạng mới là điều cần thay đổi! Dù cách này hay cách kia, thì chính tuyên ngôn sứ mạng này là điều chúng ta cần thường xuyên nhìn đi nhìn lại khi cân nhắc chương trình của mình nhằm xác định cái gì cần thêm, sửa đổi hay giữ lại.

(3) Thực hiện đánh giá nhu cầu

Một phần khác của các công tác chuẩn bị cần thiết cho việc lập kế hoạch chiến lược là xem xét những câu hỏi sau đây:

- Ai cần bạn?
- Họ cần bạn như thế nào?
- Làm sao bạn biết được?

Như đã đề cập ở trên, một cơ sở đào tạo không thể đáp ứng tất cả những gì mọi người cần. Chúng ta không có đủ nguồn lực tài chính, nhân lực, vật chất hay thời gian để hoàn thành mọi việc mà hội thánh và xã hội cần làm. Nếu đào tạo thần học là một quy trình trang bị cho những người nam, người nữ những kiến thức và kỹ năng cần thiết để thi hành mục vụ hiệu quả, thì những người nam, người nữ này là ai, và mục vụ mà chúng ta trang bị cho họ để thực hiện là gì? Nếu đây là bối cảnh chúng ta có ý định bước vào làm việc thì chúng ta cần biết rõ bối cảnh ấy.

Ai chính là người sẽ được phục vụ? Chẳng hạn, người ta có thể mong đợi rằng chương trình đào tạo thuộc một hệ phái sẽ được hệ phái đó xem là nơi đầu tiên mà họ sẽ gửi sinh viên vào để được đào tạo. Nhưng có một số lượng đáng kinh ngạc các trường được thành lập bởi các hệ phái, vì nhiều lí do, giờ đây không còn gửi sinh viên từ hệ phái của mình đến chương trình đào tạo của chính họ nữa. Nếu đây là thực trạng của bạn thì bạn cần biết lý do tại sao.

Thậm chí nếu các hệ phái gửi sinh viên của họ đến trường của bạn, thì chính xác là họ mong đợi điều gì từ cơ sở đào tạo của bạn? Họ muốn sinh viên được đào tạo trở thành giáo viên trường Kinh Thánh, mục sư, người mở mang hội thánh, giáo viên trường Chúa nhật, hay tín hữu Cơ Đốc bình thường được trang bị cho nơi làm việc? Họ có muốn có một khóa hội thảo hai tuần được tổ chức ở hàng chục địa điểm rải khắp đất nước hay họ muốn nhân cấp các chương trình đào tạo được cấp bằng?

Biết được câu trả lời cho các câu hỏi như thế này giúp chúng ta tập trung tốt hơn khi rà soát lại các hoạt động đào tạo của mình. Dù nền tảng Thánh Kinh và thần học thì áp dụng cho tất cả các sinh viên, nhưng những nhiệm vụ của từng mục vụ khác nhau đòi hỏi các dạng đào tạo và trình độ đào tạo khác nhau. Chúng ta cần biết mình đang làm việc cho ai và chúng ta đang thực hiện các hoạt động đào tạo vì những kết quả gì.

Chương trình đào tạo của bạn có thể mang danh nghĩa một hệ phái, nhận hỗ trợ tài chính từ hệ phái, có ban quản trị và đội ngũ giáo viên chỉ thuộc về các hội thánh liên hệ đến hệ phái đó. Tuy nhiên, sinh viên của bạn có thể đến từ những hội thánh khác nhau. Có lẽ nhiều sinh viên không muốn trở thành những người chăn bầy tại hội thánh địa phương. Đó có phải là một phần sứ mạng của bạn khi phục vụ những sinh viên và các tổ chức đó không? Nếu không, tại sao bạn lại sử dụng thời gian, tiền bạc và sức lực làm những điều không thuộc sứ mạng của mình? Nhưng nếu điều này nằm trong sứ mạng của bạn, thì điều đó có hàm ý gì đối với đội ngũ giáo viên bạn cần, chương trình bạn phải tổ chức và những người ngồi trong ban quản trị? Kế hoạch trả lời cho những câu hỏi chiến lược này chỉ có thể xảy ra sau khi bạn đã rõ ràng về đối tượng học viên và nhu cầu thật sự của họ.

Hầu hết các trường Kinh Thánh không mang tính hệ phái. Những trường này được thành lập bởi các giáo sĩ dưới hình thức là những chương trình độc lập, đặc biệt là vận hành trên triết lý "Xây trường, dạy Kinh Thánh thì sinh viên sẽ đến." Có lẽ điều đó đã đúng trong quá khứ, song những chương trình như thế vẫn có thể tốt hơn nếu họ dành thời gian để đánh giá một cách thực tế xem ai mới thật sự là đối tượng mà chương trình đào tạo của họ nhắm đến, đồng thời cũng làm rõ ai là đối tượng không coi đây chương trình đào tạo họ cần (và khả năng sẽ không bao giờ cần). Việc cẩn thận xác định đâu là những hệ phái, những tổ chức đồng công với hội thánh, các tổ chức phi chính phủ, chủng tộc hay ngôn ngữ nhìn nhận bạn là chương trình đào tạo "dành cho họ" là điều quan trọng. Phạm vi địa lý mà bạn có (hoặc muốn có) rộng như thế nào? Chương trình của bạn tập trung vào việc trang bị lãnh đạo tương lai (người trẻ), ươm mầm lãnh đạo hay trang bị cho những người hiện đang làm lãnh đạo?

Phần dễ dàng hơn trong việc đánh giá nhu cầu là nhìn vào nhu cầu hiện tại của sinh viên. Họ đến từ hội thánh hay tổ chức nào? Tại sao họ chọn trường của bạn? Họ (và lãnh đạo của họ) mong đợi điều gì từ bạn? Đừng mặc định rằng bạn hiểu nhu cầu và mong đợi của họ. Hãy nói chuyện với họ và lãnh đạo của họ về nhu cầu đào tạo của họ! Biết câu trả lời của những câu hỏi này sẽ giúp bạn xác định bạn đang thực hiện các hoạt động đào tạo tốt như thế nào. Đối thoại liên tục sẽ giúp bạn cập nhật nhu cầu của cả sinh viên và hội thánh hay tổ chức của họ. Lắng nghe các sinh viên đã tốt nghiệp cũng là một cách rất hữu ích giúp bạn biết mình đã làm tốt như thế nào trong việc trang bị nhân sự hoạt động cho mục vụ của họ. Khi bạn lượng giá được công việc của mình, hãy tiếp tục những gì đang làm tốt và củng cố những gì chưa tốt.

Phần khó nhất của đánh giá nhu cầu là nhìn trước môi trường mà chúng ta làm việc. Những yếu tố xã hội, chính trị hay kinh tế ảnh hưởng đến chương trình đào tạo của chúng ta như thế nào? Vấn đề mà sinh viên hiện đang đối diện trực tiếp là gì? Những vấn đề mà sinh viên cần được chuẩn bị để đối diện là gì? Một vài nhu cầu dưới đây có thể nằm trong số đó:

- Căng thẳng về chủng tộc, đạo đức, hay dân tộc
- Thuộc nhóm dân ít người, nhất là thiểu số bị áp bức
- Bất công và tham nhũng
- Vấn đề sức khỏe, chẳng hạn như suy dinh dưỡng, bệnh HIV/AIDS
- Chiến tranh hay hành động xung kích
- Số lượng lớn người tị nạn
- Khó khăn về kinh tế, bao gồm khoảng cách lớn giữa người giàu và người nghèo
- Xung đột tôn giáo, chẳng hạn như Hồi giáo, Hin-đu giáo và các nhóm tôn giáo khác
- Vấn đề đô thị, chẳng hạn như mại dâm, nhà ổ chuột, bạo lực hay ma tuý

Những vấn đề này là một phần của môi trường mà trong đó chương trình giáo dục của bạn tồn tại và là nơi sinh viên của bạn bước vào. Chương trình của bạn cần phải đáp ứng những nhu cầu này ở mức độ nào? Và nếu có, thì chúng đang đáp ứng tốt ra sao cho những nhu cầu ấy? Trả lời cho những câu hỏi này sẽ giúp nhận định được cái gì cần phải có trong kế hoạch chiến lược của bạn. (Tất nhiên đừng quên rằng bạn không thể đáp ứng nhu cầu cho tất cả mọi người. Sẽ có những lựa chọn khó khăn cần phải đưa ra về việc bạn nên làm gì hoặc không nên làm gì!)

Khi chúng ta đã hoàn thành tốt việc đánh giá nhu cầu, đó chính là lúc có thể xác định dễ dàng hơn chương trình đào tạo của bạn được thiết kế tốt như thế nào. Chúng ta sẽ thảo luận về việc thiết kế chương trình đào tạo kỹ hơn trong chương 6. Điều quan trọng lúc này là phát triển một bộ "sơ yếu lý lịch" đầy đủ về sinh viên của bạn, trong đó bao gồm:

1. Họ biết gì? Điều này không chỉ giới hạn trong kiến thức Kinh Thánh hay thần học.
2. Họ biết gì về phương cách để làm những việc cần làm? Kỹ năng mục vụ, kỹ năng học tập hay kỹ năng sống.
3. Họ thuộc mẫu người như thế nào? Nhân cách và thái độ.

Sau đó chúng ta cần mô tả mục vụ mà các sinh viên tốt nghiệp sẽ bước vào khi họ đáp ứng với nhu cầu của hội thánh và xã hội, bao gồm:

1. Để phục vụ trong các mục vụ này, họ cần biết những gì?
2. Là người thực hành những mục vụ này, họ cần những kỹ năng cụ thể nào?
3. Họ cần trở thành những con người như thế nào để làm tốt mục vụ?

Nếu chúng ta làm tốt việc phân biệt các cầu của sinh viên cũng như môi trường mà trong đó họ sẽ phục vụ, thì mỗi một khía cạnh của chương trình đào tạo cần thể hiện điều mà chúng ta sẽ trang bị cho họ.

Có lẽ chúng ta kết luận rằng mình đã và đang chuẩn bị một cách chưa đầy đủ cho sinh viên để họ làm mục vụ một cách hiệu quả. Có lẽ chúng ta cũng nhận ra mình đã tuyển không đúng sinh viên, rằng chúng ta đang dạy không đúng chỗ, rằng đội ngũ giáo viên của chúng ta chưa đúng người, hay chúng ta đang sử dụng những phương pháp giảng dạy nghèo nàn. Mấu chốt là: chúng ta phải làm một số nghiên cứu để biết mình đã làm tốt, chưa tốt ở điểm nào, hoặc giả cũng chưa có mặt nào tốt cả. Khi chúng ta hiểu những điều này cũng là lúc chúng ta có thể khôn ngoan xây dựng một kế hoạch chiến lược.

(4) Thực hiện đánh giá nội bộ cơ sở đào tạo-Ưu, nhược điểm và nguồn lực

Mảnh ghép cuối cùng của công tác chuẩn bị, tức phần cần phải hoàn tất trước khi tổng hợp hay rà soát lại bản kế hoạch chiến lược của bạn là thực hiện đánh giá điểm mạnh và điểm yếu của chương trình đào tạo tổng thể. Chỗ chúng ta cần bắt đầu là phần "tổng quan" này. Mỗi một chương trình đã được chính thức hóa đều có hồ sơ sổ sách theo dõi. Người ta quan niệm thế nào về tính hiệu quả và chất lượng của chương trình bạn hiện có? Giáo viên, nhân viên, ban quản trị và sinh viên của trường cảm thấy như thế nào? Sinh viên đã tốt nghiệp và hội thánh mà họ phục vụ cảm thấy như thế nào về chất lượng đào tạo của bạn? Cộng đồng dân cư xung quanh bạn nghĩ gì về bạn? Hãy tìm những phương cách để cả cộng đồng học thuật của trường cùng xác định những gì đã làm tốt, lưu ý những lĩnh vực cụ thể được Chúa ban phước, nhận diện và vui mừng về những điều ấy.

Thật yên tâm khi cộng đồng lớn hơn, cả cộng đồng bên trong và bên ngoài, đều thống nhất trong nhận định về bạn và hướng đi của bạn. Để hiểu một cách thực tế về bức tranh lớn hơn, hãy tìm nhiều cách chính thức và không chính thức, qua đó bạn có thể xác định những điểm mạnh và điểm yếu mà tất cả mọi người đều nhất trí. Bằng việc đưa ra những câu hỏi đơn giản cho nhiều người về những gì chúng ta làm tốt và chưa tốt, bạn sẽ được trang bị phương cách làm sao để có thể tiếp nối những gì vốn đang rất tốt và thay đổi những gì cần thay đổi.

Dẫu vậy, một quy trình lên kế hoạch chiến lược cũng đòi hỏi bạn phải phân tích một cách hệ thống từng mảng cho chương trình đào tạo của mình. Cách tốt nhất để làm điều này là lập những nhóm nghiên cứu nhỏ hơn, họ có thể xem xét các chi tiết và viết báo cáo kết luận, đưa ra những đề xuất thay đổi.

Mỗi nhóm nghiên cứu như vậy đều cần phải bắt đầu bằng việc thảo luận và khẳng định các giá trị của bạn. Họ sẽ rà soát lại các tuyên ngôn sứ mạng vì nó là tuyên ngôn tóm tắt những gì nằm trong tổng thể chương trình của bạn và tuyên ngôn ấy đóng vai trò tham chiếu, giúp xác định hiệu quả mỗi một mảng trong chương trình. Một đánh giá cẩn thận sẽ cần lưu ý những điểm sau:

1. Điều gì đã tốt rồi và cần được giữ lại?
2. Điều gì cần củng cố hay hiệu chỉnh cho tốt hơn?
3. Điều gì cần loại bỏ hoàn toàn?
4. Điều gì còn thiếu và cần phải thêm vào?

Một trong những công cụ tốt nhất cho việc đánh giá có hệ thống và chi tiết chương trình của bạn là làm theo các chỉ dẫn về cách tự nghiên cứu, vốn là một phần trong quy trình kiểm định (ví dụ: một cơ quan bất kỳ trong tám cơ quan tầm cỡ châu lục liên kết với Internatioal Council for Evangelical Theological Education [Tạm dịch: Tổ chức Giáo dục Thần học Tin Lành Quốc tế], www.icete_edu.org/). Danh sách bên dưới gợi ý các lĩnh vực cần xem xét cũng như một số câu hỏi có thể hữu ích. Hãy nhớ rằng việc trau chuốt ngôn từ cho câu hỏi không quan trọng bằng việc đảm bảo rằng bạn đã xem xét thấu đáo mọi thứ.

1. Chương trình học

Từng chương trình đào tạo và văn bằng của các chương trình đó tốt ra sao? Công tác đào tạo chính quy mà bạn hoàn thành những gì bạn tuyên bố trong tuyên ngôn sứ mạng và mục đích mà bạn nhắm đến ở mức độ nào? Các tiêu chuẩn của chương trình đào tạo của bạn so với tiêu chuẩn thẩm định các chương trình khác cùng cấp độ thì như thế nào?

2. Phát triển nhân cách và kỹ năng

Trong đời sống của sinh viên, những bằng chứng nào cho thấy sự tăng trưởng và trưởng thành thuộc linh? Ở mức độ nào sự tăng trưởng này là kết quả của những gì bạn đang thực hiện một cách có chủ ý để phát triển nhân cách sinh viên? Môi trường đào tạo của bạn ảnh hưởng như thế nào đến những gì sinh viên đang thực sự học? Chương trình giáo dục thực tế của bạn đạt hiệu quả tốt ra sao? Sinh viên có đang bày tỏ sự trưởng thành trong những kỹ năng mục vụ thực tế không?

3. Phát triển đội ngũ giảng viên và nhân viên

Đội ngũ giảng dạy của bạn giỏi (về mặt học thuật, kỹ năng sư phạm, kỹ năng mục vụ chăn bầy, các lĩnh vực kinh nghiệm thực tế khác, v.v) ra sao? Trên cơ sở sinh viên học được nhiều nhất từ chính cuộc đời của các giảng viên, bạn đang làm gì để củng cố đội ngũ giảng viên của mình? (Cố vấn lẫn nhau? Huấn luyện, chỉ dạy cho người non trẻ hơn?) Bạn đang phát triển đội ngũ giảng viên trong nước như thế nào?

4. Lãnh đạo quản trị hành chính

Ban lãnh đạo của trường bạn mạnh ra sao về mặt kỹ năng, kinh nghiệm, đào tạo và nhân cách? Mức độ phù hợp và thành thạo của nhân viên hành chính của bạn ra sao? Có sự rõ ràng trong việc phân chia công việc và có tính hiệu quả trong việc hoàn thành những gì cần làm không?

5. Cấu trúc hành chính và các vấn đề quản trị

CCác nguyên tắc và quy định hành chính phục vụ tốt cho mục đích của cơ sở đào tạo như thế nào? Chúng có được viết ra và lúc nào cũng có sẵn cho ta tham khảo không? Ở mức độ nào bạn đang sử dụng những nguyên tắc và chính sách không còn phù hợp với thực tế ngày nay nữa?

6. Phát triển ban quản trị

Ban quản trị của bạn mạnh ra sao (năng lực của từng cá nhân, cộng với việc chọn đúng người vào ban quản trị)? Họ tích cực như thế nào trong hoạt động của chương trình đào tạo, với tư cách cá nhân và tập thể? Quy trình quản trị của bạn thích hợp ra sao?

7. Phát triển trường lớp và cơ sở vật chất, bao gồm kế hoạch thuê mướn hoặc mua mặt bằng lâu dài

Bạn đánh giá tính hoàn thiện về cơ sở vật chất và thiết bị tại trường của mình, bao gồm cả việc trang bị máy tính và kết nối Internet, như thế nào? Có cách nào bạn có thể đầu tư thêm cơ sở vật chất bằng việc chia sẻ với người khác hoặc mượn cơ sở vật chất thuộc sở hữu của người khác không?

8. Phát triển thư viện và nguồn thông tin

Mức độ đầy đủ của các đầu sách trong thư viện của bạn ra sao trong việc phục vụ chương trình đào tạo mà bạn đưa ra? Bạn có chính sách lựa chọn sách cho thư viện của mình không? Kế hoạch sử dụng công nghệ thông tin có được phát triển không và bạn đang triển khai nó như thế nào? Giáo viên và nhân viên có biết cách sử dụng các nguồn nghiên cứu mà bạn có không?

9. Sinh viên

Tập thể sinh viên của bạn gắn kết như thế nào (về mặt học thuật, tình cảm, thuộc linh, về mối quan hệ với nhau)? Quy trình tuyển sinh của bạn có những ưu và nhược điểm gì? Bạn tìm sinh viên tiềm năng bằng cách nào?

10. Mối quan hệ giữa hội thánh và cộng đồng, mạng lưới làm việc

Độ vững mạnh và phủ sóng của bạn trong mối quan hệ với hội thánh và các tổ chức gửi (hoặc *không* gửi) sinh viên, nhân viên và tiền dâng đến bạn ra sao? Bạn đánh giá như thế nào về những gì bạn làm trong quan hệ đối ngoại?

11. Thủ tục gây quỹ và phát triển nguồn quỹ

TNguồn tài chính của bạn, đặc biệt là khả năng gây quỹ trong nước, vững mạnh như thế nào? Làm thế nào để tìm ra những nguồn thu bổ sung? Ngoài tiền, thì còn có cách nào mà người ta có thể hỗ trợ cho chương trình đào tạo của bạn không? Việc lưu trữ, ghi chép sổ sách các khoản chi thu, hệ thống thu chi qua tài khoản ngân hàng và nhân viên lo về lĩnh vực này có phù hợp không?

(5) Viết/Rà soát lại kế hoạch chiến lược của bạn

Hầu hết các chương trình đào tạo lãnh đạo thường đã có một số dạng kế hoạch dài hạn. Những kế hoạch này cần được xem lại ít nhất là trong khoảng mỗi năm năm một lần. Nếu hiện bạn đang ở thời điểm đó, thì hãy để cả cộng đồng lớn cùng tham gia thảo luận về các giá trị và sứ mạng, về các nhu cầu mà bạn thấy và cảm nhận quanh mình, về điểm mạnh, điểm yếu khi bạn muốn đáp ứng lại những nhu cầu ấy với nguồn lực Chúa ban. Khi bạn làm tất cả những việc này, đó là lúc bạn cần đưa ra kết luận và khuyến nghị lập các nhóm làm việc như sau.

- Rà soát lại những gì bạn đã thảo luận và kết luận trong ánh sáng giá trị cốt lõi và bản tuyên ngôn sứ mạng của mình. Bạn có đang làm những việc hoàn toàn không phù hợp với mình không? Có lý do thuyết phục nào lý giải tại sao bạn phải bám lấy chúng? Nếu không, hãy bỏ chúng một cách lịch sự.

- Rà soát lại các báo cáo đánh giá nhu cầu bằng văn bản, cũng như những lượng giá vừa tổng quan vừa mang tính hệ thống mà bạn đã thực hiện trên các lĩnh vực khác nhau của chương trình. Khi bạn nhìn vào cơ hội, điểm mạnh và điểm yếu, hãy dành thời gian cầu nguyện, mơ ước và lên kế hoạch cho những phương cách cụ thể mà bởi đó chương trình của bạn có thể trở nên khác biệt. Những gì thực sự đã được Chúa chúc phước và cần được giữ lại? Làm thế nào để có thể làm tốt hơn thế nữa? Điều gì cần phải hiệu chỉnh? Có mảng mới nào cần thêm vào cho chương trình không? Hãy lên một danh mục những việc cụ thể bạn nên và có thể sẽ làm.

- Dựa trên danh mục đó mà làm, hệ thống hóa và xếp đặt thứ tự ưu tiên sao cho mỗi một thay đổi được đề xuất đều đã được cân nhắc một cách thấu đáo. Hãy luôn nhớ rằng đây không phải là một quy trình đơn giản. Đối với mỗi mục trong danh sách này, bạn sẽ phải trả lời một cách cẩn thận và thấu đáo ba câu hỏi liên quan như sau:

- Kết quả: Bạn hy vọng đạt được điều gì trong một lĩnh vực cụ thể? Đây là những tuyên ngôn đức tin, là những gì bạn tin Chúa muốn bạn trở thành hay làm trong một vài năm tới.

- Quy trình: Bạn lên kế hoạch như thế nào để đạt được những kết quả mong đợi? Để đạt được mong đợi đó đòi hỏi bạn phải làm gì?

- Nguồn lực: Bạn sẽ mất gì, về mặt thời gian, con người, không gian hay tiền bạc, để có thể đạt được những kết quả đó?

Và nếu bạn chưa có kế hoạch chiến lược: Hãy viết đi!

Kế thừa Institute for Excellence của tổ chức OCI đầu tiên tại Nairobi vào tháng Tư năm 1999, một trong những cơ sở đào tạo đã từng đến tham dự và sau đó trở về đã thực hiện một cách hệ thống những vấn đề liên quan đến kế hoạch chiến lược này. Chương trình của họ ra đời trong những ngày Nam Phi bị tàn phá bởi nạn phân biệt chủng tộc, và khi nhìn lại lịch sử họ có thể thấy rõ các giá trị cốt lõi làm nên chương trình của họ như thế nào. Thay vì xem xét việc chuyển đến một địa điểm rộng hơn ở ngoại ô, họ tái khẳng định cam kết truyền giáo của mình trong bối cảnh thành thị. Điều đó bao gồm việc tiếp nối kế hoạch xây dựng thêm cơ sở trên phần quỹ đất còn lại để sở hữu cả trục đường chính nơi họ đã tọa lạc từ lâu. Xem lại các giá trị cũng giúp họ tái khẳng định lý do vì sao việc nhấn mạnh vào sự định hình nhân cách và thuộc linh là điều rất quan trọng. Quan trọng không chỉ ở chỗ họ phải vượt qua những trở ngại về mặt chủng tộc mà còn phải vượt qua những trở ngại được tạo nên bởi giới tính và hệ phái. Khi xem xét nhu cầu của thành phố xung quanh mình, họ kết luận rằng họ phải phát triển một sáng kiến mới nhằm chuẩn bị cho sinh viên của họ đáp ứng lại với khủng hoảng HIV/AIDS. Họ cũng xem xét làm thế nào để sinh viên và nhân viên của trường đều có thể đáp ứng với nhu cầu của cộng đồng với lòng trắc ẩn.

Sau một vài năm, ban điều hành công tác không chỉ viết lại mục đích và tuyên ngôn sứ mạng của trường mà toàn bộ chương trình học cũng được định hình lại. Thậm chí họ còn kết luận rằng họ cần đổi tên, từ Evangelical Bible Seminary of Southern Africa-EBSemSA (Viện Thánh Kinh Tin Lành Nam Phi) thành Evangelical Seminary of Southern Africa-ESSA (Viện Tin Lành Nam Phi) vì nó làm cho tên viết tắt của trường dễ đọc hơn. (Bạn có thể tìm hiểu thêm về chương trình sáng tạo này tại: www.essa.ac.za/.)

Kết luận

Lên kế hoạch chiến lược không hề phủ nhận lòng tin của chúng ta nơi sự tể trị của Chúa. Như tiến sĩ John Bennet, Chủ tịch đương nhiệm của Overseas Council đã nói trong một hội thảo mà ông trình bày vào năm 1999: "Mỗi một kế hoạch chiến lược là một tuyên ngôn đức tin, tức là một cách phát biểu thành lời về một tương lai chưa thành hiện thực." Chúng ta lên kế hoạch, như Nê-hê-mi đã làm, để rồi chúng ta có thể trung tín và hiệu quả trong việc hoàn thành công tác được giao. Kế hoạch của chúng ta trở thành bản đồ hành trình dẫn chúng ta vào tương lai. Và khi chúng ta nhìn lại, rà soát những gì đã được hoàn thành sẽ tạo cơ sở cho việc khẳng định sự xuất sắc trong những gì chúng ta đã làm. Hy vọng rằng điều này sẽ giúp chúng ta có lý do để từ chối tiệc tùng không ngớt, vì sự vinh hiển của Đức Chúa Trời.[1]

Câu hỏi thảo luận liên quan đến kế hoạch chiến lược của bạn

1. Bạn có một kế hoạch chiến lược toàn diện không? Nếu có, mức độ hài lòng của bạn với nó ra sao? Nếu chưa có, hoặc không hài lòng với những gì mình có, hãy hít một hơi thật sâu rồi hãy chuẩn bị bận rộn để viết kế hoạch chiến lược đó một cách đúng đắn!

2. Ngay cả khi bạn đã có bản liệt kê những giá trị cốt lõi của viện, hãy khuyến khích từng cá nhân lập ra bản liệt kê riêng của họ về những gì họ nghĩ rất quan trọng đối với chương trình đào tạo của bạn. Sau đó khi các bạn gặp lại trong nhóm nhỏ, hãy tổng hợp các bản liệt kê ấy và giảm chúng xuống còn 5 đến 10 "giá trị cốt lõi". Hãy xem thử bản liệt kê của người này khác với người kia ra sao và từ cơ sở nào hình thành nên bản liệt kê chính thức các giá trị cốt lõi?

---

1. Chương này được trình bày trong hội nghị ICETE tại nước Anh, vào tháng Tám năm 2003; một phiên bản của bài thuyết trình này cũng được xuất bản thành chương 3 trong cuốn *Educating for Tomorrow: Theological Leadership for the Asian Context*, Manfred W Kohl và A.N. Lal Senanayake, btv., Bangalore: SAIACS Press, 2002.)

3. Mục đích và tuyên ngôn sứ mạng của bạn mô tả đầy đủ về chính cơ sở của bạn và mọi thứ bạn đang cố gắng thực hiện ở mức độ nào? (Và nếu bạn vẫn chưa có tuyên ngôn sứ mạng thì hãy viết ngay đi!)

4. Ai cần bạn và làm sao bạn biết người ta cần bạn? Những đối tượng nào hiện đang xem bạn (hay có thể xem bạn) là chương trình đào tạo "của họ"? Họ cần những gì bạn đang cố gắng cung cấp trên những phương diện nào?

5. Chương trình đào tạo của bạn tốt ở điểm nào - tức là những điểm nào ai cũng công nhận là tốt? Bạn ăn mừng điều này như thế nào? Làm thế nào bạn có thể làm cho những điểm tốt này tốt hơn?

6. Những điểm yếu nào cần chỉnh sửa? Điểm nào cần loại bỏ hoàn toàn?

7. Bạn có cảm nhận được cơ hội để mở những mục vụ mới vốn thật sự là một phần trong sứ mạng và mục đích của bạn với tư cách là một tổ chức không? Cần phải làm gì để những điều này thành hiện thực?

8. Quy trình hay kế hoạch rà soát và viết lại kế hoạch chiến lược của bạn là gì?

Gợi ý đọc thêm

Baer, Michael R. 'Strategy Planning Made Simple.' *Leadership 10* (Spring, 1989): 32-33.

Bank, Robert. *Reenvisioning Theological Education: Exploring a Missional Alternative to Current Models*. Grand Rapids, MI: Eerdmans, 1999.

Dolence, Michael G., Daniel James Rowley and Herman D. Lujan. *Working Toward Strategic Change: A Step-by-Step Guide to the Planning Process*. San Francisco, CA: Jossey-Bass, 1997.

Esterline, David, "A Planning Framework for Theological Education." *Ministerial Formation 42* (June 1998): 14-22.

Ferris, Robert W. *Renewal in Theological Education: Strategies for Change*. Wheaton, IL: Billy Graham Center, 1990.

Haworth, Jennifer Grant and Clifton F. Conrad. *Emblems of Quality in Higher Education Developing and Sustaining High-Quality Program*. Boston, MA: Allyn and Bacon, 1997.

Kohl, Manfred Waldemar Kohl and A.N. Lal Senanayake. *Educating for Tomorrow: Theological Leadership for the Asian Context*. Bangalore: SAIACS Press, 2002.

Peters, Tom. *Thriving on Chaos: Handbook for a Management Revolution*. New York, NY: Harper Collins Publisher, 1987.

Peters, Tom and Robert H. Waterman, Jr. *In Search of Excellence: Lessons from America's Best-Run Companies*. New York, NY: Harper and Row, 1982.

Rowley, Daniel J. and Herbert Sherman. *From Strategy to Change: Implementing the Plan in Higher Education*. San Francisco, CA: Jossey-Bass, 2001.

Chương 4

Xuất Sắc trong Việc Quản Trị

Những cơ sở đào tạo lãnh đạo xuất sắc có trách nhiệm giải trình với đối tượng họ phục vụ. Họ được dẫn dắt và quản lý bởi một hội đồng cố vấn và ban quản trị đầy sự hiểu biết và sẵn lòng hỗ trợ.

Trong chương này chúng ta sẽ xem xét những nền tảng mà các cơ sở đào tạo thần học đang hoạt động trên đó. Câu hỏi mấu chốt là câu hỏi về chủ sở hữu, và chìa khóa để có sự xuất sắc trong quản trị là những chủ sở hữu phải chịu trách nhiệm cho những gì thuộc quyền sở hữu của mình. Quản trị là phương cách chính mà các cơ sở đào tạo phải giải trình cho những gì họ làm, dù trong bối cảnh các nước Tây phương hay các nước khác. Trong chương này, tôi sẽ đưa ra ba cấp độ cơ bản để thực hiện công tác quản trị: (1) ở cấp độ thẩm quyền, bởi người cố vấn hay hội đồng đại biểu đại diện cho đối tượng được phục vụ của viện thần học; (2) ở cấp độ chính sách, bởi một ban quản trị hay hội đồng quản trị; và (3) ở cấp độ triển khai thực hiện, bởi đội ngũ nhân viên hành chính của viện, dưới sự lãnh đạo của hiệu trưởng. Chúng ta sẽ xem xét trách nhiệm của mỗi cấp độ này.

Có đáng để có các ban quản trị không?

Câu trả lời có thể là có, bởi vì hiến chương của hầu hết các cơ sở đào tạo đều yêu cầu phải có một dạng ban quản trị, hội đồng hay cơ quan chủ quản nào đó. Dù vậy, vẫn có rất nhiều lý do để ta tự hỏi tại sao phải có ban quản trị. Tôi đã dự rất nhiều buổi họp của ban hay hội đồng quản trị và phát hiện ra rằng rất ít trong số họ hoạt động đúng chức năng của mình. Đôi khi có vẻ như ban quản trị chẳng khác nào một nhóm lãnh đạo hội thánh toàn quốc họp lại định kỳ vì thủ tục phải thế, bởi tất cả các quyết định quan trọng (nhất là liên quan đến ngân quỹ) đều đã được đưa ra bởi tổ chức truyền giáo thành lập nên trường hoặc bởi nhân viên hành chính và ban giảng huấn của nhà trường rồi.

Nhiều thành viên trong ban quản trị cũng không thường xuyên đến họp nữa, và những người đến họp thì có vẻ không hiểu vì sao họ lại có mặt ở đó. Trong một số trường hợp, thành viên ban quản trị phải được trả tiền thù lao và chi phí đi lại trước khi họ xem xét có nên đến hay không. Sự thiếu tôn trọng đối với ban quản trị như thế này không có gì đáng ngạc nhiên. Tại một trường nọ, hiệu trưởng thường đã viết biên bản cho các buổi họp hội đồng từ trước khi hội đồng họp. Các thành viên trong hội đồng đã biết trước rằng việc họp hành của họ chỉ là thủ tục, dù họ vẫn đến họp để lắng nghe các báo cáo và bàn về các vấn đề trước khi đi đến các kết luận vốn đã được quyết định trước rồi. Tôi đã chứng kiến nhiều người ngủ gật trong suốt buổi họp (thậm chí vị chủ tịch hội đồng quản trị cũng từng ngủ gật như thế)!

Hầu hết các ban quản trị dường như không làm đúng vai trò là ủy ban vận hành, tồn tại để giúp nhân viên hành chính của nhà trường hoàn thành tốt công việc của họ. Thật ngạc nhiên là rất nhiều thời gian họp hành của ban quản trị chỉ để quyết định có nên mua máy photocopy hay không. Các hội đồng quản trị trở thành các ủy ban tuyển sinh, xem xét sinh viên nào được hoặc không được nhận vào chương trình đào tạo. Họ trở thành các ủy ban nhân sự để giải quyết các vấn đề về mức lương, thuê hay sa thải giáo viên. Họ vận hành như một ủy ban khiếu nại để giải quyết các vấn đề về mối quan hệ và thực tiễn. Họ trở thành những ủy ban lo cơ sở và hạ tầng, phát triển lịch trình bảo trì và thương lượng giá cả mua các trang thiết bị cụ thể. Họ trở thành những ủy ban tài chính, tổng hợp và phê duyệt ngân sách theo từng phân mục, cũng như xác định cách giải ngân và ai nên đứng tên tài khoản. Họ trở thành những ủy ban xây dựng khi vẽ bản thiết kế và thảo luận các chi tiết và giá thành cho việc xây dựng hoặc tân trang lại cơ sở vật chất. Tất cả những hoạt động này có thể rất hữu ích cho nhà trường - dù có vẻ không hợp lý khi tạo ra một "ban quản trị" hay "hội đồng quản trị" gồm các lãnh đạo quan trọng của hội thánh hay các chuyên gia cộng đồng chỉ để làm việc này. Những tình nguyện viên có khả năng có thể phục vụ cho mục đích này và làm việc với họ sẽ đơn giản hơn rất nhiều.

Các buổi họp ban quản trị thường không vui vẻ chút nào. Các mối quan hệ có thể trở nên căng thẳng, chẳng hạn khi lãnh đạo của những hội thánh tài trợ sử dụng buổi họp ban quản trị như diễn đàn cho các vấn đề không liên quan hoặc ít liên hệ tới chương trình đào tạo. Đôi khi những căng thẳng không lành mạnh kiểu "chúng ta-họ" xảy ra giữa các giáo sĩ với nhân viên trong nước, hay giữa đội ngũ lãnh đạo hành chính với các lãnh đạo hội thánh địa phương. Đôi khi có những động cơ hèn hạ xuất hiện từ sự đấu đá quyền lực hoặc hiểu nhầm do khác biệt văn hoá giữa các nhóm hay cá nhân khác nhau không phân biệt số lượng.

VVậy rất đáng để quay lại câu hỏi ban đầu của chúng ta: tại sao chúng ta phải bận tâm đến việc có ban quản trị? Câu trả lời nằm trong sự hiểu biết về bản chất của quản trị: Quản trị để giúp những người xây dựng chương trình đào tạo có trách nhiệm với những người mà họ xác định là đối tượng để phục vụ bằng cách trung tín hoàn thành những gì dự định phải hoàn thành. Một ban hay hội đồng quản trị vững mạnh sẽ đem lại sự bền vững lâu dài cho các chương trình đào tạo. Tuy nhiên, hầu hết những người xây dựng chương trình đào tạo thần học đều thiếu một sự hiểu biết chung về quản trị. Khi ban quản trị của họ không mạnh hoặc không thực hiện đúng chức năng thì họ cũng không có một nền tảng vững chắc để xây dựng chương trình của mình. Quản trị kém có thể là một trong những điểm yếu lớn nhất đối với nhiều cơ sở đào tạo thần học. Làm thế nào để chúng ta có sự xuất sắc trong lĩnh vực quản trị?

Chương trình hay cơ sở đào tạo thần học là của ai?

Câu trả lời căn bản về quản trị liên quan đến vấn đề chủ sở hữu. Trường của ai? Chúng ta chia sẻ sự quan tâm và kể câu chuyện của mình với ai? Ai tạo ra quy tắc mà chúng ta cần phải làm theo? Và ai giúp chúng ta đảm bảo rằng chúng ta sẽ tiếp tục sống và làm theo những gì được định từ trước?

(1) Chủ sở hữu của chúng ta có phải là chính quyền?

Các tổ chức giáo dục có những hiến chương đòi hỏi họ phải đáp ứng những yêu cầu nhất định trước "nhà cầm quyền." Nếu đó là những tổ chức đã đăng ký hoặc đã được chứng nhận, thì thông thường họ cần phải có ban quản trị để chịu trách nhiệm đối với mọi hoạt động của tổ chức. Đây là một khía cạnh quan trọng trong việc để cơ sở đào tạo của chúng ta có uy tín với công chúng. Tuy nhiên, hầu hết chúng ta không xem chính quyền là một trong số những "chủ sở hữu" của mình. Bộ Giáo dục (hay bất kỳ nơi nào chịu trách nhiệm về giấy tờ pháp lý) là nơi các tài liệu liên quan đến quyền sở hữu được nộp một cách hợp pháp. Thành viên quản trị, những người gặp chỉ để hoàn tất các yêu cầu của chính quyền, không thực sự đại diện cho những người sở hữu.

(2) Chủ sở hữu có phải là chính chúng ta?

Hầu hết các cơ sở đào tạo lãnh đạo dường như vận hành theo kiểu họ chính là chủ của mình. Đội ngũ hành chính và giáo viên viết tuyên ngôn mục đích và lên kế hoạch năm năm của riêng mình. Họ lập ra và thực hiện các nguyên tắc liên quan đến các hoạt động điều hành nội bộ. Những người làm việc cho nhà trường sẽ nhận người, sa thải và đánh giá lẫn nhau. Họ tự xác định lương bổng và ngân quỹ cho mình, cũng như đảm đương trách nhiệm gây quỹ và quản lý nguồn ngân quỹ cần thiết cho việc vận hành. Họ nhìn nhận trách nhiệm giải trình (tự phê bình) trong ba lĩnh vực khác nhau:

- Hiệu lực–đáp ứng mối quan tâm của chính phủ về sự tồn tại hợp pháp của trường;
- Sự công nhận–cho những cơ sở đào tạo ngang cấp thấy những gì họ đã và đang làm là ở trình độ tương đương với những gì các trường khác cũng làm; và,
- Sự hài lòng cộng đồng–làm cho những người được hưởng lợi từ chương trình vui vì sinh viên được trang bị một cách hiệu quả cho mục vụ.

Tất cả ba khía cạnh trong trách nhiệm giải trình này đều quan trọng. Hơn nữa, phần lớn việc triển khai thực tế các chính sách quản trị là một nhiệm vụ cần được đảm đương bởi đội ngũ quản lý của chương trình đào tạo. Tuy nhiên, những cơ sở đào tạo xuất sắc không nên là chủ của chính mình. Khi muốn chia sẻ thành công hay thách thức, chúng ta không nên chỉ nói với nhau hay tự báo cáo cho nhau nghe.

(3) Chủ sở hữu của chúng ta có phải là những nhà sáng lập?

Ở những nước từng là thuộc địa của Anh, nhà sáng lập thường trở thành chính chủ của "công ty." Các ủy viên được bổ nhiệm kiểu này phục vụ trọn đời để đảm bảo rằng mục đích ban đầu của tổ chức vẫn đang được thực hiện. Những ủy viên kiểu này có thể không bao giờ gặp nhau và thường không tham gia vào bất kỳ quyết định hằng ngày nào của tổ chức. Dù có thể vẫn có ban quản trị hay ban quản lý, nhưng chính những ủy viên kiểu này mới được xem là 'chủ' của công ty ấy.

Đây không phải là một cấu trúc hữu ích cho hầu hết các chương trình đào tạo. Sự tồn tại của một ban gồm các ủy viên vốn không buộc phải gặp nhau hay giữ liên hệ với các hoạt động của nhà trường sẽ mang đến những căng thẳng nghiêm trọng với ban quản trị nhà trường (và chính bản thân nhà trường) khi chương trình đào tạo được triển khai và đáp ứng với thực tế.

Việc các nhà sáng lập được xem (hay tự xem mình) là những người chủ của một cơ sở đào tạo cũng không phải là một điều ích lợi. Trân trọng những người đã tạo lập và trưởng dưỡng nhà trường là điều đúng đắn, nhưng cần phải hiểu rõ rằng chương trình đào tạo lãnh đạo không tồn tại để phục vụ cho những nhà sáng lập trong quá khứ giống như cách mà một nhà máy tồn tại để tạo nên lợi nhuận cho các nhà sáng lập ra nó và cho các bên liên quan.

(4) Chủ sở hữu của chúng ta có phải là những người hưởng lợi từ chương trình đào đạo?

Chắc chắn là vậy! Những người chủ thật sự của một cơ sở đào tạo lãnh đạo là những người hưởng lợi từ chương trình. Kiểu sở hữu này tương đối dễ hình dung đối với những cơ sở đào tạo được thành lập, quản lý và tài trợ bởi một hệ phái muốn đào tạo sinh viên cho hội thánh của mình. Đây là nỗ lực đào tạo của họ. Hệ phái này tạo ra các nguyên tắc, tuyển chọn giáo viên và nhân viên, chọn lọc sinh viên, xét duyệt các chương trình đào tạo và ngân sách, và cung cấp ngân quỹ cho chương trình đó.

Mặc dù với các cơ sở đào tạo được thành lập bởi các tổ chức hay cá nhân muốn tạo ra những phương thức đào tạo khác nhau cho cộng đồng Cơ Đốc rộng hơn thì mọi thứ sẽ trở nên phức tạp hơn, nhưng những ý niệm chính vẫn không thay đổi. Tất cả những ai hưởng lợi từ chương trình đào tạo đều trở thành "cổ đông" của cơ sở đào tạo ấy. Khi hội thánh hay các tổ chức Cơ Đốc đầu tư vào một cơ sở đào tạo bằng việc gửi sinh viên của mình đến để được đào tạo, cử giáo viên đến dạy hay hỗ trợ tài chính để giúp vận hành nhà trường thì họ trở thành "chủ nhân" thực sự của chương trình. Mỗi một đối tượng hưởng lợi đó đều có thể tuyên bố rằng cơ sở đào tạo này là chương trình hay cơ sở đào tạo "của họ". Các tổ chức sáng lập trở thành chủ sở hữu của cơ sở đào tạo này cũng theo cách như vậy, không phải vì mối quan hệ từ nhiều năm trước nhưng vì họ tiếp tục hưởng lợi từ những gì đang được thực hiện bởi và qua chương trình này. Tất cả những chủ sở hữu đó đều có quyền góp phần xác định các quy tắc vận hành của cơ sở đào tạo ấy, vì họ là những người cung cấp giáo viên, sinh viên và ngân sách. Việc họ nhận báo cáo về sự tiến bộ của các hoạt động đào tạo cũng như việc họ đóng góp ý kiến của mình vào việc định hướng những gì đang diễn ra và vận hành những gì thực sự là chương trình "của họ" là điều chính đáng.

Vai trò của chủ sở hữu trong quản trị

Để phát triển một cấu trúc quản trị hiệu quả, bước đầu tiên đối với các cơ sở đào tạo thần học là phải đưa ra nhận thức rõ ràng về việc ai là chủ sở hữu chương trình của mình. Họ cần hiểu được cách mở rộng đối tượng mà mình phục vụ. Những ai xem cơ sở đào tạo là trường "của họ" thì cần được ghi nhận, tôn trọng và lắng nghe. Điều này về căn bản không phải là vấn đề quyền sở hữu hợp pháp, vốn là vấn đề cần được xác định rõ ràng trong hiến chương của nhà trường. Chủ sở hữu không hẳn là một vấn đề về "thẩm quyền từ trên" dạng "chịu trách nhiệm cho..". Vì chủ sở hữu là những người được nhà trường phục vụ, nên quyền lợi tốt nhất của họ được đáp ứng khi cơ sở đào tạo của họ vận hành với sự xuất sắc. Chủ sở hữu thực sự sẽ có tính linh hoạt hơn khi "những chủ sở hữu" mới tham gia vào và "những chủ sở hữu" cũ bước ra. Cả chủ sở hữu hợp pháp và chủ sở hữu thực tế đều cần được xây dựng thành những cấu trúc thực tiễn được phát triển cho công tác quản trị. Có ba cấp độ cơ bản mà trong đó vai trò quản trị cần phải được thực thi:

(1) Ở cấp độ thẩm quyền, bởi một nhóm rất đa dạng những người đại diện cho toàn bộ đối tượng mà nhà trường phục vụ. Chúng ta nói đến họ như một đại hội đồng, dù ta cũng có thể xem họ như một ban cố vấn hay hội đồng cố vấn.

(2) Ở cấp độ chính sách, bởi một nhóm nhỏ những người được lựa chọn vì có chuyên môn và sự sẵn lòng góp phần xác định mục đích của cơ sở đào tạo, phát triển chính sách hoạt động và giám sát việc triển khai các chính sách này. Chúng ta sẽ xem nhóm này là ban quản trị hay hội đồng quản trị.

(3) Ở cấp độ triển khai, bởi những người vận hành cơ sở đào tạo vì lợi ích của người được phục vụ trong phạm vi chính sách đã được thiết lập sao cho khải tượng và mục đích của viện sẽ đạt được. Hiệu trưởng hay viện trưởng của cơ sở đào tạo có trách nhiệm theo dõi xem điều này có được thực hiện hay không khi cùng làm việc với tất cả các nhân viên hành chính và giáo viên của trường.

Đại hội đồng đóng vai trò là ban cố vấn hay hội đồng cố vấn

Các chương trình đào tạo của các hệ phái thường tổ chức đại hội đồng thường niên, gồm các đại biểu từ nhiều hội thánh trong cùng một hệ phái. Các hoạt động tại đại hội đồng thông thường sẽ bao gồm các báo cáo về sự tiến triển của các chương trình đào tạo lãnh đạo của hệ phái ấy. Trong khi trách nhiệm giám sát sự ổn định của các trường Kinh Thánh và thần học viện thường được giao cho một nhóm nhỏ hơn được hội đồng bầu chọn ra, nhưng nhóm này cũng sẽ báo cáo lại cho hội đồng lớn hơn. Đại hội đồng giữ thẩm quyền phê duyệt tất cả những vấn đề lớn liên quan đến nhà trường, chẳng hạn như ngân sách và việc bổ nhiệm hiệu trưởng cũng như ban quản trị.

Những cơ sở đào tạo phi hệ phái cần một dạng hội đồng tương tự. Nhóm người này nên bao gồm tất cả những người đại diện cho "các chủ sở hữu" của chương trình và "các cổ đông." Họ sẽ là những lãnh đạo quan trọng từ các hội thánh và các tổ chức Cơ Đốc vốn xem cơ sở đào tạo này là của mình. Vì họ là những người cung ứng giáo viên, nhân viên, sinh viên và tài trợ cho chương trình đào tạo, nên nhà trường phải cung cấp cho họ những báo cáo và thông tin thường kỳ để giúp họ hiểu được tình hình hoạt động của cơ sở đào tạo, cùng với các nhu cầu cần cầu nguyện và nhu cầu tài chính. Nhóm người này nên có cơ hội thảo luận những vấn đề trên với nhau, cũng như đưa ra các phản hồi liên quan đến thành công hay thất bại của chương trình. Đại hội đồng này nên được tổ chức ít nhất mỗi năm một lần, có thể kết hợp cùng những sự kiện lớn đang được tổ chức tại cơ sở đào tạo, chẳng hạn như lễ tốt nghiệp hay tuần lễ có sự kiện gì đó đặc biệt.

Nhóm đại diện các chủ sở hữu này có thể được gọi là hội đồng cố vấn hay ban cố vấn vì nó được thành lập để tham vấn và phản hồi hơn là quản trị. Mặc dù đại hội đồng tự cho mình một số quyền quyết định quan trọng, chẳng hạn như phê duyệt ngân sách hay phê chuẩn việc thành lập ban quản trị hay bổ nhiệm vị trí hiệu trưởng, nhưng trọng tâm chính của nó phải là các vấn đề lớn hơn về phương diện kết quả và tác động, không phải là chi tiết về các hoạt động thường nhật. Các buổi gặp gỡ của các nhóm này và với các nhóm này cần phải được thiết kế sao cho nhận được tối đa các phản hồi liên quan đến sinh viên và cựu sinh viên, cùng với những cái nhìn sâu sắc về tầm ảnh hưởng (hoặc việc thiếu tầm ảnh hưởng) mà chương trình đào tạo lãnh đạo hiện có. Chuyên môn của nhóm này có thể trở thành một diễn đàn hay nguồn tư duy giúp nhà trường xem xét những phương cách mới, sáng tạo để đào tạo, quản lý hành chính, gây quỹ, tuyển sinh... Những buổi họp này có thể là khoảng thời gian tuyệt vời đối với cấp lãnh đạo của nhà trường để học hỏi các xu hướng và các vấn đề quan trọng trong giáo dục, hội thánh và xã hội nói chung.

Nhóm cố vấn chính thức này có thể được gọi là ban tham chiếu, vì các cá nhân trong nhóm đều là những lãnh đạo có tiếng mà những phước hạnh họ mang đến là một sự khẳng định đối với cộng đồng rộng lớn về giá trị mà chương trình đào tạo đem lại. Tầm quan trọng và ảnh hưởng của nhóm này không nên bị đánh giá thấp. Họ cần phải cảm thấy thoải mái với mọi khía cạnh của những gì cơ sở đào tạo thần học đang nỗ lực hoàn thành, vì họ ở vị thế đặc biệt để cầu nguyện một cách khôn ngoan cho học viện và để chia sẻ nhu cầu cũng như thành công của viện với cộng đồng rộng lớn hơn.

Ban quản trị

Mỗi chương trình đào tạo đều cần một hội đồng hay ban quản trị. Đây là một nhóm người nhỏ hơn làm trọn vai trò theo hiến chương, tức là vai trò ủy viên, đảm đương trách nhiệm hợp pháp cho chương trình đào tạo lãnh đạo và hoạt động của nó. Ban quản trị làm việc dưới thẩm quyền của đại hội đồng để phát triển chính sách và quy tắc vận hành cho một chương trình và giám sát hoạt động tổng quát của cơ sở đào tạo.

Ban quản trị có thể được gọi là ban giám đốc, ban điều hành hay ban nhiếp chính. Vai trò chính của ban quản trị hay hội đồng quản trị là đảm bảo một cơ sở đào tạo đang thực hiện đúng chức năng của mình. Ban này thường được hiến chương nhà trường xem là một thực thể hợp pháp "sở hữu" chương trình (thông thường thay mặt cho đại hội đồng hay nhiều tổ chức khác nhau mà các thành viên trong hội đồng đại diện). Ban quản trị chịu trách nhiệm cuối cùng cho tất cả mọi lĩnh vực và mọi hoạt động của tổ chức. Ban quản trị nên thường kỳ xác định và khẳng định mục đích hay sứ mạng cơ bản của chương trình đào tạo cũng như những giá trị của nó. Ban quản trị giám sát sự phát triển và việc thực thi kế hoạch chiến lược vốn phản ánh sứ mạng và các giá trị của nhà trường vì ban quản trị cố gắng đáp ứng các nhu cầu thật sự của những người được nhà trường phục vụ, với nguồn nhân lực và tài lực có sẵn.

Một ban quản trị hay hội đồng quản trị không nên có nhiều hơn 7-12 người. Nếu bàn bạc trong trọn một ngày thì không nên gặp nhau quá ba lần một năm (hai cuộc họp chính thức cộng với tham gia chương trình bồi linh [retreat] thường niên với đội ngũ nhân viên). Nếu các thành viên hội đồng hoặc ban quản trị đều sống tại địa phương và có thể gặp nhau dễ dàng thì họ có thể quyết định cứ hai hoặc ba tháng thì gặp nhau nửa ngày.

Thật hữu ích cho các viện thần học có thành viên quản trị làm ở những ngành nghề chuyên môn khác nhau. Điều đó có nghĩa là tất cả không nên là mục sư hay chuyên gia giáo dục. Nếu có chương trình đào tạo dành cho cả nam và nữ từ nhiều hệ phái khác nhau, thì thành viên hội đồng nên có những người đại diện cho những đối tượng học viên này, đó là, những người nam, người nữ trong các độ tuổi khác nhau đến từ những hệ phái khác nhau. Trường của các hệ phái cũng có thể áp dụng cùng nguyên tắc này. Nếu phần lớn trong tập thể sinh viên, giáo viên hay ngân quỹ đến từ bên ngoài hệ phái ấy, thì ban quản trị nên có thành viên đại diện là những người đồng sở hữu của chương trình. Nếu khả thi, việc có các thành viên với những kỹ năng cụ thể, chẳng hạn như kỹ năng quản lý nhân sự, kinh doanh, tài chính, hành chính, truyền thông hay luật là điều hữu ích. Mặc dù các nhân viên, bao gồm cả hiệu trưởng, có thể ở trong ban quản trị theo những cách mặc nhiên dựa trên chức vụ, nhưng họ không nên là thành viên hay thường trực ban quản trị.

Có những thuận lợi trong việc có một người phục vụ với tư cách là thành viên ban quản trị đủ lâu để hiểu một cách thấu đáo lịch sử và quá trình hoạt động của cơ sở đào tạo, cũng như để xây dựng mối quan hệ với các thành viên khác trong ban quản trị và với nhân viên, sinh viên. Tuy nhiên, cũng có những lợi thế khi một thành viên ban quản trị không xem vị trí của mình là sự bổ nhiệm trọn đời. Việc giới hạn độ tuổi tối đa để phục vụ với tư cách là thành viên ban quản trị (có lẽ là xấp xỉ 70-75) và cho phép thành viên ban quản trị phục vụ không quá hai nhiệm kỳ kéo dài bốn hoặc năm năm là điều khôn ngoan. Điều này tạo thuận lợi cho việc đưa ra các ý tưởng cũng như quan điểm mới mẻ vào. Ban quản trị nên xây dựng quy trình đề cử và bầu chọn thành viên mới. Những thành viên này có thể được bầu chọn (hay được phê chuẩn) bởi đại hội đồng, sao cho phù hợp với các tiêu chí mô tả phẩm chất và kinh nghiệm cần có hay đòi hỏi phải có ở các thành viên ban quản trị.

Các thành viên ban quản trị cần cảm thấy đủ tự do để có thể chia sẻ với nhau một cách cởi mở và chân thành khi họ cẩn thận xem xét các phương diện khác nhau của những vấn đề phức tạp, bao gồm các vấn đề liên quan đến các khía cạnh cảm xúc. Việc cố đưa ra mọi quyết định dựa trên sự nhất trí cao là điều không hữu ích. Nếu thành viên trong ban quản trị còn rất dè dặt về một vấn đề cụ thể nào đó thì ban quản trị nên hoãn lại việc đưa ra quyết định. Chi tiết của tất cả các buổi thảo luận nên được giữ bảo mật và một khi quyết định được đưa ra, thì ban quản trị nên cùng chung một tiếng nói. Các thành viên riêng lẻ không nên tiếp tục đưa ý kiến cá nhân bên ngoài ban quản trị.

Là ban quản trị tối cao của một cơ sở đào tạo thần học, hội đồng quản trị xây dựng các quy tắc hay chính sách để trường hoạt động. Họ không nên tự xem mình là một nhóm các chuyên gia hiện hữu để giúp nhân viên làm công việc của mình. Chẳng hạn, thay vì phát triển ngân sách, ban quản trị phải xác định điều gì khiến cho ngân sách được chấp thuận hay không được chấp thuận. Thay vì thuê và đánh giá nhân viên và giáo viên, ban quản trị hãy phát triển chính sách xác định mẫu giáo viên và mẫu nhân viên hành chính nào được (hoặc không) chấp nhận đối với nhà trường. Sau đó ban quản trị giám sát những chính sách này để xem chúng có được triển khai phù hợp hay không. Hội đồng nên làm việc này thông qua hiệu trưởng hoặc giám đốc, là người duy nhất họ tuyển dụng. Nhân viên quản lý hành chính và giảng dạy đều báo cáo cho hiệu trưởng, sau đó hiệu trưởng là người báo cáo thường xuyên cho ban quản trị về những tiến bộ, khó khăn hay những vấn đề cần thảo luận.

Ví dụ cho một chính sách của ban quản trị có thể là: "Tất cả các nhân viên giảng huấn và hành chính đều sẽ có bản mô tả công việc trong đó bao gồm các tiêu chuẩn đánh giá quá trình làm việc" hay: "Tất cả các nhân viên giảng dạy và hành chính đều sẽ được đánh giá thường niên tùy theo các tiêu chuẩn đánh giá quá trình làm việc." Ban quản trị không phải là người viết ra bản mô tả công việc, các tiêu chuẩn đánh giá xếp loại hay các quy trình đánh giá. Đây là những vấn đề thuộc phạm vi triển khai chính sách và phải được thực hiện bởi đội ngũ quản lý của nhà trường. Chúng ta sẽ thảo luận những vấn đề này nhiều hơn trong chương tiếp theo. Tuy nhiên, ban quản trị có trách nhiệm đảm bảo rằng các bản mô tả công việc ấy phù hợp và các tiêu chuẩn thực hiện ấy có hiệu lực đối với mỗi một nhân viên của nhà trường, rằng việc đánh giá phải được thực hiện thường niên, và tất cả những điều này phải được thực hiện phù hợp với chính sách mà ban quản trị thiết lập.

Khi một ban quản trị nhận báo cáo mà hiệu trưởng gửi (báo cáo này được thực hiện dưới dạng văn bản trước khi cuộc họp ban quản trị diễn ra), họ cẩn thận đọc (thay vì để ai đó đọc cho họ nghe), đối chiếu với các chính sách đã được thiết lập và đang được triển khai. Ban quản trị cần hiểu chương trình đào tạo lãnh đạo ấy có đạt được các mục tiêu theo định hướng căn bản về mục đích mà chương trình được tạo ra hay không.

Có những dịp ban quản trị nên vui vẻ thuận theo những quyết định được đưa ra cách phù hợp bởi người khác. Những quyết định này có thể bao gồm việc phê chuẩn nhân viên hay bổ nhiệm giáo viên, phê duyệt các sự kiện hằng năm hay phê duyệt ngân sách. Một chữ "đồng ý" vui vẻ là đủ và không nên mất quá nhiều thời gian để rà soát một cách có hệ thống những gì hy vọng người khác đã thực hiện bằng cả năng lực của họ rồi - tất nhiên là với điều kiện không vi phạm các chính sách được thiết lập bởi ban quản trị. Tuy nhiên, ngay cả khi có sự vi phạm đi nữa thì sau đó ban quản trị cũng không nên nhảy vào làm thay công việc cho nhân viên;

ban quản trị nên yêu cầu những người có trách nhiệm phải làm lại việc đó. Ban quản trị nên sử dụng thời gian và chuyên môn của mình để thảo luận những vấn đề lớn hơn, chẳng hạn như xác định trường cần mẫu giáo viên như thế nào, hay thảo luận về việc các giảng viên hiện tại có thể được đổi mới và đào tạo nhiều hơn ra sao. Giống như đại hội đồng, c ban quản trị có chức năng cố vấn và họ nên sử dụng chuyên môn của mình để tư duy một cách sáng tạo về các vấn đề mà cơ sở đào tạo đang đối diện. Những vấn đề này bao gồm thảo luận về cách làm tăng ngân quỹ hay làm thế nào để tìm ra sinh viên mới và giảng viên mới (hay thậm chí là những đối tượng mới mà trường có thể phục vụ).

Thường thì một ban quản trị có trách nhiệm pháp lý hay trách nhiệm ủy thác để giám sát nguồn ngân sách đang được gây dựng và sử dụng cách thích hợp, với giấy tờ thu chi phù hợp. Điều này là quan trọng, dù điều thậm chí còn quan trọng hơn đó là phải xác định liệu rằng ngân sách được gây quỹ và sử dụng có đủ để thúc đẩy cơ sở đào tạo đạt được những giá trị và mục đích như nhiệm vụ đề ra hay không. Trong mọi lĩnh vực, ban quản trị không nên bị chi phối bởi vấn đề hoạt động hàng ngày. Nhiệm vụ chính của ban quản trị là đảm bảo rằng chương trình đào tạo tổng thể đang vận hành hiệu quả trong những gì chương trình đang cố gắng thực hiện.

Trách nhiệm cụ thể của ban quản trị

Danh mục trách nhiệm của ban quản trị một cơ sở đào tạo thần học sau đây được lấy từ phần trình bày tại *OCI Institute for Excellence* ở Cairo vào tháng 2 năm 2001 của Nabil Costa, giám đốc điều hành của Lebanese Society for Social Development.

(1) Ban quản trị có khải tượng:

- Phát triển và khẳng định sứ mạng của viện (giá trị, mục đích, tuyên ngôn đức tin ...) và tiếp tục theo dõi chương trình hoặc cơ sở đào tạo để đảm bảo nền tảng này được gìn giữ.

- Cầu nguyện và mơ ước chương trình trong tương lai sẽ như thế nào. Mặc dù phần lớn công tác phát triển kế hoạch chiến lược sẽ được thực hiện bởi đội ngũ quản lý của nhà trường và nhân viên giảng dạy, nhưng quy trình lên kế hoạch chiến lược phải được giám sát bởi ban quản trị vì trách nhiệm của họ là biến ước mơ trong tương lai thành hiện thực, phù hợp với mục đích và giá trị nền tảng của chương trình. Nếu các thay đổi căn bản này là cần thiết, thì ban quản trị chính là người cần khẳng định điều này.

(2) Ban quản trị có chiều kích về hành chính và quản lý:

- Phát triển chính sách cho tất cả các lĩnh vực hoạt động của chương trình đào tạo và giám sát sức sống của nhà trường thông qua những báo cáo của hiệu trưởng trong ánh sáng mục đích, giá trị và chính sách của nhà trường.

- Phê duyệt ngân quỹ (khi ngân quỹ ấy được phát triển phù hợp với chính sách mà ban quản trị đã đặt ra) và đảm bảo rằng các phương thức kiểm soát tài chính hợp lý đang hoạt động hiệu quả sao cho ngân quỹ được sử dụng cách phù hợp.

- Tuyển dụng, bổ nhiệm, đánh giá và khích lệ giám đốc nhà trường (hiệu trưởng, viện trưởng hay giám đốc điều hành) và các thành viên mới của ban quản trị.

- Lượng giá hiệu quả của chính mình.

(3) Ban quản trị có chiều kích quan hệ công chúng:

- Biết rõ về cơ sở đào tạo của mình và hỗ trợ cho viện bằng sự cầu nguyện và chia sẻ với người khác về viện.

- Giúp cơ sở đào tạo có những mối quan hệ lành mạnh với nhà tài trợ, hội thánh, cộng đồng, truyền thông, cựu sinh viên và chính quyền.
- Hỗ trợ tìm kiếm những nhà tài trợ mới, đồng thời bản thân mình cũng chính là nhà tài trợ.

(4) Ban quản trị có chiều kích pháp lý:

- Thay mặt cho chủ sở hữu, chịu trách nhiệm giám sát tài chính và trách nhiệm pháp lý, cũng như cho toàn bộ sự phát triển của mục vụ.

Trách nhiệm cụ thể của các thành viên ban quản trị

Mỗi một thành viên của ban hay hội đồng quản trị cần phải hết lòng nhận thức tầm quan trọng của việc là một phần trong ban quản trị ấy. Thành viên trong hội đồng không phải là một vị trí mà một người đảm nhận để lấy uy tín hay để nâng cao hình ảnh của mình trong cộng đồng. Nó cũng không phải là công việc được trả lương, dù nếu ngân sách cho phép thì việc chi trả phí đi lại là có thể chấp nhận được. Không ai buộc phải nhận trách nhiệm tiếp tục phục vụ trong vai trò thành viên ban quản trị nếu người đó không sẵn sàng thường xuyên cầu nguyện và dâng hiến tài chính cho cơ sở đào tạo, cũng như nghe báo cáo về chương trình và vấn đề nhân sự thông qua việc đọc báo cáo, tới thăm viếng và tích cực tham gia các buổi họp của ban ngành.

Tiến sĩ Manfred W. Kohl, Phó Chủ tịch *International Development for Oversea Council* đã chia sẻ điều ông gọi là "Quy tắc số Bảy" tại nhiều viện của *OCI institutes for Excellence*. Đây không phải là những quy tắc cứng nhắc nhưng là những nguyên lý khôn ngoan. Theo Quy tắc số Bảy, thì mỗi một thành viên trong ban quản trị cần cam kết:

1. Dành bảy giây mỗi ngày để cầu nguyện cho nhà trường, đội ngũ lãnh đạo và nhân viên.

2. Dành bảy phút mỗi tuần để đọc thư từ, thư cập nhật và báo cáo từ nhà trường; gọi điện cho hiệu trưởng hay những người khác để xem mọi thứ diễn ra như thế nào; và khi có cơ hội, chia sẻ bản chất và mục tiêu của chương trình đào tạo với người khác.

3. Để riêng bảy giờ mỗi tháng để dự các buổi hiệp nguyện và thời gian cầu nguyện của nhân viên; hoặc ăn trưa cùng với hiệu trưởng, giáo viên, hoặc sinh viên.

4. Dành bảy ngày mỗi năm để dự các buổi họp ban quản trị thường kỳ; dự phần vào những thời điểm đặc biệt dành cho việc cầu nguyện hoặc lên kế hoạch với ban và nhân viên.

5. Phục vụ bảy năm trong ban quản trị để cống hiến một cách liên tục và chất lượng, nhưng sau đó bước xuống để tạo cơ hội cho những người trẻ với những ý tưởng mới bước vào, cũng như để có thời gian phục vụ trong ban quản trị của các tổ chức khác.

6. Dành bảy tuần còn lại của nhiệm kỳ để đào tạo người kế nhiệm nhằm tạo sự chuyển giao nhẹ nhàng và đơn giản; và để giải thích những vấn đề nan giải hay vấn đề quan trọng của quá khứ.

7. Dự phần (cùng với các thành viên khác trong ban quản trị) trong 1/7 ngân sách hoạt động bằng việc cam kết hỗ trợ tài chính một cách cá nhân; bằng cách tìm kiếm bạn bè và các nhà tài trợ quan tâm đến mục vụ và bằng việc mở cửa chào đón khách khứa cũng như tiếp tục duy trì các mối quan hệ.

Đội ngũ hành chính và quản lý

Như đã lưu ý ở trên, các cơ sở đào tạo thần học không nên vận hành như thể mình là chủ sở hữu của chính mình. Dù vậy, có những vai trò quản trị quan trọng cần phải được đảm nhiệm bởi đội ngũ quản lý hành chính của nhà trường. Ban lãnh đạo của chương trình đào tạo sẽ phải lắng nghe những chia sẻ khôn ngoan và lời khuyên của những lãnh đạo quan trọng vốn là một thành viên của đại hội đồng đó. Chúng ta cần sự xác nhận và chúc phước của họ vì chúng ta là chương trình đào tạo "của họ". Chúng ta muốn họ tiếp tục gửi sinh viên, giáo viên và tiền dâng đến cho chúng ta. Lãnh đạo hành chính của một trường cũng sẽ tôn trọng ban quản trị vì họ chịu trách nhiệm hợp pháp cho mọi khía cạnh của cơ sở đào tạo lãnh đạo. Quản trị tốt còn tốt hơn một cuốn cẩm nang chứa các quy tắc và chính sách được thiết lập bài bản. Các chính sách cần được triển khai với các báo cáo gửi về sao cho ban quản trị (và những chủ sở hữu) cảm thấy hài lòng rằng viện thần học ấy đang làm những gì cần làm. Hiển nhiên cơ sở đào tạo nào cũng cần đội ngũ quản lý hay lãnh đạo để hỗ trợ những công việc hành chính hàng ngày của học viện. Có được một đội ngũ nhân viên hành chính có năng lực là chủ đề của chương tiếp theo. Tuy nhiên, trước khi kết thúc phần thảo luận của chúng ta về các vấn đề quản trị, chúng ta cần xem xét vai trò và trách nhiệm của một người vốn đảm nhận trách nhiệm triển khai khải tượng và các chính sách của học viện. Người này có thể được gọi là hội trưởng, hiệu trưởng, giám đốc điều hành, trưởng học viện, phó trưởng học viện, giám đốc hay chủ tịch.

Vai trò quản trị của hiệu trưởng

Trong chương 2 chúng ta thảo luận về những tiêu chuẩn cần có trong đời sống của bất cứ người nào đang lãnh đạo các chương trình đào tạo lãnh đạo. Chúng ta cũng đã đưa ra bốn nhiệm vụ cơ bản cho bất kì ai trong vai trò lãnh đạo tại cơ sở đào tạo thần học: (1) Lãnh đạo là người đưa ra khải tượng và kế hoạch; (2) Lãnh đạo là người xây dựng, trang bị và khích lệ đội ngũ; (3) Lãnh đạo là người dạy và là chuyên gia trong giảng dạy; và (4) Lãnh đạo đại diện cho nhà trường trước công chúng.

Tuy nhiên, chỉ có một người được bổ nhiệm làm lãnh đạo nhà trường hay hiệu trưởng. Người này được tuyển dụng bởi ban quản trị và được phê chuẩn bởi đại hội đồng để đảm đương toàn bộ trách nhiệm cho mọi thứ diễn ra trong nội bộ cơ sở đào tạo. Điều này ám chỉ rằng trách nhiệm của hiệu trưởng cần bao gồm ít nhất các lĩnh vực như sau:

- Lên kế hoạch chiến lược, trong đó có tầm nhìn dài hạn.
- Lên kế hoạch hoạt động và tổ chức, bao gồm phát triển nhân viên.
- Phác thảo ngân sách hàng năm với báo cáo tài chính thường kỳ và chuẩn bị cho kiểm toán thường niên.
- Phát triển đội ngũ và lên kế hoạch với/cho các nhân sự chính.
- Gửi các thông tin hàng tháng, thường kỳ đến cho các thành viên ban quản trị, đảm bảo rằng các quyết định được ban quản trị và các ủy ban đưa ra đều đã được thực hiện.
- Đại diện cho trường trong việc đối ngoại, bao gồm tham gia vào các buổi gặp gỡ mang tính quốc tế.
- Chịu trách nhiệm cuối cùng cho bản sắc của nhà trường, tất cả các ấn phẩm và hoạt động quảng bá.
- Chuẩn bị và tham dự các buổi họp của ban quản trị và các ủy ban.

Đây không phải là công việc cho một người cầu toàn vốn thích tự làm mọi việc. Đây cũng không phải là việc cho ai đó chỉ mê giảng dạy hay chăn bầy. Hãy để cho các giảng viên và diễn giả dành nhiệt huyết cho việc dạy dỗ và giảng đạo. Mặt khác, một hiệu trưởng hiệu quả cần phải chia thời gian của mình thành ba phần tương đối đều nhau.

(1) Xây dựng các mối quan hệ với ban quản trị và các thành viên trong đại hội đồng. Việc này vừa là mục vụ vừa là một phần

của nhu cầu chia sẻ khải tượng. Việc nghe được nhịp đập trái tim và các mối quan tâm của ban quản trị và các vị lãnh đạo đại diện cho đối tượng mà nhà trường phục vụ là việc rất quan trọng. Hiệu trưởng sẽ chia sẻ những mối quan tâm của riêng mình cũng như những gì Đức Chúa Trời đang làm trên và qua cơ sở đào tạo. Hoạt động tại cơ sở đào tạo sẽ được cải thiện nếu hiệu trưởng đầu tư thời gian ý nghĩa của mình một cách thường xuyên vào những con người chủ chốt này.

(2) Đầu tư vào đội ngũ lãnh đạo và quản lý của nhà trường. Việc này sẽ bao gồm việc tham gia vào quản lý và giảng dạy, mặc dù nó cũng bao gồm cả việc trao quyền cho người khác và giảng dạy mẫu, nhằm có một đội ngũ vững vàng có thể làm việc với nhau để thực hiện sứ mạng của nhà trường. Chúng ta sẽ thảo luận một cấu trúc khả thi cho đội ngũ lãnh đạo trong chương tiếp theo.

(3) Quan hệ công chúng. Điều này có thể bao hàm việc chia sẻ trước công chúng hay trước nhiều người nhằm mục đích gây quỹ hoặc xây dựng tình bằng hữu trong nhiều bối cảnh khác nhau, cũng như nói chuyện riêng với những người bạn cũ và mới của trường. Vì hiệu trưởng đại diện cho bộ mặt của nhà trường, nên cần dành thời gian đáng kể cho việc này sao cho uy tín của nhà trường được ghi nhận bởi các cơ quan chính phủ, bởi các cơ sở đào tạo khác và bởi xã hội nói chung.

Kết luận

Quản trị tốt là một nền tảng vững chắc cho các cơ sở đào tạo thần học. Việc đối tượng mà nhà trường phục vụ nhận lấy vai trò sở hữu thật sự trong các hoạt động đào tạo và phát triển các cấu trúc nhằm xác định và gìn giữ các giá trị và mục đích của một cơ sở đào tạo là điều quan trọng. Chìa khóa quan trọng để thực hiện điều này với sự xuất sắc là có được một vị hiệu trưởng không chỉ xây dựng và trao quyền cho đội ngũ làm việc để triển khai những mong muốn của ban quản trị và đại hội đồng, nhưng còn là người có thể truyền cảm hứng về khải tượng, đồng thời chăm sóc mục vụ cho những lãnh đạo chính của những đối tượng mà nhà trường phục vụ.

Câu hỏi thảo luận liên quan đến vai trò quản trị của bạn

1. Hội đồng hay ban quản trị của bạn đang vận hành như thế nào?
2. Ai là chủ sở hữu của bạn? Họ có biết điều đó không?
3. Ở mức độ nào ban quản trị của bạn vận hành như những ủy ban, chủ yếu làm những công việc của nhân viên quản lý và hành chính? Bạn có thể giúp họ bớt dành thời gian cho những việc không thực sự là của mình và dành nhiều thời gian hơn cho những việc quan trọng bằng cách nào?
4. Các thành viên trong ban quản trị hay hội đồng quản trị của bạn có phải là những người thích hợp với vai trò này không? Phải làm gì để giúp họ trở thành một tập thể quản trị tốt hơn?

Gợi ý đọc thêm

Blackman, Rachel. "Organizational Governance." Rotts #10, 2006. Nguồn tài liệu xuất sắc có thể được truy cập qua Tearfund UK vốn là một phần trong ROOTS series: www.tearfund,org/tilz.

Carver, John. *Boards That Make a Difference*. San Francisco, CA: Jossey-Bass, 1990.

Drucker, Peter F. *Managing the Non Profit Organization: Principles ans Practices*. New York, NY: Harper Business, 1990.

O'Connell, Brian. *The Board Member's Book: Making a Difference in Voluntary Organization*. Washington, DC: The Foundation Center, 1985. Đặc biệt là chương 4 "The Role of the Board and Board Members" (19-32).

Chương 5

Xuất Sắc trong Việc Quản Lý Hành Chính

Những cơ sở đào tạo lãnh đạo xuất sắc có cấu trúc phù hợp và đầy đủ giúp cho chương trình vận hành tốt. Quản lý hành chính hiệu quả được thực hiện bởi những con người có bản mô tả công việc rõ ràng, có năng lực cũng như tấm lòng sẵn sàng phục vụ các giảng viên, nhân viên và sinh viên sao cho việc học có thể được diễn ra.

Khi tôi đến Bra-xin lần đầu, tôi và một đồng nghiệp người Ca-na-đa được hiệp hội các mục sư địa phương đề nghị mở một cơ sở đào tạo thần học. Hai giáo viên chúng tôi tìm được một tòa nhà hình chữ U từng là kí túc xá của các nữ sinh Cơ Đốc đến học tập tại thành phố này. Chúng tôi thuê người để cải tạo lại bốn phòng ngủ nhỏ thành hai phòng học, cải tạo căn hộ của người coi sóc sinh viên thành không gian cho phòng hành chính. Phòng ăn trở thành thư viện trong khi bốn phòng nhỏ còn lại nằm một bên làm nhà ở cho các sinh viên ngoại tỉnh. Chúng tôi tự thiết kế các mẫu đơn nhập học cho sinh viên cũng như các biểu mẫu chấm điểm chuyên cần và điểm học tập của sinh viên. Chúng tôi mở một tài khoản ngân hàng và tạo ra một hệ thống tài chính riêng. Chúng tôi mua sách từ những danh mục có thể tìm thấy tại các nhà xuất bản ở Bra-xin và phân loại chúng cho thư viện bé nhỏ của mình. Chúng tôi đến thăm các hội thánh địa phương để quảng bá về viện thần học và mời một số mục sư sở tại làm giảng viên bán thời gian cho ngôi trường mới này. Chương trình đào tạo về cơ bản được tổng hợp lại từ những gì chúng tôi tìm thấy trong các chương trình đào tạo khác trên khắp Bra-xin. Chúng tôi lên thời khóa biểu cho lớp học và giờ nhóm lại tuần hoàn khi giáo viên có thể tham gia. Dù bản thân chúng tôi là những giáo viên mới nhưng chúng tôi đã làm tất cả những gì có thể để đào tạo các giáo viên khác. Nhìn lại, tôi không chắc mình có làm tệ lắm không nhưng rõ ràng hai chúng tôi đã thực hiện rất nhiều việc trong khi biết rất ít về công việc đó.

Hầu hết các chương trình đào tạo thần học đều được bắt đầu bởi các giáo viên. Trong giai đoạn đầu phát triển, giáo viên là những người đảm nhận hầu hết các nhiệm vụ hành chính của trường mới, dù họ có làm tốt hay không. Điều này không thay đổi theo thời gian. Việc giáo viên là người soạn và thực thi chương trình giảng dạy là điều hợp lý. Họ ở vị trí tốt nhất để thiết lập các quy tắc học tập và các nề thói học hành. Giáo viên nên là người đưa ra ý kiến về việc tuyển sinh, phát triển thư viện và cơ sở vật chất cũng như nhu cầu về trang thiết bị. Họ cần có tiếng nói trong việc phát triển ngân sách. Tuy nhiên, nếu họ cũng nhận trách nhiệm cuối cùng đối với việc giám sát mọi thứ diễn ra trong khuôn viên của trường thần học thì đó không phải là một ý hay.

Khi nhu cầu nhân viên của một trường tăng lên, thì sẽ cần có sự chuyên môn hóa. Có ba lĩnh vực nội bộ cần có sự xuất sắc để sinh viên được trang bị tốt cho mục vụ, chỉ một trong số đó liên quan đến vấn đề học thuật. Hầu hết mọi người đều hiểu rằng việc học chứa đựng phương diện học thuật, vì thế chúng ta cần có sách, phòng học, máy tính và người có ơn giảng dạy. Tuy nhiên, chúng ta cũng cần sự xuất sắc trong các lĩnh vực quản lý hành chính và phát triển ngân sách.

Trong chương này chúng ta sẽ xem xét các vấn đề về quản lý và cấu trúc hành chính. Chúng ta cũng sẽ thấy rằng quản lý trường thần học đòi hỏi người hiệu trưởng phải giám sát ba lĩnh vực khác nhau: học vụ, hành chính, quan hệ công chúng và phát triển ngân quỹ. Chúng ta cũng sẽ nhìn vào vấn đề ngân sách, mô tả công việc, tuyển dụng người mới và việc củng cố đội ngũ nhân viên hành chính mà chúng ta có ra sao.

Thách thức của quản lý hành chính

Thật ngạc nhiên khi chỉ có một vài người đánh giá cao lượng công việc có thể hoàn thành bởi những người có ân tứ quản lý (không chỉ ân tứ giảng dạy) để một chương trình vận hành một cách trôi chảy và hiệu quả. Thậm chí ít người hiểu được cần thực hiện những gì để một chương trình có đủ sự hỗ trợ tài chính. Nếu không có một đội ngũ hành chính có năng lực, làm việc cùng với cơ cấu quản lý hành chính bài bản thì không thể có sự xuất sắc trong học tập. Nếu không có đủ tài chính, thì những người dạy hay những người quản lý hành chính cũng đều không thể làm trọn chức năng của mình. Việc học diễn ra trong một hệ thống phức hợp mà ở đó có nhiều mảng cần được vận hành cùng một lúc.

Chương trình đào tạo lãnh đạo đòi hỏi sự xuất sắc trong quản lý hành chính. Những chương trình đào tạo dù ở quy mô nào, thì việc điều phối công tác hậu cần cho một cơ sở đào tạo thần học đều có thể trở nên quá tải. Một lý do chính cho điều này là hầu hết những cấu trúc quản lý, quy trình và quy tắc hành chính không phải là kết quả của một kế hoạch được xem xét cẩn thận, được thiết kế để phục vụ một cách xuyên suốt mục đích của chương trình đào tạo. Thay vào đó, cơ cấu, những nề nếp và chính sách lại thường phản ánh một quá trình tích lũy lâu dài những phản hồi trước những hoàn cảnh cụ thể bởi những cá tính cá nhân. Thông thường, lãnh đạo nhà trường thừa kế những cấu trúc quản lý hành chính phức tạp quá mức so với những gì cần phải làm.

Đơn giản là tốt hơn. Quản lý hành chính là phát triển và điều phối một đội ngũ gồm những người có thể làm những việc cụ thể này, là những việc cần được làm để hỗ trợ chương trình đào tạo. Chúng ta không được giúp đỡ khi chúng ta đơn thuần chỉ tiếp tục mọi thứ đã và đang được thực hiện. Chúng ta cũng không xây dựng hiệu suất và năng lực trong hoạt động quản lý của mình khi chộp lấy bất cứ người nào sẵn có để thực hiện những việc mà có thể họ không đủ năng lực để làm. Chúng ta cần các cá nhân với những kỹ năng cụ thể để đảm đương công việc đáng làm như một phần của việc làm cho toàn bộ quy trình giáo dục vận hành với sự xuất sắc.

Quản lý hành chính là nỗ lực của cả đội ngũ. Có lẽ, người quan trọng nhất trong việc đại diện cho bộ mặt của một cơ sở đào tạo không phải là hiệu trưởng, mà chính nhân viên tiếp tân tại lối vào, người tiếp đón khách đến thăm hay nghe điện thoại với một lòng nhiệt thành và ấm áp. Có những người chu đáo coi sóc tài sản của chúng ta, đó là những người dọn dẹp và chuẩn bị phòng học sạch sẽ sao cho giáo viên có phấn hay bút viết bảng để dùng. Có người đặt sách giáo khoa và người khác thì cung ứng trước sáu tháng hoặc một năm so với thời gian cần dùng để chúng ta và sinh viên của mình có đủ nguồn tài liệu cần thiết cho việc học. Những người có kỹ năng đặc biệt trong việc bảo dưỡng thư viện, cơ sở vật chất gồm sân vườn, hệ thống điện thoại, máy phô-tô và thiết bị máy tính. Có những nhân viên nhân sự làm công tác tuyển sinh và đảm bảo rằng sinh viên được nhận vào là đúng người. Người khác thì giúp bảo đảm rằng tất cả các sinh viên mới đều được định hướng đúng đắn cho môi trường giáo dục của chúng ta. Một số người trong đội ngũ quản lý hành chính có ân tứ mục vụ và sự khôn ngoan được sử dụng để trìu mến quan tâm đến sinh viên và nhân viên. Học trình của chúng ta thì được giám sát sao cho những giáo viên chất lượng luôn sẵn sàng cho các môn học cần được dạy, cũng như phòng học được sắp xếp theo thời gian biểu cho từng học kỳ. Những người có kỹ năng tổ chức thì điều phối và theo dõi việc học tập, đề cương môn học, kết quả kiểm tra và tín chỉ. Những trợ lý quản lý hành chính thì điều phối thời khoá biểu, tổ chức họp, chuẩn bị tài liệu và luôn cập nhật và lưu trữ thư từ của nhà trường. Một số người thì đảm bảo rằng sinh viên đã đóng học phí đầy đủ, rằng học bổng được gửi tới đúng người và mọi hoá đơn cũng như lương bổng đều được thanh toán. Đào tạo viên nội bộ thì giám sát, đổi mới và trang bị tất cả chúng ta cho các công việc khác nhau. Tất cả những điều này mô tả những công việc quản lý hành chính, mà những người chỉ có ân tứ giảng dạy–ngay cả ở những ngôi trường nhỏ bé đi nữa–cũng không nên phải bận tâm thực hiện.

Chúng ta là một phần của một tập thể mà trong đó việc học diễn ra. Sinh viên và cộng đồng xung quanh chúng ta dõi xem chúng ta có phục vụ Chúa với sự vui mừng và hết sức hay không. Cách giáo viên, quản lý hành chính, và nhân viên liên hệ với nhau và với sinh viên là một bài học đầy năng quyền về thân thể Đấng Christ. Dù tốt hay xấu, những gì chúng ta làm và con người của chúng ta trong cộng đồng sẽ được sao chép lại trong hội thánh và mục vụ của sinh viên khi họ tốt nghiệp.

Các cấu trúc hành chính phù hợp

Ai đó phải chịu trách nhiệm. Như chúng ta lưu ý trong chương trước, người này, dù được gọi là hiệu trưởng, hội trưởng, chủ tịch, hiệu phó, hay giám đốc điều hành cũng là người được ban quản trị nhà trường chọn và trao quyền để triển khai chính sách vốn sẽ giúp cho cơ sở đào tạo hoàn thành những việc cần làm. Để làm điều đó, một trong những trách nhiệm chính của vị này là phát triển, đào tạo và giám sát một đội ngũ trong ba lĩnh vực khác nhau nhưng liên quan qua lại với nhau trong đó đều cần sự xuất sắc.

- Học vụ
- Quản lý hành chính
- Quan hệ công chúng và phát triển ngân quỹ

Theo một nghĩa nào đó, tất cả những lĩnh vực này đều dính dáng đến quản lý hành chính vì chúng là một phần trong tổng thể các vấn đề hậu cần tạo điều kiện cho một chương trình đào tạo vận hành. Do chúng liên quan đến những khía cạnh khác nhau của một chương trình đào tạo, nên mỗi lĩnh vực đều cần được xem xét riêng và được điều dẫn bởi người được bổ nhiệm để dẫn dắt lĩnh vực cụ thể đó. Tuỳ theo quy mô của chương trình đào tạo, những người này có thể không cần phải là những người làm công tác hành chính trọn thời gian. Những lãnh đạo hành chính này có thể được gọi bằng các chức danh khác nhau, chẳng hạn như điều phối viên, trưởng phòng hay phó hiệu trưởng. Căn cứ trên những kỹ năng liên quan khác nhau, mỗi điều phối viên chỉ nên có trách nhiệm với một trong ba lĩnh vực mà thôi. Tuy nhiên, ba lĩnh vực này hoạt động chặt chẽ với nhau dưới sự lãnh đạo của hiệu trưởng nhà trường, vì biết rằng có một mối liên hệ qua lại quan trọng và đầy năng động giữa ba lĩnh vực này.

(1) Học vụ

Đây có lẽ là lĩnh vực dễ hình dung nhất. Chúng ta biết rằng những giảng viên có năng lực cần được phát hiện, đào tạo và làm mới. Chúng ta cần có một chương trình học đã được bối cảnh hoá để trang bị sinh viên sẵn sàng cho các mục vụ. Kết quả và phương pháp giảng dạy cần được xác định cho tất cả các khoá học với đề cương môn học được lưu giữ và giám sát để đảm bảo chất lượng trong mỗi khoá học mà chúng ta cung cấp. Giáo dục thực địa và phát triển nhân cách cần được cơ cấu vào trong chương trình giáo dục tổng thể. Giám học có thể được bổ nhiệm vào trong đội ngũ học vụ để giúp theo dõi sự tăng trưởng thuộc linh của sinh viên. Thủ thư có thể trở thành một phần của đội ngũ học vụ, dựa trên tầm quan trọng của sách vở và những nguồn dữ liệu điện tử đối với việc học. Cùng với việc lưu trữ cẩn thận các hồ sơ học tập, hệ thống tính điểm cũng cần có chính sách hẳn hoi. Bên cạnh đó, chúng ta cũng cần có người xây dựng thời gian biểu cho các lớp học và lịch sử dụng các phòng học.

Vai trò của một Hiệu phó phụ trách học vụ hay Giám học

Một giám học hay một điều phối viên cho học vụ có trách nhiệm chính là giám sát, theo dõi sự phát triển và giảng dạy của chương trình đào tạo của nhà trường. Giám học cần có kỹ năng tổ chức và đối ngoại, cùng với năng lực và kinh nghiệm cơ bản với tư cách là một nhà giáo dục. Nhiệm vụ của họ là để xây dựng một đội ngũ giảng dạy vững mạnh, tận tụy với chương trình giáo dục đã được bối cảnh hóa sao cho viện thần học ấy có thể làm những gì cần phải làm trong việc trang bị con người cho mục vụ. Giám học nên có một sự hiểu biết rõ ràng về ưu và nhược điểm của các hoạt động đào tạo. Họ thực hiện chức năng nhà quản lý những con người đang thực hiện những nhiệm vụ nội bộ khác nhau hơn là vai trò tiên phong cho các hoạt động mới. Nếu họ thành công và công bằng trong việc lãnh đạo, thì mọi người sẽ có cảm giác rằng nhiệm vụ ấy đã được hoàn thành bởi tất cả đội ngũ làm việc. Trách nhiệm của giám học bao gồm ít nhất bảy yếu tố quan trọng sau:

1. **Phát triển chương trình đào tạo.** Giám học nên theo dõi quy trình đánh giá hiện tại và rà soát lại học trình để đảm bảo tính thực tế của nó. Giáo viên cần hiểu vai trò mà mỗi một người trong việc làm cho chương trình trở nên hiệu quả.

2. **Sự đồng thuận về khải tượng.** Bản giảng huấn có chút gì đó giống như những chú mèo bất kham. Một giám học có tầm sẽ biết cách xây dựng sự đồng thuận sao cho trong những việc mọi người đang cố gắng làm đều có sự thống nhất chung. Mối quan hệ là quan trọng và các quyết định cần được sự dự phần của mọi người. Jeanne P. McLean viết rằng giám học đóng vai trò "người điều phối, người thương lượng và người hướng dẫn. Giám học thi hành công tác lãnh đạo bằng việc khuyến khích người khác tham gia vào việc sự quản trị và làm cho mục đích chung của họ được thành tựu".[1]

3. **Phát triển đội ngũ giảng viên.** Giám học nên phát triển một hệ thống phản hồi thường xuyên từ sinh viên và đồng nghiệp để giúp giảng viên biết cách dạy tốt hơn. Giảng viên

---

1. Jeanne P. McLean, *Leading from the Centre: The Emerging Role of the Chief Acadamic Office in Theological Schools* (Atlanta, GA: Scholars Press, 1999), 74.

nên được giúp đỡ và được khuyến khích tham gia các khoá hội thảo, hay trao đổi chuyên môn để cải thiện kỹ năng của họ và để xây dựng mối quan hệ với đồng nghiệp. Giám học nên điều phối các hoạt động cho phép giáo viên được đào tạo nâng cao.

4. **Phát triển sinh viên.** Giám học nên giám sát cả giám quản và chương trình giáo dục thực địa. Giám học cần biết sự tiến bộ, các vấn đề và rắc rối của sinh viên để hỗ trợ phù hợp.

5. **Giải quyết vấn đề và giải pháp cho xung đột.** Giám học trở thành quan tòa biện luận cho hầu hết các vấn đề về học tập, bao gồm các đề nghị xem xét và cho phép ngoại lệ khi đối chiếu với các quy tắc và các vấn đề kỷ luật. Giám học phục vụ với tư cách là người trung gian cho các xung đột xảy ra giữa giảng viên và sinh viên hay giữa vòng các nhân viên

6. **Ngân sách và phát triển chương trình.** Giám học có trách nhiệm trình bày những điều cần thiết để chương trình học tập có thể vận hành tốt về phương diện nhân sự, trang thiết bị và tài chính.

7. **Tầm ảnh hưởng và các mối quan hệ.** Giám học là người đại diện cho đội ngũ học vụ và giám học nên duy trì mối quan hệ gần gũi với đội ngũ lãnh đạo và ban quản trị của chương trình đào tạo chung. Khi cần được phê duyệt, giám học nắm vững được quy trình và kết luận của những phê duyệt ấy.

(2) Quản lý hành chính

Có nhiều chi tiết liên quan đến việc vận hành một chương trình đào tạo thần học. Khi những chuyện nhỏ nhặt không được quan tâm bởi người vốn giỏi trong việc phụ trách những chuyện chi tiết, thì ai cũng cảm nhận được hậu quả. Trong một lá thư gửi cho những lãnh đạo của công tác truyền giáo vào tháng Hai năm 2006, Giám đốc Quốc tế của SIM, Malcolm McGregor, lưu ý rằng thiếu sự hỗ trợ tốt từ bộ phận quản lý hành chính là một trong những vấn đề đe dọa tinh thần và sự mạnh khỏe của người lãnh đạo. Ông trích dẫn một tình huống xảy ra cho một cá nhân: "Anh ấy rất có tâm tình cũng như khải tượng cho việc làm sao cho công tác ấy được tiếp tục... nhưng lại trì lại vì lý do thiếu sự hỗ trợ về mặt hành chính. Nó ngăn trở anh gắn bó với mục vụ và lên chiến lược, khiến anh bị tách biệt khỏi đồng đội và hút cạn năng lượng của anh - dù anh là một lãnh đạo có tài."

Có ít nhất bảy lĩnh vực rộng lớn mà công tác quản lý hành chính cần phải hoạt động để chương trình đào tạo lãnh đạo của bạn vận hành tốt:

1. **Bộ phận đăng ký và tuyển sinh**–đảm bảo tuyển đúng người cho chương trình và hồ sơ theo dõi cho thấy họ đang tiến gần đến việc tốt nghiệp chương trình học như thế nào.

2. **Bộ phận hỗ trợ cá nhân và văn thư**–đảm bảo rằng tài liệu phát ra cho học viên hay bài thi đã được chuẩn bị sẵn cho giáo viên, rằng các buổi hội thảo cũng như khách mời được quan tâm, chăm sóc, rằng hồ sơ sổ sách của sinh viên và của lớp được duy trì cẩn thận, rằng giấy tờ thủ tục của chính phủ phải được cập nhật, rằng tất cả các thư tín từ sinh viên tiềm năng, cựu sinh viên, hội thánh, nhà tài trợ và những người khác đều được phúc đáp.

3. **Công tác mua sắm**–đảm bảo rằng nhà trường có trang thiết bị và cung ứng những vật dụng và nguồn lực cần thiết hàng ngày, bao gồm sách giáo khoa, bút viết bảng, giấy, tập hồ sơ v.v...

4. **Bảo trì trang thiết bị**–đảm bảo rằng mọi thứ đều hoạt động, như điện thoại, máy tính, kết nối Internet, máy phô-tô và bất cứ phương tiện nào bạn có.

5. **Bảo trì cơ sở vật chất và tài sản**–đảm bảo rằng tất cả các phòng học, văn phòng, thư viện, nhà nguyện đều được sạch sẽ và gọn gàng, đèn đầy đủ, bàn và ghế ngồi của sinh viên được sử dụng và khuôn viên trường được sắp xếp ngăn nắp và an toàn.

6. **Nhân sự**–đảm bảo rằng nhân sự được tuyển dụng đúng quy trình, các ghi chép về nhân sự được duy trì và mọi người có bản mô tả công việc được cập nhật với mức lương rõ ràng cho từng vị trí và phụ cấp kèm theo.

7. **Tài chính**–đảm bảo rằng học phí của sinh viên và tiền dâng từ các ân nhân đã nhận được và cất giữ đúng cách, rằng các hóa đơn và lương được chi trả, trong đó có bảo hiểm xã hội và các vấn đề khác mà chính quyền yêu cầu đối với tất cả người lao động; rằng các hồ sơ ghi chép luôn có sẵn cho việc phân phối ngân quỹ và kiểm toán. Mất uy tín trong việc sử dụng nguồn quỹ có thể khai tử bất cứ chương trình đào tạo nào.

Vai trò của một Hiệu phó hay Trưởng phòng hành chính

Giới doanh nghiệp có thể gọi giám đốc hành chính là một "Giám đốc điều hành" vì người này có trách nhiệm giám sát các hoạt động hàng ngày của công ty. Mặc dù, các cán bộ quản lý hành chính không cần kinh nghiệm hay năng lực như một nhà giáo dục, nhưng để phục vụ mục đích của chúng ta, họ cần những kỹ năng tổ chức và mối quan hệ cùng với một cam kết lâu dài đối với giáo dục thần học. Nhiệm vụ của họ là gây dựng, trang bị và trao quyền cho một một đội ngũ hành chính vững mạnh, bao trùm ba lĩnh vực cần có sự xuất sắc cho một chương trình đào tạo: học thuật, quan hệ công chúng/gây quỹ, và quản lý hành chính chung. Giống như giám học, họ cần là những nhà quản lý có kỹ năng đối với những người đang thực hiện hàng loạt các nhiệm vụ phức tạp.

Trưởng phòng hành chính cần phải hiểu cả bức tranh lớn lẫn những mảng nhỏ của quy trình đào tạo của nhà trường. Có rất nhiều việc phải được chú ý hàng ngày. Chúng có thể bao gồm: phát hiện ra không còn đủ đường cho sinh viên và giảng viên uống cà phê sau giờ hiệp nguyện, thu xếp cho ai đó ra sân bay "ngay lập tức" để đón giảng viên khách mời, xử lý khủng hoảng tài chính khẩn cấp của một sinh viên hay tìm một chiếc xe và tài xế để đưa một nhân viên đi bệnh viện. Tất cả những công việc này đều quan trọng, nhưng một cán bộ hành chính sẽ biết cách cân bằng những khủng hoảng tức thì cùng với hàng loạt các vấn đề khác cũng cần sự chú ý và tài chính, như những dự án mua trang thiết bị, phát triển nhân sự hay bảo trì dự phòng cho các cơ sở vật chất.

(3) Quan hệ công chúng và phát triển ngân quỹ

Hầu hết các tổ chức không vận hành tốt khi không có ngân quỹ, vì vậy điều quan trọng cần phải nhớ đó là quan hệ công chúng và phát triển ngân quỹ là một phần nhiệm vụ tổng quan của công tác hành chính tại bất cứ cơ sở đào tạo nào. Các cơ sở đào tạo thần học cần phải minh bạch và khôn ngoan trong các vấn đề liên quan đến tài chính. Phát triển ngân quỹ là một hoạt động tập thể, trong khi công việc quản lý ngân quỹ ấy thực tế lại thuộc về đội ngũ hành chính. Tuy nhiên, ai đó cần nhận trách nhiệm tìm nguồn ngân quỹ mà cơ sở đào tạo cần. Lĩnh vực công tác hành chính này kết hợp nhiệm vụ truyền thông chia sẻ khải tượng và chia sẻ những câu chuyện về cách Đức Chúa Trời hành động trong công tác gây quỹ, tìm kiếm những người sẵn sàng đầu tư vào một chương trình đào tạo lãnh đạo. Quan hệ công chúng là giữ mối quan hệ tốt đẹp với các hội thánh gửi sinh viên, giảng viên, nhân viên và tiền dâng đến. Nó cũng bao gồm việc giữ mối quan hệ liên tục với các cựu sinh viên cũng như các doanh nghiệp, các quỹ tài trợ, các tổ chức và các cá nhân then chốt. Để mục vụ giáo dục của nhà trường được tồn tại, phần công việc của đội ngũ hành chính nhà trường là cần tìm những phương thức sáng tạo để chia sẻ những thành tựu và những nhu cầu của nhà trường với những ai tin vào giá trị mà chương trình ấy mang lại.

Vai trò của một phó phòng quan hệ công chúng và phát triển ngân quỹ

Tiến sĩ Manfred W. Kohl của OCI gọi người này là Giám đốc Truyền thông và Gây quỹ. Người lãnh đạo trong lĩnh vực này không cần kinh nghiệm hay năng lực liên quan đến giáo dục, nhưng cần một cam kết sâu sắc với giáo dục thần học. Người ấy cũng không cần phải là chuyên gia quản lý tài chính hay điều phối hành chính. Nhưng những lãnh đạo này cần những kỹ năng giao tiếp và đối ngoại cực đỉnh. Nhiệm vụ của họ là tìm kiếm, trang bị và quản lý một đội ngũ có thể đứng ra xây dựng mối quan hệ và chia sẻ thông tin về chương trình đào tạo với cựu sinh viên, hội thánh, cộng đồng doanh nghiệp và chính quyền. Họ cần hiểu được ưu và nhược điểm của chương trình đào tạo thần học mình có và biết cách truyền đạt điều này bằng những phương cách phù hợp cho những ai liên quan đến nhà trường. Họ biết cách nhờ giúp đỡ, và thường xuyên báo cáo lại cho những ai nằm trong đội ngũ hỗ trợ của nhà trường. Trong chương 10 chúng ta sẽ thảo luận chi tiết hơn về việc ngân quỹ có thể và cần được phát triển như thế nào.

Phát triển ngân quỹ

Tại sao chúng ta cần ngân quỹ? Đối với nhiều trường học, việc liên tục thiếu hụt ngân quỹ đồng nghĩa với việc chúng ta đã sử dụng những thứ ít ỏi mình có cho những thứ "to mồm" đòi chúng ta đáp ứng.

Một trong những lý do quan trọng cho việc phát triển ngân quỹ là nó thúc đẩy chúng ta ưu tiên cho những gì mình đang làm. Điều chúng ta nên làm là đưa ra những lựa chọn về cách chúng ta sử dụng những gì mình đang có với tinh thần cầu nguyện, và khi chúng ta viết ra những lựa chọn này, chúng ta có một kế hoạch tài chính mà ta có thể lượng giá được. Chúng ta sẽ cùng nhau xác nhận những điều quan trọng mà mình muốn có khả năng để làm, *nếu như* chúng ta có thể tìm được nguồn lực để thực hiện chúng. Ngân quỹ trở thành một phần khải tượng của chúng ta khi chúng ta chia sẻ những gì mình thấy là nhu cầu chính đáng với những người cùng chúng ta cầu nguyện xin sự tiếp trợ từ Chúa, đồng thời cũng xem xét liệu họ có thể giúp chúng ta về tài chính hay không

Ngân quỹ giúp chúng ta sống như một quản gia. Mọi điều chúng ta có đều được Đức Chúa Trời ban cho (Thi. 24:1), và chúng ta không tự do chi tiêu cho những thứ "to mồm" lên tiếng nhất. Ngân sách giúp chúng ta thực hành sự tiết độ để chi tiêu những gì chúng ta có cho những gì cần thiết và có chủ đích. Điều này đặc biệt quan trọng trong việc duy trì uy tín của chúng ta với các ân nhân, vì sử dụng ngân quỹ cho những *việc khác* hơn là mục đích mà ân nhân muốn dâng không bao giờ là một quyết định khôn ngoan.

Phát triển ngân quỹ trên hết là trách nhiệm của hiệu trưởng nhà trường, dù thực tế có nhiều người góp phần vào công tác này. Ngân quỹ thường cần được phê duyệt bởi hội đồng quản trị và có thể là bởi đại hội đồng. Ngân quỹ cần phải mang tính toàn diện, lưu tâm đến cả ba lĩnh vực hành chính trong việc vận hành nhà trường. Do đó tiền sẽ cần được phân bổ cho bộ phận học vụ (lương và phụ cấp, thu thập sách, trang thiết bị giảng dạy và vật tư), cho bộ phận hành chính (lương và phụ cấp, bảo trì, truyền thông, phòng ốc, khuôn viên v.v...) và cho việc gây quỹ, quan hệ công chúng (lương và phụ cấp, chi phí đi lại, phát hành ấn phẩm và truyền thông, v.v...). Một trong những cách tốt nhất để phát triển một ngân quỹ là nhìn vào những thực chi trong một khoảng thời gian nào đó, sau đó đưa ra những dự toán có thể cần cho năm tới. Ngân quỹ cũng bao gồm việc thể hiện tính khả thi về nguồn thu nhập. Chúng ta sẽ thảo luận về vấn đề gây quỹ nhiều hơn trong chương 10.

Bao nhiêu nhân viên hành chính là quá nhiều?

Nếu cơ sở đào tạo của bạn không có nguồn tài chính rộng rãi, thì sẽ có những giới hạn đối với số lượng nhân sự nên tuyển cho việc giảng dạy hay công tác hành chính. Rất dễ tìm ra thêm việc để tuyển thêm người làm, nhưng thực tế là không cần quá nhiều nhân viên cho một số ít sinh viên. Hầu hết các trường đều không thể nhận vào bảy giáo viên chỉ để dạy 20 sinh viên. Sẽ không hợp lý khi giữ chiếc xe riêng và tài xế riêng chỉ để phục vụ cho hiệu trưởng. Thật không hiệu quả về chi phí nếu vận hành một nhà bếp được trang bị đầy đủ chỉ để phục vụ cơm trưa (hoặc nước trà) cho chưa đến 100 sinh viên và nhân viên.

Nếu khuôn viên trường rộng hay có nhiều chương trình đào tạo khác nhau được tổ chức thì rất dễ để có nhiều bảo vệ, nhân sự bảo trì, giảng viên và các nhân viên hỗ trợ. Nhưng một chương trình đào tạo không bao giờ nên có nhiều nhân viên hơn sinh viên. Chẳng hạn, trong khi tiêu chuẩn của Hiệp hội Giáo dục Thần học Trung Đông (*Middle East Association for Theological Education - MEATE*) yêu cầu "nhân sự giảng dạy phải đủ để hỗ trợ hiệu quả cho chương trình giáo dục",[2] họ mặc định rằng ở hầu hết các chương trình một giáo viên sẽ dạy nhiều hơn một sinh viên. MEATE gợi ý rằng nên có "ít nhất một giáo viên cho mỗi 15 sinh viên".[3] Đối với các chương trình đào tạo thạc sĩ hay tiến sĩ, tỷ lệ giáo viên - sinh viên có thể còn ít hơn, chẳng hạn một giáo viên cho mười sinh viên. Thêm vào đó, không có chương trình đào tạo nào lại cần nhiều hơn hai nhân viên hỗ trợ và giám sát cho một giáo

---

2. "Teaching Staff" in MEATE's Accreditation Manual, Point 2.1.1. Tài liệu này khả dụng từ Middle Eastern Association for Theological Education, MEATE, P.O. Box 166876, Achrafieh, Beirut, Lebanon, www.meate.org.

3. MEATE Accrediation Manual, Mục 2.1.2.

viên. Điều đó đưa ra một tỉ lệ chung là không có nhiều hơn một nhân viên cho mỗi ba đến bốn sinh viên. Nếu tỉ lệ này không phải là tỉ lệ của bạn, thì hoặc bạn cần thêm nhiều sinh viên hơn hoặc bạn đang sử dụng một cơ sở quá rộng và tốn kém, hoặc bạn đang cố gắng làm hơn những gì bạn thật sự cần.

Cảnh báo: Đừng gánh vác những việc hành chính không cần thiết!

Nhiều cơ sở đào tạo được khởi sự bởi những người có tầm nhìn vượt xa hơn việc đào tạo. Chẳng hạn, lãnh đạo của một chương trình đào tạo mục vụ có thể cũng muốn thành lập những hội thánh mới hoặc sai phái và giữ các sinh viên đã tốt nghiệp lại để gửi đi làm giáo sĩ. Hay lãnh đạo của một cơ sở đào tạo thần học nào đó có thể muốn sử dụng khuôn viên và các nguồn lực hành chính, bao gồm sinh viên và giảng viên, để đáp ứng các nhu cầu của cộng đồng. Vì vậy bên cạnh việc quản lý chương trình đào tạo của mình, một cơ sở đào tạo có thể cũng thực hiện điều phối các dự án trong các lĩnh vực sức khỏe cộng đồng, phát triển cộng đồng hay làm việc với các chương trình HIV-AIDS và chăm sóc trẻ mồ côi tại cộng đồng. Những dự án này được quản lý bởi nhân viên nhà trường, tài chính do nhà trường gây quỹ và quản lý qua hệ thống tài chính của trường, và cơ sở vật chất của nhà trường có thể là chỗ trọ cho các đội tình nguyện viên làm việc cho dự án.

Vươn ra cộng đồng và quan tâm đến người khó khăn là những hoạt động có giá trị trong vương quốc của Đức Chúa Trời. Tuy nhiên, chúng có thể làm chúng ta phân tán hoạt động đào tạo của mình. Chúng thậm chí có thể trở nên quan trọng hơn cả công tác đào tạo của chúng ta. Chúng ta không cần phải tập trung vào những thứ không cần thiết. Nếu mục đích của chúng ta là trang bị lãnh đạo cho mục vụ, thì tốt hơn là tìm những cách để hoạt động như những đối tác và bạn bè của các trường đại học tương đương. Nếu cơ sở của bạn có nhiều không gian, bạn có thể dành một văn phòng hay một tòa nhà cho một cơ quan truyền giáo được lập ra để sai phái và hỗ trợ giáo sĩ hoặc người mở mang hội thánh mới. Hoặc không gian ấy có thể cho một tổ chức điều phối tình nguyện viên mượn (hoặc thuê), khi họ làm việc với các dự án sức khỏe cộng đồng hay đáp ứng các nhu cầu của những trẻ em nhiễm HIV. Dù sinh viên và nhân viên của bạn cũng được ích lợi từ những hoạt động này thông qua việc hợp tác với các dự án như vậy như một phần của giáo dục thực tế, nhưng tốt hơn là hãy để những dự án này vận hành độc lập với chương trình đào tạo. Điều phối tình nguyện viên hay quản lý dự án như thế này có thể không phải là mục đích chính của cơ sở đào tạo. Vì vậy, những điều này không nên trở thành trách nhiệm hay trọng tâm của đội ngũ lãnh đạo nhà trường hay các hoạt động gây quỹ của trường. Các dự án vươn ra cộng đồng cần ngân sách, ban quản trị, nhân viên và hệ thống quản lý hành chính riêng.

Bản mô tả công việc

Mỗi người làm việc cho cơ sở đào tạo giáo dục thần học đều có bản mô tả công việc của mình, trong đó nêu chi tiết tiêu chuẩn hành vi, những công việc người ấy cần làm cũng như cho thấy bản mô tả đó tương thích với sứ mạng tổng quát của nhà trường ra sao. Người ta cần bản mô tả các tiêu chuẩn về nhân cách , những mong đợi trong công việc và cả việc họ phải giải trình với ai. Một bản mô tả công việc tốt sẽ làm cơ sở cho việc đánh giá cũng như bản chỉ dẫn cho việc phát triển nhân sự, gợi ý những buổi tập huấn cần thiết trước hay sau khi người ấy nhận việc.

Theo Peter Wiwcharuck, sau đây là những thông tin cần phải có trong bất kỳ bản mô tả công việc nào:

- Tên công việc và thời gian khi bản mô tả công việc này được viết ra.
- Mục tiêu căn bản của viện thần học này.

- Mục tiêu căn bản của vị trí này (nghĩa là, tóm tắt công việc cũng như vị trí cụ thể mà người này sẽ đứng vào trong sơ đồ tổ chức tổng quát của nhà trường).
- Các ranh giới, chi tiết và giới hạn về thẩm quyền của vị trí đó.
- Chi tiết về từng hoạt động cần được hoàn thành.[4]

Một bản mô tả công việc hoàn chỉnh sẽ được dùng như công cụ tuyển dụng, cho phép họ thấy thẩm quyền và trách nhiệm của vị trí mà họ đang xem xét. Một khi họ đã nhận việc, thì bản mô tả công việc này trở thành một dạng hợp đồng, thể hiện sự đồng ý của họ với những gì nhà trường mong đợi từ họ.

Bản mô tả công việc nên được viết cho vị trí chứ không phải theo ân tứ của một cá nhân. Dầu vậy, việc để không gian cho một người phát triển công việc trong phạm vi cá tính và kinh nghiệm riêng biệt của họ cũng là một điều rất tốt. Bản mô tả công việc nên được soạn thảo trước bởi đội ngũ lãnh đạo của nhà trường, đưa ra những hiểu biết cần có và những việc cần làm. Tuy nhiên, tất cả các bản mô tả công việc cần được rà soát lại ít nhất mỗi năm một lần. Người tốt nhất để làm nhiệm vụ viết lại bản mô tả công việc chính là người đang thực hiện công việc đó vì họ ý thức được cái gì cần phải được hoàn thành và hoàn thành như thế nào. Bất cứ thay đổi nào trong bản mô tả công việc cũng đều cần được phê duyệt bởi người quản lý trực tiếp của người làm công việc đó. Trong khi cả người quản lý trực tiếp và người làm công việc đó đều cần được giữ một bản sao về các điều khoản thỏa thuận, phòng nhân sự nên giữ bản chính.

---

4. Peter Wiwcharuck, *Building Effective Leadership: A Guide to Christian and Professional Management* (Three Hills, Alberta: International Christian Leadership Development Foundattion, 1987), 175–176.

Tuyển người mới

Bước đầu tiên trong việc tuyển nhân viên mới là biết chính xác chúng ta đang tìm kiếm điều gì. Nhiều người khác nhau có thể đưa ra các ý kiến đóng góp khác nhau vì chúng ta là một tập thể làm việc cùng nhau để trang bị nhân sự cho mục vụ. Chúng ta có thật sự cần một nhân viên mới hay không? Nếu cần, thì chúng ta cần xác định một cách cẩn thận công việc cần được giao, cùng với các kỹ năng, nhân cách, cá tính cần có để hoàn thành công việc ấy. Ngay cả khi chúng ta thêm người để phát triển các lĩnh vực mới thì cũng không nên tái định hình và làm phức tạp hơn biểu đồ cơ cấu tổ chức. Chúng ta cùng nhau làm việc để hoàn thành cùng một mục đích. Tất cả các nhân viên, cũ và mới, đều cần ăn khớp với nhau như một phần của tập thể và một phần của các hoạt động chuyên biệt để hoàn thành những gì đã định.

Cơ sở đào tạo của bạn có thể có một ban nhân sự giám sát quy trình tuyển dụng. Giám học và đội ngũ giảng viên thường muốn đưa ra những đóng góp về mẫu nhân sự giảng dạy mà họ cần. Thủ thư sẽ muốn đóng góp ý kiến vào quy trình tuyển dụng nhân viên làm việc trong thư viện. Ban quản trị hay các hội thánh tài trợ có thể muốn đưa ra gợi ý của mình liên quan đến những người có thể giúp ích cho bạn. Tuy nhiên, trên hết, việc tuyển nhân viên là trách nhiệm của giám đốc hay hiệu trưởng của chương trình đào tạo đó.

Một cá nhân hay ủy ban tuyển dụng nên bắt đầu tìm kiếm những con người có kỹ năng, kinh nghiệm, cá tính, nhân cách và tầm nhìn mà chúng ta muốn sau khi chúng ta đã viết ra một bản mô tả công việc rõ ràng và sau khi chúng ta đã xác định được mức lương chúng ta sẽ trả cho vị trí đó. Các chính phủ hầu như đều có luật quy định các công việc có thể được đáp ứng như thế nào. Có thể chúng ta cần đi theo lịch trình khi đăng quảng cáo tuyển dụng một cách công khai, nhận hồ sơ đăng ký từ các ứng viên tiềm năng và tổ chức các buổi phỏng vấn chính thức. Tuy nhiên, điều này không giới hạn chúng ta kêu gọi các hồ sơ từ những ứng viên đạt tiêu chuẩn mà chúng ta biết là phù hợp với yêu cầu công việc.

Bất cứ hồ sơ xin việc nào cũng cần bao gồm ít nhất các thông tin sau: thông tin liên lạc, tình trạng hôn nhân, quá trình học tập, kinh nghiệm làm việc, việc sinh hoạt và góp phần với hội thánh, tuân thủ các tuyên ngôn đức tin của nhà trường, quy tắc ứng xử và chứng nhận về các kỹ năng cụ thể liên quan đến vị trí công việc đó. Một câu hỏi hữu ích có thể đưa ra là: "Tại sao bạn muốn làm việc với chúng tôi trong vị trí này?" Chúng ta cần nhân viên là người không chỉ có năng lực nhưng còn tin vào những gì chúng ta đang nỗ lực để làm.

Từ hồ sơ bạn nhận được, xác định ai là ứng viên phù hợp nhất. Tổ chức phỏng vấn cho phép bạn cảm nhận được cam kết thuộc linh và khả năng phù hợp của một người với sứ mạng và cơ sở niềm tin của nhà trường. Bên cạnh việc xác định năng lực làm việc của họ, chúng ta cũng nên lắng nghe những đam mê và mơ ước của họ. Đây có phải là người mà chúng ta muốn thêm vào trong đội ngũ của mình không? Nên xem xét từng người một và thực hiện quy trình cho đến khi đưa ra kết luận trước khi chuyển sang người khác trong danh sách. Điều đó không có nghĩa là bạn không thể tìm những giảng viên mới và tiềm năng, nhưng thật nó cho thấy rằng việc xem xét một cách nghiêm túc cả ba ứng cử viên cho cùng một vị trí giảng viên môn Tân Ước trong cùng một lúc là điều không khôn ngoan.

Người tuyển dụng cần cẩn trọng trước khi tuyển người mới cho một công việc vốn chưa được thực hiện trước đó (hay chưa được thực hiện tốt). Khi bạn nhìn vào một số trường hợp cụ thể, bạn có thể kết luận rằng bạn đã bỏ quá nhiều năng lượng vào việc thực sự không cần thiết hay không cần quá nhiều người để làm. Từ bỏ dự án ấy thay vì tuyển người mới có thể là việc tốt hơn. Một cách khác, bạn có thể kết luận rằng bộ phận hỗ trợ hành chính hiện thời đã thực hiện công việc quá tệ đến nỗi công việc bạn làm trở nên bất khả thi. Đừng thuê thêm nhân viên để bù đắp cho những xung đột quan hệ nội bộ hay sự không đủ năng lực của một ai đó. Trong bất cứ kịch bản nào, thì người tuyển dụng cần xử lý những vấn đề liên quan trước đã: việc không đủ năng lực, giải quyết xung đột, hỗ trợ hành chính cho các dự án. Tuyển người mới sẽ không giải quyết được hầu hết các vấn đề của bạn.

Làm vững mạnh đội ngũ quản lý hành chính mà chúng ta hiện có

Trang bị, khích lệ và trao quyền cho các nhân viên mà chúng ta hiện có thì tốt hơn nhiều so với việc liên tục tìm người mới. Mục tiêu quan trọng nhất của lĩnh vực hành chính là có được một đội ngũ vững vàng về cảm xúc, có khả năng hoàn thành công việc cần thiết. Người ta có quyền được tôn trọng vì họ là chính mình. Chúng ta cần có chính sách chăm sóc sức khỏe phù hợp và lương thưởng tương xứng với trình độ của họ và công việc mà họ đang làm.

Một cách để trang bị người khác là thường xuyên phản hồi một cách chân thành về những việc họ đang làm. Việc lượng giá công việc, từ bản mô tả công việc của từng người, cần được thực hiện bởi tất cả mọi người. Điều này giúp chúng ta duy trì các tiêu chuẩn cao trong việc hoàn thành sứ mạng của nhà trường. Nó cũng cho phép các vấn đề lộ diện. Chúng ta có thể nhận ra rằng một số đồng nghiệp của mình được yêu cầu làm những việc họ có đủ năng lực để làm nhưng thật ra họ chưa bao giờ được đào tạo đầy đủ. Nói cách khác, chúng ta có thể thấy họ đang không được làm những gì mà họ có thể làm tốt nhất, đồng thời phải cố gắng hoàn thành những điều mà chúng ta yêu cầu, mà thực tế người khác có thể làm tốt hơn ở chỗ nào. Vấn đề của việc "lấp lỗ hổng" bằng bất cứ người nào chúng ta thấy có vẻ làm được đó là nó có thể khiến cho những người làm việc với chúng ta bị kiệt sức, khi cứ giao việc một cách ngẫu hứng cho những người chỉ làm việc đó tàm tạm mà thôi. Bản mô tả công việc và việc thường xuyên lượng giá có thể góp phần tránh điều này.

Giúp nhau trở nên giỏi hơn là một cam kết quan trọng mà chúng ta cần thực hiện với những ai làm việc với và cho chúng ta. Phát triển nhân viên phải là phần quan trọng trong kế hoạch mảng hành chính của chúng ta. Giáo viên giỏi nhất là những người không ngừng học hỏi. Nguyên tắc tương tự cũng đúng với các nhân viên hành chính. Peter Drucker nhận xét rằng "Kiệt sức, gần như trong mọi lúc, là một hình thức của việc bị chán nản."[5] Chúng ta không khuyến khích sự xuất sắc nếu giáo viên và nhân viên hành chính chán nản và bị ngột ngạt trong nhịp làm việc thường ngày. Chúng ta cần phải là một tập thể với một văn hóa liên tục cố gắng tìm cách giúp đỡ nhau cùng cải thiện. Chúng ta sẽ xem xét kỹ hơn vấn đề đánh giá và đổi mới trong chương 12.

Chúng ta cũng cần khích lệ và chăm sóc họ. Tất cả mọi người điều trải qua những thời điểm khủng hoảng về tình cảm, thể chất hay thuộc linh. Những điều hiển nhiên như thế ảnh hưởng đến cách làm việc của họ. Vậy thì ở mức độ nào những yếu tố này khiến họ không làm được việc? Là một người quản lý con người nghĩa là chúng ta sẽ biết cách hỗ trợ những người đang trải qua những thời điểm khó khăn.

Kết luận

Có rất nhiều nhiệm vụ cần phải được hoàn thành bằng năng lực để cơ sở đào tạo của chúng ta vận hành với sự xuất sắc. Giảng viên có thể vui vẻ phục vụ với sự nhẹ nhàng về đầu óc khi họ biết rằng các thủ tục hành chính và cơ chế hiệu quả đang được thực hiện. Chúng ta cần tin cậy vào khả năng và nhân cách của những người làm việc với chúng ta và quanh chúng ta. Sự xuất sắc trong phương diện hành chính không chỉ là quan tâm chi tiết những gì chúng

---

5. Peter Drucker, *Managing the Non-Profit Organization* (New York, NY: Harper Business, 1990), 197.

ta đang cố gắng làm. Nó cũng bao gồm việc quản trị những người đang dự phần vào việc làm cho chương trình đào tạo ấy chạy. Việc chúng ta là ai trong tư cách một tập thể học tập sẽ đóng góp phần lớn vào việc định hình quan điểm của sinh viên chúng ta về hội thánh mà họ sẽ lập và phục vụ.

Câu hỏi thảo luận liên quan đến công tác quản lý hành chính của bạn:

1. Lịch sử đằng sau cơ cấu quản lý hành chính của bạn là gì?

2. Hãy viết ra một danh sách mọi chi tiết cần hoàn thành tốt để cho chương trình đào tạo của bạn vận hành một cách hiệu quả. Ai có trách nhiệm đảm bảo rằng những chi tiết này được lưu tâm?

3. Xem kỹ (hay rà soát lại) biểu đồ cách mọi người liên hệ với nhau để thực hiện những việc cần làm. Ai liên hệ đến ai? Tất cả liên hệ với nhau như thế nào?

4. Tất cả mọi người đang làm trong trường của bạn đã có bản mô tả công việc chưa? Hãy xem xét bản mô tả công việc của chính bạn và cho biết nó có đầy đủ hay không. Điều này có thể được cải thiện như thế nào?

5. Cơ cấu quản lý hành chính của bạn phức tạp ra sao? Liệu có cách nào tốt hơn để tổ chức công việc hành chính này không?

6. Bạn có nhiều người làm công tác quản lý hành chính hơn mức cần cho số lượng sinh viên hay không? Bạn sẽ thay đổi những gì cần thay đổi như thế nào?

7. Bạn đã bố trí cách trang bị và chăm sóc cho những người đang làm việc trong đội ngũ giảng viên và nhân viên hành chính như thế nào?

Gợi ý đọc thêm

Bright, David F. and Mary P. Richard. *The Academic Deanship: Individual Careers and Institutional Roles.* San Francisco, CA: Jossey-Bass, 2001.

Drucker, Peter. *Managing the Non-Profit Organization.* New York, NY: Harper Business, 1990.

Haworth, Jennifer Grant, and Clifton F. Conrad. *Emblems of Quality in Higher in Education: Developing and Sustaining high-quality programs.* Needham Heights, MA: Allyn and Bacon, 1997.

Langford, David P and Barbara A. Cleary. *Orchestrating Learning with Quality.* Milwaukee, Wisconsin, WI: ASQC Quality Press, 1995.

McLean, Jeanne P. *Leading from the Center: The Emerging Role of the Chief Academic Office in Theological Schools.* Atlanta, GA: Scholars Press, 1999.

Wiwcharuck, Peter. *Building Effective Leadership: A Guide to Christian and Professional Management.* Three Hills, Alberta: International Christian Leadership Development Foundation, Inc, 1987.

Wolverton, Mini, Walter H. Gmelch, Joni Montez, and Charles T. Nies. *The Changing Nature of the Academic Deanship.* ASHE-ERIC Higher Education Report, Vol. 28:1. San Francisco, CA: Jossey-Bass, 2001.

Chương 6

Xuất Sắc về Chương Trình Đào Tạo

Không có một chương trình giảng dạy nào là hoàn hảo "vừa vẹn cho tất cả mọi trường hợp". Một chương trình đào tạo xuất sắc trang bị những sinh viên cụ thể cho mục vụ trong một bối cảnh cụ thể. Nội dung học được dạy một cách sáng tạo bởi các giáo viên mà đời sống của họ minh họa cho những gì họ dạy.

Người ta có thể nghe nói về thái độ không mấy nhiệt tình với những chương trình đào tạo lãnh đạo giữa vòng những người cảm thấy giáo dục thần học không trang bị cho sinh viên một cách hiệu quả về mặt lý thuyết, nền tảng Thánh Kinh và khía cạnh thực tế trong đời sống và chức vụ. Có phải vấn đề nằm ở chương trình giảng dạy? Có năm loại vấn đề liên quan đến chương trình đào tạo.

1. Có phải chương trình đào tạo của chúng ta không đủ khả năng để phát triển nhân cách một cách có chủ đích hay dạy sinh viên về kỷ luật thuộc linh không? Đáng buồn là, ở một số người tốt nghiệp từ các trường Kinh Thánh và viện thần học, đời sống của họ thiếu tư cách đạo đức rõ ràng.

2. Có phải chương trình đào tạo của chúng ta làm mất đi đam mê tiếp cận người hư mất của sinh viên, do đó ngăn trở những người lãnh đạo các hội thánh phát triển một cách nhanh nhất? Một trong những diễn giả tại Global Consultation on World Evangelization [GCOWE] (Tạm dịch: Hội nghị Toàn cầu về Truyền giáo Thế giới) tại Pretoria vào tháng Bảy năm 1997 cho rằng các trường thần học là một trong những ngăn trở lớn nhất đối với truyền giáo thế giới.

3. Một chương trình đào tạo truyền thống có khả năng truyền tải các kỹ năng lãnh đạo và mục vụ một cách thực tế mà người ta cần để thi hành mục vụ không?
4. Chương trình giáo dục của chúng ta có chuẩn bị cho các sinh viên đã tốt nghiệp cách để xử lý các vấn đề, chẳng hạn như tham nhũng về mặt chính trị, nạn diệt chủng và phân biệt chủng tộc, hay sự chênh lệch giữa người giàu và người nghèo không? Có một nhận định cho rằng những gì được dạy chẳng mấy liên hệ tới thế giới mà chúng ta đang sống.
5. Có những cách nào tốt hơn để đào tạo lãnh đạo không? chương trình đào tạo của chúng ta có dựa trên các phương pháp giảng dạy vốn không còn hiệu quả nữa không? Bạn có thất bại trong việc học từ những gì người khác đang làm?

Chúng ta cần phải chú ý đến những cơ sở đào tạo đang cho ra những sinh viên tốt nghiệp là những người xuất sắc. Nghe được một lời kêu gọi đổi mới từ những người công nhận giá trị của các chương trình đào tạo cũng làm cho chúng ta thấy vững lòng.[1] Thế nhưng chúng ta đã đúng khi trăn trở liệu mình có đang giảng dạy những điều không đúng theo những cách không đúng cho không đúng đối tượng không? Chúng ta có thể đánh giá giáo trình của mình bằng cách nào và ở mức độ nào điều này chính là cốt lõi của vấn đề mà chúng ta đang đối diện?

Trong chương này chúng ta sẽ xem xét bản chất của chương trình đào tạo. Chúng ta sẽ thấy rằng Đức Chúa Trời có chương trình đào tạo của riêng Ngài để uốn nắn những người được chọn và những người được ơn để họ sống thánh khiết và phục vụ với tinh thần yêu thương khi sử dụng các dạng đào tạo không chính thức, không chính quy và chính quy. Kế hoạch giảng dạy tốt hiểu

---

1. Ví dụ, bản tuyên ngôn năm 1995 của ICETE, http://www.theoledafrica.org/ICETE/ICETE Manifesto.asp

được phần nhiệm vụ mà chúng ta phải làm. Nó xây dựng trên kinh nghiệm và kiến thức mà sinh viên đã có và trang bị để họ làm mục vụ mà Đức Chúa Trời đã kêu gọi họ thực hiện. Chúng ta sẽ thảo luận những vấn đề về phát triển nhân cách, thiết kế khóa học, cách sử dụng và đánh giá chương trình đào tạo.

Chương trình đào tạo là gì?

Thuật ngữ chương trình đào tạo (*curriculum*) có nguồn gốc trong tiếng La-tinh là *currere*, nghĩa là "chạy đua." Cuộc đua này về căn bản không phải là cuộc đua của một khóa hội thảo chuyên sâu vào cuối tuần hay một học kỳ đầy mệt mỏi, nhưng là cuộc đua của đời người! Hãy lưu ý rằng sơ yếu lý lịch (*Curriculum Vita*), CV của chúng ta mô tả mọi thứ quan trọng đối với chúng ta (cho đến thời điểm này) khi chúng ta còn hiện hữu: thông tin về nơi sinh-ngày sinh, hôn nhân, con cái, giáo dục, kinh nghiệm làm việc, khen thưởng v.v...

"Chương trình đào tạo" (curriculum) cá nhân của chúng ta là một bản tóm tắt, hay *résumé* [nghĩa là bản sơ yếu lý lịch] của những gì đã xảy ra trong và qua chúng ta bởi tất cả những gì xảy ra xung quanh chúng ta. Điều này có tính thần học sâu sắc. Đối với những ai đã được nhận là con cái của Đức Chúa Trời thì Ngài có chương trình tuyệt vời cho cuộc sống của chúng ta. Phao-lô công bố: "Chúng ta biết rằng mọi sự hiệp lại làm ích cho những ai yêu mến Đức Chúa Trời, tức là cho những người được gọi theo ý định của Ngài" (Rô. 8:28). Phao-lô xác nhận: "Vì Đức Chúa Trời là Đấng đang hành động trong anh em, để anh em vừa muốn vừa làm theo ý tốt của Ngài" (Phil. 2:13). Phao-lô tin chắc vào những gì sắp xảy ra đối với những bạn hữu của mình tại thành Phi-líp: "Tôi tin chắc rằng Đấng đã bắt đầu làm việc lành trong anh em sẽ làm trọn việc ấy cho đến ngày của Đấng Christ Giê-xu" (Phil. 1;6). Chúng ta đang dự phần vào một chương trình đào tạo trọn đời mà Đức Chúa Trời đang thực hiện trong chúng ta.

Đối với các chương trình đào tạo giáo dục thần học, chương trình đào tạo có thể được hiểu theo một số cách khác nhau:

- Là một danh sách các môn học mà nhà trường đưa ra.
- Là một kế hoạch giảng dạy cho bất kỳ môn học nào trong số những môn học ở trên, sử dụng những kinh nghiệm học tập khác nhau để dìu dắt một người hướng đến việc đạt được những kết quả nhất định.
- Là một phần giảng dạy đã được lên chương trình từ trước cho một khóa học cụ thể (chẳng hạn giáo trình cho việc dạy kỹ năng sử dụng máy tính, quản lý người lãnh đạo hay loạt bài học Trường Chúa nhật 13 tuần).
- Là những tác động tổng quan của toàn bộ chương trình giáo dục.

Trong việc xem xét ảnh hưởng của một cơ sở đào tạo, phần chương trình đào tạo mới là phần quan trọng nhất. Chương trình đào tạo bao gồm mọi thứ chúng ta làm để góp phần vào sự tăng trưởng của sinh viên. Tiến sĩ Victor Cole đã viết rằng một chương trình đào tạo là "toàn bộ quy trình của kế hoạch hành động giáo dục." [2] Kế hoạch giảng dạy là cách chúng ta kết cấu toàn bộ quy trình giáo dục. Có hai mảng chính trong bất kỳ kế hoạch giảng dạy nào:

1. **Nội dung giảng dạy.** "Bạn cần phải học *điều này*."
2. **Sinh viên được trang bị về nhân cách và trang bị cho mục vụ.** "*Bạn* cần phải học điều này."

Các trường Kinh Thánh thường chỉ nhấn mạnh một trong hai điều mà không quan tâm đến điều còn lại. Nội dung có thể trở thành một cái hộp thiêng liêng chứa đựng sự khôn ngoan tinh túy và những nội dung truyền thống cần phải "trút" lên đầu sinh viên

---

2. Victor Cole, *Training of the Ministry* (Bangalore: Theological Book Trust, 2001), 38.

mà không mảy may suy nghĩ đến việc chương trình đào tạo ấy hữu ích như thế nào đối với các em. Mặt khác, việc chỉ tập trung trang bị và định hình cho một cá nhân có thể biến đào tạo trở thành việc dạy các kỹ năng, làm cho sinh viên ít hiểu biết về bản thân và nền tảng Kinh Thánh hay nền tảng lịch sử để làm điểm tựa. Cả nội dung và việc thực hành nội dung đó đều quan trọng.

Tuy nhiên, cho dù một giảng viên rất giỏi có thể giúp sinh viên của mình đạt điểm cao trong thi cử về mặt nội dung (trong phạm vi năng lực và khả năng của sinh viên) và nhiều thành tựu trong phát triển kỹ năng đi chăng nữa thì không một giáo viên nào có thể thay đổi lòng người hay tái định hình tâm trí của họ. Biến đổi là công việc của Đức Chúa Trời.

Chương trình đào tạo của Đức Chúa Trời

Trong việc lên kế hoạch giảng dạy cho các học viên, chúng ta phải nhận thức vai trò của mình trong chương trình đào tạo trọn đời mà Đức Chúa Trời muốn dành cho sinh viên. Chúng ta cần biết những gì Đức Chúa Trời đã và đang làm trong cuộc đời một người và sau đó tìm những phương thức phù hợp để làm cho tiến trình học hỏi và tăng trưởng hướng đến sự trưởng thành đang tiếp diễn ấy trở nên dễ dàng hơn. Mỗi một giáo trình (hay CV–sơ yếu lý lịch) của một cá nhân cần cho thấy những công việc tốt lành đã được thực hiện trong khi người đó đang được uốn nắn để trở nên giống như hình ảnh của Chúa Giê-xu hơn. Bài thi cuối cùng của Đức Chúa Trời chỉ có hai cách đánh giá là đỗ hoặc rớt, và những ai đỗ sẽ được nghe Chúa nói: "Được lắm, hỡi đầy tớ ngay lành và trung tín!" Có năm phân đoạn Kinh Thánh cho chúng ta thấy một số nguyên tắc về chương trình đào tạo của Đức Chúa Trời.

(1) Đức Chúa Trời đã hành động (Rô-ma 12:1-2).

Chúng ta ghi danh vào chương trình giáo dục của Đức Chúa Trời khi chúng ta dâng đời sống mình cho Ngài như một của lễ sống, bởi đức tin với lòng biết ơn, chúng ta nhận những gì Ngài đã làm cho và trong chúng ta. Chúng ta không thể thay đổi bản thân từ xấu thành tốt, nhưng có thể được biến đổi và làm mới lại hầu cho chúng ta biết Đức Chúa Trời và ý định của Ngài. Song chúng ta đang tiếp tục sống trong một môi trường cụ thể. Hầu hết những gì chúng ta biết–thế giới quan, các giá trị cốt lõi, và những hành vi cơ bản (bao gồm nhiều thói quen tội lỗi) của chúng ta–đều đến từ môi trường xung quanh chúng ta. Khi Đức Chúa Trời hành động trong chúng ta, thì việc nhận thức cả mặt tích cực và tiêu cực mà văn hóa ảnh hưởng đến chúng ta là điều quan trọng để chúng ta có thể chống lại việc càng ngày bị "làm theo đời này."

(2) Học tập là điều đáng làm (Châm Ngôn 2:1-6)

Mặc dù khôn ngoan là một món quà từ Đức Chúa Trời, nhưng cũng có những điều mà chúng ta, những sinh viên của Chúa, cần phải làm để có được sự khôn ngoan và thông biết. Chúng ta cần đến với Lời Chúa bằng một tấm lòng đón nhận Lời ấy và với một tâm trí sẵn sàng ghi nhớ. Giống như mọi sinh viên giỏi, chúng ta cần là một học viên chủ động đưa ra câu hỏi và phát biểu khi không hiểu. Học tập đòi hỏi nghiên cứu và nỗ lực, nhưng nó cũng được thúc đẩy bởi các giá trị về kết quả: thông biết Chúa.

(3) Đào tạo là để chúng ta vâng lời (Ma-thi-ơ 28:18-20)

Đại Mạng Lệnh đúc kết: "Dạy họ giữ mọi điều Ta đã truyền cho các con". Điều này gợi ý hai khía cạnh quan trọng trong chương trình đào tạo của Đức Chúa Trời: (1) Những người được dạy là tất cả những ai nghe Phúc âm và chịu phép báp-têm. (2) Vấn đề không phải là chúng ta biết gì hay biết cách làm như thế nào, nhưng là sự vâng lời đối với mọi điều Chúa Giê-xu đã truyền dạy. Hầu hết các chương trình đào tạo của chúng ta không biết cách làm sao để thiết kế nên một chương trình dạy về sự vâng lời. Chúng ta giỏi hơn khi đưa ra các câu đố, bài kiểm tra và các đề án.

(4) Lẽ thật phải được dạy, làm mẫu và đưa vào thực hành (2 Ti-mô-thê 2:2; 3:10-17)

Trong chương trình đào tạo của Đức Chúa Trời, những gì chúng ta học từ người khác là những gì cần được dạy lại. Lời Kinh Thánh là nền tảng dẫn dắt chúng ta đến sự cứu rỗi và trang bị chúng ta cho mục vụ. Việc Lời Chúa có ích cho việc "dạy dỗ, khiển trách, sửa trị và huấn luyện trong sự công chính" đưa ra cả hai khía cạnh tiêu cực và tích cực trong quy trình giáo dục của Đức Chúa Trời. Học tập bao hàm việc loại bỏ những suy nghĩ xấu và giáo lý sai lệch (sửa trị) cũng như hiểu điều gì là đúng (dạy dỗ). Học cách sống và làm mục vụ đòi hỏi chúng ta phải sửa lại những hành vi và những việc làm xấu (khiển trách), đồng thời nhìn thấy những gương mẫu tích cực và đón nhận sự khích lệ (huấn luyện trong sự công chính). Gương mẫu là một phần quan trọng trong kế hoạch giáo dục của Đức Chúa Trời. Ti-mô-thê có thể tiếp tục những gì ông đã học bởi lẽ ông biết cả nội dung lẫn sự thực hành được thể hiện như thế nào trong đời sống của những người mà ông từng học hỏi. Ti-mô-thê đã quan sát cách sống, mục đích, đức tin, sự kiên nhẫn, tình yêu thương, sự chịu đựng, sự bắt bớ và cả những khổ nạn của Phao-lô. Đức Chúa Trời muốn học viên của Ngài trưởng thành và được trang bị một cách chu đáo cho mọi việc lành qua việc học Lời Chúa và học từ những gương mẫu của những giáo viên.

(5) Mỗi người cần được trang bị để sử dụng ân tứ của mình (Ê-phê-sô 4:7, 11-16).

Chỉ khi mỗi một chi thể trong thân thể Đấng Christ làm việc của mình thì cả thân thể, vốn được kết nối và giao thông với nhau bởi những dây chẳng, mới có thể lớn lên và tự gây dựng trong sự yêu thương. Tất cả các con dân Chúa đều được ban cho ân tứ dù không phải ai cũng có ân tứ giống nhau. Phương pháp giảng dạy của Đức Chúa Trời là để cho các lãnh đạo học cách trang bị người khác để làm việc sao cho mọi người đều được trang bị đủ để sử dụng ân tứ của mà mình có.

Về cơ bản, chương trình đào tạo không phải là

(1) Chương trình đào tạo không phải là một kiện hàng có thể chuyển giao

Đào tạo thần học không phải là chuyển giao chính kiện hàng mà chúng ta đã nhận cho người khác. Chúng ta không chỉ có xu hướng dạy *theo cách* chúng ta được dạy, mà còn dạy chính xác *những gì* được dạy. Thật không phù hợp khi chỉ đơn thuần dạy lại cùng một chương trình đào tạo và sách giáo khoa trước giờ vẫn được sử dụng, nhất là khi những sách giáo khoa này không được viết cho bối cảnh và nhu cầu của sinh viên mà chúng ta dạy. Chúng ta cần có tư duy phản biện để nghĩ xem liệu những gì chúng ta đang làm có phù hợp với Kinh Thánh, có phù hợp với đời sống của sinh viên và có mang lại hiệu quả trong việc trang bị để họ làm mục vụ của mình hay không.

(2) Chương trình đào tạo không phải là một trải nghiệm tu viện

Chương trình đào tạo không phải là thứ gì đó được hấp thụ trong suốt ba đến bốn năm khi sống trong hay sống gần cơ sở nhà trường tại các ký túc xá, khu vực lưu trú của các học giả, thư viện và các tòa nhà ấn tượng. Dường như một số sinh viên tốt nghiệp có được thành tích qua việc đơn thuần là dành thời gian quanh quẩn sống ở khuôn viên nhà trường mà thôi. Họ đã "có" bốn năm học thần học như tất cả mọi người có thể nhìn thấy trong chứng chỉ hay bằng cấp được treo một cách nổi bật trên tường. Song họ không học được gì nhiều nếu đời sống của họ vẫn không thay đổi hoặc nếu họ không thể nhớ gì nhiều về những điều đã học.

(3) Chương trình đào tạo không phải là trang bị cho số ít, nhất là cho những điều sai trật

Chương trình đào tạo không phải là một con đường cho các sinh viên tốt nghiệp trở thành một nhóm người đặc biệt, được kêu gọi để chúc phước cho người khác qua nỗ lực của mình. Chúng ta đã thất bại nếu các sinh viên tốt nghiệp (và hội thánh của họ) cảm thấy rằng họ phải trở thành những chuyên gia được trả tiền để đại diện cho hội thánh thực hiện tất cả các công việc như thăm viếng, chăm sóc mục vụ, truyền giáo, công tác xã hội và quản lý hành chính. Chúng ta cũng thất bại nếu các hoạt động đào tạo của chúng ta tạo ra những diễn trình viên trong các buổi lễ thờ phượng hào nhoáng và mang tính giải trí mỗi tuần cho "đám đông" đến để cầu nguyện và trả tiền cho người thực hiện tất cả mọi việc cho họ và cho sự ưa thích của họ.

Người Ta Học Như Thế Nào

Một chương trình giáo dục tốt trang bị những con người thật cho những mục vụ thật. Không có một chương trình giáo dục nào là hoàn hảo trên phạm vi toàn cầu do những giáo sư vĩ đại nhất thế giới giảng dạy, cũng không có một "kiện" giáo dục riêng biệt nào có thể được sử dụng với tất cả mọi người. Cùng một giải pháp không thể áp dụng cho tất cả các trường hợp khác nhau. Người ta học với những môi trường khác nhau và bằng những cách khác nhau. Vì tất cả sinh viên của chúng ta đã ghi danh trong chương trình giáo dục của Đức Chúa Trời, nên chúng ta cần nhận thức được họ đang ở đâu trong hành trình với Chúa. Phát triển chương trình đào tạo đòi hỏi chúng ta phải hiểu một số điều về môi trường mà trong đó người ta học hỏi, sao cho chúng ta có thể chuẩn bị một kế hoạch giảng dạy tương xứng để trang bị cho sinh viên của mình tốt hơn.

Học không chính thức

Hầu hết những gì quan trọng mà bất kỳ ai trong chúng ta được học có thể không đến từ các chương trình đào tạo chính quy. Chúng ta liên tục được định hình bởi thế giới xung quanh. Nó bao gồm cả điều tốt và xấu từ những gì chúng ta hấp thụ trong gia đình, hàng xóm, hội thánh, bạn bè và nơi làm việc. Chúng ta đã "học" cách quan sát: cái gì, như thế nào và cách giải thích những điều đó. Chúng ta có thể phản ánh những giá trị, hành vi và thế giới quan về các di sản văn hóa và tự nhiên của mình một cách vô thức. Giống như những người đi trước, bản chất chúng ta là ích kỉ và chúng ta học cách để mánh khóe. Chúng ta biết cách tạo ra vấn đề và tránh xung đột. Trong khi hầu hết chúng ta muốn thay đổi sao cho chúng ta có thể sống khác, nhưng các kế hoạch tự thân vận động của chúng ta toàn là thất bại vì chỉ có Chúa mới có thể biến đổi một người từ bên trong. Chúng ta cần Thánh Linh của Chúa hành động bên trong chúng ta trong bối cảnh của những cộng đồng Cơ Đốc khỏe mạnh.

Một kế hoạch giảng dạy phù hợp là kế hoạch biết nhìn nhận tầm quan trọng của môi trường và cộng đồng trong việc học tập. Chúng ta là ai và chúng ta làm gì với tư cách là một tập thể học tập sẽ có có ảnh hưởng lớn nhất trên nội dung và phương cách mà sinh viên học từ chúng ta. Chúng ta muốn giúp họ phát triển sự hiểu biết về bản thân, một cách tư duy về bối cảnh nền tảng của họ. Chúng ta sẽ sử dụng các nhóm nhỏ để giúp họ hỗ trợ lẫn nhau cùng tăng trưởng. Chúng ta sẽ đưa ra những lời khuyên hữu ích khi chúng ta khích lệ nhau. Chúng ta cũng sẽ nhận diện một cách có ý thức những gương xấu và tốt để khuyến khích các sinh viên sống theo cách mà họ có thể tôn vinh Chúa.

Học không chính quy

Chúng ta đều được học từ những nhóm nhỏ, các hội nghị chuyên đề hay hội thảo. Mặc dù bạn không được tính tín chỉ cho những năm học Trường Chúa nhật nhưng hy vọng rằng bạn học được điều gì đó về Chúa! Bạn có thể là thành viên trong nhóm học Kinh Thánh, hay tham dự hội thảo về xây đắp hôn nhân vào cuối tuần hay hội thảo về truyền giáo hoặc về cách chia sẻ niềm tin. Có lẽ bạn đã hoàn thành khóa học ngắn về cách sử dụng một chương trình máy tính, cách để sửa chữa động cơ xe tải hoặc cách để lặn dưới biển. Có thể bạn đã đọc sách về HIV-AIDS. Nhiều người bắt buộc phải học tại chức. Các khóa giáo dục thần học từ xa tổ chức các lớp đào tạo tại chức, vừa học vừa làm, cho những người đang làm mục vụ để họ có thể phục vụ tốt hơn. Một số người thì đã được học nghề với những kỹ năng cụ thể. Có lẽ bạn đã được cố vấn bởi một người lớn tuổi hơn. Tất cả những điều này được xem là cách học không chính quy. Người trưởng thành nhận thức rõ vai trò của đào tạo trong việc giúp họ học những điều họ muốn.

Một chương trình đào tạo tốt sẽ bao gồm những chủ đề cụ thể mà người ta biết mình cần có. Chẳng hạn, một khóa học về mục vụ chăn bầy về chức năng nên bao hàm toàn bộ loạt bài của các buổi hội thảo về kỹ năng mà một mục sư cần có. Một số hội thảo về loạt bài đó có thể được tổ chức dưới dạng hội thảo giáo dục thường xuyên cho các sinh viên đã tốt nghiệp hoặc các lãnh đạo Cơ Đốc trong vùng. Kỹ năng và sự khôn ngoan của các lãnh đạo hội thánh đương nhiệm có thể được học thông qua chương trình tập sự hoặc các chương trình cố vấn cho từng sinh viên.

Học một cách chính quy

Khi nghĩ về "học tập" thì người ta thường nghĩ về trường lớp, các cơ sở giáo dục. Hầu như ai cũng dành nhiều năm học tập ở những môi trường có tính khuôn khổ. Trong học tập chính quy, chương trình đào tạo là gói nội dung và kỹ năng được giảng dạy một cách rõ ràng theo một trình tự xác định. Có những yêu cầu cho việc nhập học và tiêu chuẩn cần được đáp ứng để một sinh viên nhận một chứng chỉ hay bằng cấp nào đó. Sinh viên có thể học trọn thời gian trong ngày hay buổi tối, hoặc bán thời gian qua việc học theo mô-đun tại các địa điểm khác nhau hoặc tại trường vào cuối tuần hay ngày lễ. Học tập chính quy có thể bao gồm các chương trình giáo dục từ xa hoặc học hàm thụ hoặc qua Internet.

Các chương trình đào tạo giáo dục thần học là những ví dụ cho việc học chính quy. Một kế hoạch giảng dạy tốt sẽ sử dụng một cách khôn ngoan thời gian mà nó có cho việc học tập chính quy. Trong một chương trình từ ba đến bốn năm, không thể có quá nhiều khóa học. Không phải cái gì đã từng được dạy cũng cần phải được bạn dạy lại. Hơn nữa, mỗi một giáo viên hướng dẫn cần phải nhớ rằng sinh viên sẽ học được nhiều từ cách dạy không chính thức và không chính quy hơn là từ những gì diễn ra trong môi trường lớp học chính quy. Điều đó không giảm đi giá trị của các lớp học chính quy, nhưng nó giúp chúng ta giảng dạy với tính thực tế và sự khiêm nhường.

Một chương trình đào tạo phải như thế nào?

Ngay cả viện thần học tốt nhất cũng không thể khiến cho con người ta trở thành mục sư hay nhà truyền giảng Tin lành. Nhưng nó có thể nhận những người có ân tứ chăn bầy và dạy dỗ và giúp họ chăn bầy và dạy dỗ tốt hơn. Trang bị sinh viên cho mục vụ là một nhiệm vụ phức tạp, vì chúng ta làm việc với những sinh viên có nhiều ân tứ, khả năng, kinh nghiệm và sự đào tạo khác nhau. Họ có những mối quan tâm, động cơ và thái độ riêng, và học bằng những cách khác nhau, đặc biệt là ở những độ tuổi khác nhau. Trang bị sinh viên cho mục vụ phức tạp hơn bởi thời gian có hạn, đi đối với việc thiếu nguồn lực và sự giới hạn của chính đội ngũ giáo viên. Dẫu vậy, nhiệm vụ của chúng ta không phải là làm tất cả mọi thứ, nhưng chỉ dự phần một cách tốt đẹp vào những gì Chúa đã và đang làm trên sinh viên của chúng ta. Chương trình đào tạo là cách chúng ta xây dựng phần việc của mình trong quy trình giáo dục này.

Giáo trình cần được xây dựng trên bốn câu hỏi căn bản:

(1) Nhiệm vụ của chúng ta là gì?

Mục tiêu giáo dục hàng đầu của một chương trình giảng dạy giáo dục thần học là để trang bị những con người thật cho những mục vụ thật. Nhưng có rất nhiều mục vụ khác nhau, mà con người thì cả đời lúc nào cũng có nhu cầu khác nhau. Cơ sở đào tạo của bạn không đủ năng lực hay sự kêu gọi để làm mọi thứ cho mọi người. Như chúng ta đã thảo luận trong chương 3, chúng ta cần biết sứ mạng và mục đích của mình. Cần suy nghĩ cẩn thận và cầu nguyện thật nhiều trước khi chúng ta chuyển từ những gì chúng ta đã làm tốt sang trở thành một cái gì khác. Một trường Kinh Thánh có nhiều sinh viên và có một lịch sử phục vụ tốt cho các hội thánh không nên chuyển năng lượng và nguồn lực của mình vào việc trở thành một chương trình đào tạo sau đại học chỉ vì có một số ít sinh viên tiềm năng, nhất là nếu trong khu vực có các lựa chọn khác cho việc học nâng cao. Tương tự, trừ phi có lý do thích hợp cho việc thay đổi, nếu không thì một trường Kinh Thánh không nên lơ là sinh viên của mình khi chuyển sang đào tạo ngành nghề thế tục cho cộng đồng lớn hơn. Kế hoạch giảng dạy của chúng ta sẽ là kết quả của các giá trị và mục đích *của chúng ta* trong bối cảnh đặc trưng *của chúng ta*.

(2) Chúng ta đang cố gắng trang bị cho ai?

Chúng ta cần phát triển bản mô tả sơ lược về những sinh viên nhập học để khám phá ra sự kêu gọi, ân tứ, kinh nghiệm và việc đào tạo trước đó của họ. Để trang bị họ một cách tốt nhất cho mục vụ đòi hỏi sự hiểu biết rõ ràng về họ trong ba lĩnh vực có liên quan–kiến thức, việc thực hành và nhân cách:

- Họ đã biết cái gì rồi (không chỉ về Kinh Thánh và thần học)?
- Họ đã biết cách làm việc gì rồi? Họ có những kỹ năng và khả năng gì?

- Họ là người như thế nào? Chúng ta biết gì về sự trưởng thành và nhân cách của họ?

Có được câu trả lời cho ba câu hỏi này đưa ra khởi điểm để từ đó chúng ta phát triển một chương trình đào tạo. Tuy nhiên, trước khi chúng ta bắt đầu viết chương trình đào tạo, chúng ta cần phải nhớ rằng chúng ta được quyền kiểm soát trên việc: ai có thể tham gia vào chương trình đào tạo của chúng ta. Việc yêu cầu sinh viên đáp ứng các đòi hỏi nhất định trước khi chúng ta nhận họ vào học là một điều phù hợp. Nếu họ chưa đạt được một mức độ đào tạo giáo dục hay lượng kinh nghiệm mục vụ nhất định, thì họ có thể không có những công cụ học tập và kiến thức cũng như kỹ năng cơ bản để có thể học cùng các sinh viên khác. Nếu một sinh viên là tân tín hữu (hoặc nếu chúng ta đang thắc mắc liệu em sinh viên ấy tin Chúa hay chưa), thì thật vô lý khi bắt đầu đào tạo họ cho vị trí lãnh đạo trong hội thánh. Cũng công bằng nếu chúng ta có cảm giác họ không có sự kêu gọi cho mục vụ hoặc hầu như họ không có kinh nghiệm mục vụ nào trong hội thánh cả thì có lẽ không nhận (hay ít ra là chưa nhận) họ vào trường là việc khôn ngoan. Chúng ta không cần phải bắt đầu từ bất cứ trình độ đầu vào nào.

(3) Chúng ta đào tạo để làm gì?

Mục đích của chúng ta là chuẩn bị sinh viên của mình cho cuộc sống và mục vụ. Để có thể phát triển một chương trình đào tạo cho họ, chúng ta cần hiểu những kiến thức và năng lực cụ thể đòi hỏi họ phải có để thực hiện một cách hiệu quả các vai trò mục vụ mà họ sẽ đảm trách. Nếu họ sẽ trở thành người chăn bầy, thì một mục sư cần biết làm những gì? Nếu sinh viên của chúng ta sẽ trở thành các nhà truyền giáo xuyên văn hóa thì họ cần biết những gì hay cần biết làm những gì để có thể trở thành giáo sĩ hiệu quả? Những thái độ và đặc điểm nào cần có ở một người giáo sĩ?

(4) Chúng ta đi từ đây đến đó bằng cách nào?

Đây là trọng tâm của chương trình đào tạo: đưa những sinh viên thật từ chỗ họ đang đứng đến nơi họ cần đến để làm mục vụ một cách hiệu quả. Dù chúng ta có cung cấp cho họ những thông tin mới, huấn luyện cho họ những kỹ năng mới hay môn đồ hóa họ để sống đúng đắn, thì mọi thứ chúng ta đề ra trong chương trình đào tạo cần phải góp phần vào việc đưa sinh viên từ chỗ họ đang đứng đến nơi họ cần đến. Chúng ta không đơn thuần chỉ dạy cho xong các khóa học bởi vì các khóa học ấy luôn được sử dụng trong việc dạy dỗ. Mỗi khóa học cần phải bổ sung cho các khóa học khác nhằm trang bị sinh viên của chúng ta cho những gì họ sẽ làm.

Suốt những năm cuối thập niên 1990, ba trường thần học Tin lành tương đối nhỏ tại Li-băng bắt đầu thảo luận cách họ có thể dùng chung giáo sư và cơ sở vật chất để đào tạo sinh viên tốt hơn. Để làm được điều này, họ cần một chương trình đào tạo chung cho cả ba trường. Nhiệm vụ đầu tiên của họ là xác định bản mô tả khái quát những gì họ mong muốn sinh viên của mình trở thành sau khi tốt nghiệp ở ba lĩnh vực: kiến thức, nhân cách và thực hành. Sau đó họ phân tích mỗi môn học hiện tại so với các khóa học tương ứng để xem từng môn học này góp phần như thế nào vào kết quả mà họ mong muốn. Không phải tất cả các môn học đều phù hợp, vì vậy sau hai năm thảo luận, kết quả là họ xây dựng một chương trình đào tạo cử nhân thần học bốn năm cho cả ba trường.

Năm đầu tiên là một chương trình môn đồ hóa tập trung vào "nhân cách." Chương trình đào tạo được thiết kế để đưa ra tổng quan về Kinh Thánh, hiểu biết chắc chắn về đức tin của một người và rèn luyện cho sinh viên các thói quen thường xuyên nghiên cứu Kinh Thánh, cầu nguyện và truyền giảng. Sinh viên cũng được giới thiệu về các mục vụ của tín hữu tại hội thánh địa phương ("thực hành"), đó cũng là trọng tâm của năm học thứ hai. Sinh viên năm thứ hai học những kỹ năng cơ bản về giảng luận, dạy dỗ, sứ mạng truyền giáo, quản lý hành chính và được giới thiệu về lịch sử hội thánh và hệ phái. Cả hai năm này đều kết thúc với việc ăn mừng thành quả và những ai không bước vào cấp độ tiếp theo cũng không bị có cảm giác họ thất bại. Chỉ những ai chứng tỏ được ân tứ chăn bầy, sự kêu gọi đến mục vụ và thành công trong việc nắm vững các môn học trong hai năm đầu tiên thì mới được mời vào năm thứ ba và thứ tư của chương trình cử nhân thần học. Ngoài việc trang bị "kiến thức" là mục tiêu chính trong hai năm cuối và cung cấp nền tảng cho những ai sẽ trở thành lãnh đạo trong môi trường Trung Đông, mỗi khóa học đồng thời vẫn phải có các học phần về nhân cách và thực hành.

Ba loại chương trình đào tạo cơ bản

(1) Chương trình đào tạo vô hình

Chương trình vô hình là những gì chúng ta dạy dù có chủ đích hay không. Một trong những nguyên tắc của giáo dục là chúng ta có xu hướng dạy theo cách mình được dạy. Tương tự, sinh viên của chúng ta sẽ bắt chước thái độ, hành vi và các phương pháp giảng dạy của chúng ta, ngay cả khi chúng ta chưa bao giờ nói bất cứ điều gì về chúng. Họ sẽ học được thái độ trân trọng thời gian hơn con người–hay trân trọng con người hơn thời gian–qua hành vi của giáo viên. Họ sẽ học về địa vị qua kích thước văn phòng của chúng ta, qua danh hiệu hoặc qua cách chúng ta đối xử với những người "dưới" mình. Khi chúng ta ý thức được những điều mình đang giảng dạy, thì hàm ý của chương trình đó là chúng ta nên kiểm soát những gì chúng ta có thể từ chương trình đào tạo vô hình của mình sao cho chúng ta có thể hướng dẫn sinh viên một cách có chủ đích trong việc học hỏi những điều đúng đắn.

(2) Chương trình đào tạo rỗng

Chúng ta không dạy tất cả mọi thứ có thể dạy. Chương trình đào tạo rỗng là những gì chúng ta không dạy. Dầu vậy, có thể một số môn học mà chúng ta không đưa vào chương trình lại có thể giúp trang bị sinh viên một cách đầy đủ cho mục vụ hơn một số môn học mà chúng ta luôn dạy. Sinh viên của chúng ta và môi trường mà họ sẽ làm mục vụ thay đổi không ngừng. Hai mươi lăm năm trước không có nhu cầu phải thảo luận về các vấn đề HIV-AIDS, nhưng giờ đây đó là nhu cầu cấp thiết. Chúng ta cần phải thêm gì vào trong chương trình đào tạo chính quy của mình để có thể giúp sinh viên học được những vấn đề quan trọng mà họ sẽ đối diện trong mục vụ của mình? Hàm ý của chương trình đào tạo ấy là khi bạn thêm cái gì đó vào, bạn cần phải bỏ một cái khác hiện không còn mấy quan trọng nữa ra khỏi chương trình.

(3) Chương trình đào tạo hữu hình

Chương trình đào tạo hữu hình hay cụ thể là danh mục các môn học được tổ chức cho sinh viên và được liệt kê trong tờ brochure giới thiệu chương trình của chúng ta. Hầu hết chương trình trong các cơ sở đào tạo thần học được xây dựng quanh năm lĩnh vực nghiên cứu:

- Nghiên cứu Kinh Thánh (bao gồm cổ ngữ)
- Thần học
- Lịch sử hội thánh
- Các môn học kỹ năng, như giảng luận, tham vấn, hay quản trị hội thánh
- Các môn học tổng hợp, như Tiếng Anh, tâm lý hay xã hội học

Đây là tất cả những gì đáng để học. Tuy nhiên, thực tế đau lòng là lượng thời gian để trang bị sinh viên cho mục vụ của chúng ta có hạn. Xây dựng chương trình đào tạo có thể trở thành trò chơi điền vào chỗ trống. Đối với một chương trình ba năm, bốn môn học mỗi học kỳ trong vòng sáu học kỳ, có 24 chỗ trống cần điền vào bằng những khóa học mà giáo viên có thể đưa ra, có phần giáo án được soạn thảo, mục tiêu khóa học, một lô xích xông những chủ đề sẽ được đề cập, bài tập và bài đọc, v.v... Hầu hết mọi người có xu hướng điền vào chỗ trống này bằng tất cả những khóa học mà họ đã từng học khi còn là sinh viên, và họ dạy lại theo cách thông thường mà các khóa học này thường được dạy. Đây không phải là cách tốt nhất để phát triển một chương trình đào tạo. Chúng ta cần đưa ra một số lựa chọn khó nhằn khi suy nghĩ một cách có ý thức về những điều giúp đưa sinh viên chúng ta từ chỗ hiện tại của họ đến chỗ họ cần đến. Các khóa học cung cấp nền tảng kiến thức cần được cân đối với những khóa học giúp sinh viên phát triển kỹ năng cụ thể. Tất cả giáo viên cần biết mỗi môn họ dạy phù hợp ra sao với những môn khác như thế nào để trang bị sinh viên cho mục vụ.

Chương trình đào tạo vô hình (những gì sinh viên thật sự học, dù chúng ta có chủ đích dạy hay không) cũng sẽ góp phần vào quy trình này. Chẳng hạn, khi chúng ta đào tạo sinh viên cho các công tác chăn bầy, chúng ta dạy sinh viên điều gì về quản lý thời gian qua cách chúng ta sử dụng thời gian; về tầm quan trọng của sự cầu nguyện qua cách chúng ta cầu nguyện; về tầm quan trọng của con người qua cách chúng ta gìn giữ mối quan hệ với người khác? Chúng ta hành xử như một người chăn bầy hay một quan chức? Chúng ta đang vô tình dạy họ trở thành những mục sư khiêm nhường hay những hội trưởng kiêu ngạo?

Phát triển nhân cách

Biến đổi lòng người là công tác của Đức Chúa Trời. Vậy một chương trình đào tạo có thể hỗ trợ cho sự trưởng thành thuộc linh trong đời sống sinh viên của nó ở mức độ nào? Có thể câu trả lời quan trọng nhất bắt nguồn từ mức độ chúng ta hiểu môi trường của chúng ta ảnh hưởng như thế nào đến những gì chúng ta học. Sinh viên (và ban giảng huấn) sẽ trưởng thành trong Chúa khi họ là một phần của một cộng đồng Cơ Đốc có ý thức, nơi chúng ta xem trọng sự hiện diện của Chúa giữa vòng chúng ta.

Đội ngũ giảng viên và nhân viên hành chính của một trường cần làm việc với nhau một cách sáng tạo nhằm đưa ra những ý tưởng làm sao để khuyến khích sự trưởng thành và tăng trưởng thuộc linh giữa vòng sinh viên. Dưới đây là một số gợi ý mà các trường khác đã thử:

- Tuyển một giám quản (trưởng phòng công tác sinh viên–ND) là người sẽ phục vụ với vai trò là mục sư và tham vấn viên cho nhân viên và sinh viên.
- Lên lịch cho các hoạt động tâm linh thường kỳ, chẳng hạn như hiệp nguyện hay cầu nguyện theo nhóm nhỏ.
- Ban giảng huấn có thể phục vụ như người tư vấn một kèm một đối với sinh viên, giúp họ phát triển kế hoạch cho sự tăng trưởng thuộc linh của mình.
- Sinh viên có thể tài liệu hóa sự tăng trưởng thuộc linh của chính mình qua việc viết nhật ký.
- Phát triển và củng cố các nguyên tắc cho hành vi được chấp nhận đối với cộng đồng học thuật–và kỷ luật dựa trên Kinh Thánh những ai vi phạm nguyên tắc ấy.
- Lên lịch cho các sự kiện đặc biệt, ví dụ như kỳ nghỉ dưỡng (retreat), ngày cầu nguyện, tuần lễ nhấn mạnh đến vấn đề thuộc linh.
- Đưa vào chương trình đào tạo những lớp học liên quan đến việc định hình đời sống thuộc linh, như về truyền giảng hay gia đình Cơ Đốc. Một khóa học về "cầu nguyện" có thể khảo sát sự dạy dỗ của Kinh Thánh, hay sử dụng sách được viết bởi những người có đời sống cầu nguyện tốt hoặc phát triển các hoạt động cầu nguyện để giúp sinh viên đánh giá đời sống cầu nguyện của mình và phát triển các thói quen mới trong sự cầu nguyện.

- Lên lịch một ngày cho mỗi học kỳ để giáo viên và nhân viên có thể thảo luận một cách kín đáo về các vấn đề liên quan đến sự tăng trưởng tâm linh của mỗi sinh viên đã đăng ký nhập học. Sau đó dành thời gian để cầu nguyện cho mỗi sinh viên.

- Khuyến khích và giám sát sự lồng ghép giữa các môn học đang dạy. Giáo viên cần hiểu các môn học của mình đóng góp như thế nào vào chương trình tổng thể, bao hàm sự tăng trưởng tâm linh của sinh viên. Làm thế nào để mọi thứ cùng vận hành với nhau để trang bị sinh viên một cách hiệu quả về khía cạnh nhân cách cho những mục vụ mà họ sẽ bước vào?

Thiết Kế Khóa Học

Theo George Posner và Alan Rudnitsky, các mục tiêu giáo dục tổng quát lý giải toàn bộ lý do tại sao chúng ta đưa ra chương trình của mình.[3] Chương trình đào tạo định nghĩa một cách khái quát những gì chúng ta sẽ dạy, và nó được xây dựng dựa trên các kết quả học tập mong đợi (*Intended Learning Outcomes*–ILOs). Cái "tại sao" của chúng ta phải được nhìn thấy rõ ràng trong mục đích đào tạo, trong khi "cái gì" của chúng ta sẽ được hiển thị trong tập hợp các khóa học mà chúng ta đưa vào trong chương trình đào tạo cụ thể của mình. Đó là lúc chúng ta thiết kế một kế hoạch đào tạo hay hướng dẫn và trả lời câu hỏi "làm thế nào?"

Để có sự xuất sắc tổng thể trong chương trình đào tạo của chúng ta, mỗi khóa học riêng lẻ trong chương trình phải được thiết kế tỉ mỉ và giảng dạy hiệu quả. Có rất nhiều nguồn tài liệu tốt được soạn thảo để hỗ trợ giáo viên trong việc phát triển khóa học mà họ dạy. Tôi có liệt kê một số nguồn tài liệu tham khảo tại cuối chương này.

---

3. George Posner và Alan Rudnitsky, *Course Design: A Guide to Curriculum Development for Teachers* (New York, NY: Longman, 2001).

Chúng ta không tự động đạt được sự xuất sắc bằng việc dung nạp các gói chương trình hay chương trình đào tạo mà người khác thiết kế. Những chương trình này có thể được thực hiện thành công và có thể dùng làm nguồn tư liệu để làm giàu thêm chương trình. Nhưng nếu mối quan tâm của chúng ta là trang bị sinh viên cho mục vụ, chúng ta cần cẩn thận về việc chỉ đơn giản dung nạp các nội dung và phương pháp của người khác mà không xem xét tính tương thích của những chương trình đào tạo này đối với bối cảnh thế giới hiện tại và nhu cầu cụ thể của sinh viên chúng ta.

Như chúng ta sẽ thấy trong chương tiếp theo, nguồn lực lớn nhất mà bất kỳ chương trình đào tạo nào cũng có chính là giáo viên. Những chương trình đào tạo xuất sắc có các giáo viên tuyệt vời là những người biết sử dụng các chương trình đào tạo phù hợp để đào tạo sinh viên của mình. Điều đó còn quý hơn nhiều so với việc làm một cán bộ kiểm tra chỉ để đảm bảo sinh viên điền một cách chính xác vào chỗ trống của các tài liệu giảng dạy đã được lên chương trình. Giáo viên xây dựng các mối quan hệ với sinh viên và áp dụng các lẽ thật vào đời sống của những con người mà họ có cơ hội được biết. Họ cần tự do vận dụng ân tứ và kinh nghiệm của riêng mình khi phát triển các khóa học đáp ứng một cách phù hợp với nhu cầu của sinh viên.

Khó khăn tiềm ẩn của việc cho phép giáo viên tự do theo ý muốn là mỗi một môn học phải góp phần vào một quy trình đã được thống nhất về chương trình đào tạo tổng thể, đó là để đưa sinh viên từ chỗ của họ hiện tại đến nơi mà họ cần đến. Kế hoạch giảng dạy của một chương trình sẽ xác định nội dung và kết quả học tập mà người ta mong đợi đối với toàn bộ chương trình. Mỗi một môn học phải có đề cương riêng. Đề cương này sẽ có mục tiêu cho môn học, tóm tắt nội dung môn học và tài liệu giảng dạy phải như thế nào để phù hợp với chương trình đào tạo tổng quan của toàn bộ chương trình đào tạo. Bất kỳ ai giảng dạy môn học đó đều phải phát triển giáo án riêng của mình dựa trên bộ đề cương môn học tiêu chuẩn và sau đó giới thiệu cho sinh viên biết rằng trên thực tế khóa học ấy sẽ được dạy như thế nào.

Chẳng hạn, một giáo viên được phân công dạy sách Rô-ma có thể được cung cấp ba mục tiêu học tập đối với việc nghiên cứu sách này: (a) rằng sinh viên sẽ hiểu và xác tín mình được xưng công bình là bởi đức tin; (b) sinh viên sẽ có thể giải thích được quan điểm thần học của Phao-lô; và (c) sinh viên sẽ có được kỹ năng nghiên cứu Kinh Thánh theo phương pháp quy nạp. Một giáo viên giỏi sẽ hoàn thành các mục tiêu của khóa học, đồng thời phát triển các phương pháp sáng tạo trong lớp học, phù hợp với chính kỹ năng của mình. Điều người đó không có là quyền tự do để dạy chỉ chương 1–3, hoặc dạy mà không đạt được cả ba mục tiêu đó.

Một đề cương môn học (phần mô tả môn học) cần có:

- Mô tả khóa học. Đây là bản diễn tả ngắn gọn về những nội dung được giảng dạy trong khóa học và lý do tại sao khóa học này phù hợp với toàn bộ chương trình đào tạo.

- Mục tiêu môn học. Đây là những mục tiêu học tập có chủ đích được thống nhất đối với môn học này.

- Lịch học về nội dung và thời gian sẽ được dạy. Phần này đề cập đến một vài phương pháp giảng dạy sẽ được sử dụng trong việc xem xét những khía cạnh khác nhau của môn học. Lịch học cũng nên hiển thị ngày đối với các sự kiện đặc biệt hay bài thi, cũng như hạn nộp bài tập.

- Những yêu cầu của khóa học. Sinh viên cần phải thực hiện các bài đọc hay đề án nào? Sẽ có các bài nghiên cứu tình huống, bài tập nhóm hay chuyến đi thực tế không? Sẽ có bài thi không? Đề cương nên biểu thị cách để cách bài tập này được lượng giá và mỗi bài tập chiếm bao nhiêu phần trăm tổng điểm (cùng với điểm chuyên cần trong lớp học). Hãy lưu ý rằng cần phải thiết kế bảng lượng giá khóa học sao cho cả sinh viên và giáo viên đều biết mục tiêu khóa học đã được đáp ứng hay chưa?

- Một danh mục các sách giáo khoa hay các bài đọc bắt buộc trong khóa học, cùng với danh mục sách tham khảo, bài viết hay nguồn tài liệu điện tử có thể cho phép sinh viên khám phá môn học chi tiết hơn.

Mỗi một khoá học phải có một bản sao của đề cương môn học nằm trong hệ thống sắp xếp hồ sơ trong chương trình đào tạo cụ thể của cơ sở đào tạo thần học, tức là mọi thứ được liệt kê trong cuốn danh mục các khóa học của nhà trường. Cũng rất hữu ích nếu giữ một bản lưu bảo mật trong văn phòng cho việc quản lý học vụ bao gồm tài liệu giảng dạy, bản sao các bài thi và có thể là các mẫu bài tập xuất sắc của sinh viên. Qua thời gian, đây là cách tốt nhất để tài liệu hóa chất lượng công việc mà giáo viên thực hiện trong quá trình triển khai chương trình đào tạo. Một hồ sơ hoàn thiện cho từng môn học cũng rất hữu ích cho những giáo viên mới để có thể vận dụng sự khôn ngoan của những người đã giảng dạy trước đó.

Trong chương tiếp theo, chúng ta sẽ xem xét cách để giúp giáo viên dạy tốt hơn. Sau đó chúng ta sẽ thảo luận nhiều hơn trong chương 12 về vấn đề sử dụng việc lượng giá môn học để cải thiện chương trình đào tạo.

Sử Dụng Tài Liệu Giảng Dạy

Có thể việc viết xuống tất cả những tài liệu giảng dạy của riêng bạn khi mà có rất nhiều thứ người khác đã làm là việc không mấy cần thiết. Dẫu vậy, vì hầu hết các tác giả đều viết cho nhóm độc giả khác với chúng ta nên chúng ta cần lượng giá tài liệu giảng dạy trước khi sử dụng chúng. Có sáu câu hỏi then chốt mà một giáo viên cần đưa ra trước khi quyết định sử dụng chương trình đào tạo của một ai đó:

1. Mục đích của chương trình đào tạo này là gì? Sự tương đồng có đủ để nó có thể phục vụ cho mục đích khóa học mà tôi đang giảng dạy hay không?

2. Những giả định nào đã được đặt ra về người dùng? Những giả định này có thể mô tả chính xác sinh viên của tôi không, hay chúng quá khác biệt đến nỗi sách giáo khoa này không còn hữu dụng cho sinh viên của tôi nữa?

3. Phương pháp giảng dạy nào được sử dụng và nó có phù hợp với nhóm người dùng mà nó nhắm đến không? Nó có phù hợp với sinh viên của tôi không?

4. Những gì được trình bày có trình tự hợp lý không? Trình tự này có được sắp xếp theo cách cho phép chúng ta dạy đầy đủ những gì chúng ta cần dạy không?

5. Chương trình đào tạo này có thể được sử dụng tốt nhất bằng cách nàonhư thế nào? Lớp học của chúng ta có được bố trí theo cách mà những chương trình đào tạo này sẽ đóng góp phần vào quá trình học tập của sinh viên không?

6. Tôi có những lo ngại gì về tài liệu này? Có ngăn trở nào không? Có những giới hạn nào đối với sinh viên của tôi không?

Soạn Tài Liệu Giảng Dạy Cho Riêng Bạn

Sau khi một giáo viên dạy một môn học cụ thể trong năm năm hoặc tương đương, người đó có thể thấy mình sẵn sàng để viết ra những gì đã được thực hiện thành công trong lớp học để người khác có thể được ích lợi từ kinh nghiệm và sự khôn ngoan của họ. Tuy nhiên, trước khi bạn nhận lấy nhiệm vụ khó khăn là soạn thảo tài liệu giảng dạy, hãy chắc chắn rằng bạn ý thức được những gì người khác đã làm và lý do tại sao những tài liệu hiện hành này không đầy đủ. Bạn cần phải biết rõ ai cần "chương trình đào tạo" của bạn và tại sao người ấy cần.

Tài liệu giảng dạy cần có trình tự hợp lý cũng như bao gồm những gợi ý về phương pháp giảng dạy phù hợp với những người sử dụng chương trình đào tạo. Khác với những gì bạn trình bày với tư cách là giáo viên đứng lớp, lời lẽ viết ra sẽ được đọc mà không cần ai đó phải giải thích những điều khó hiểu. Cẩm nang hướng dẫn cách sử dụng tài liệu của bạn có thể sẽ hữu ích, vì tài liệu này được đọc mà không có bạn ở đó để giải thích.

Hãy tìm cách để lấy ý kiến phản hồi từ đồng nghiệp và bạn bè liên quan đến những gì bạn đã viết. Tốt nhất là bạn dạy thử nghiệm trước, dù trước khi những tài liệu này được ban hành, chúng cũng cần được dạy thử bởi người khác, là người có thể đưa ý kiến góp ý về những gì còn gây bối rối và khó áp dụng.

Kết luận

Sinh viên của bạn đến từ cũng như sẽ bước vào một thế giới thay đổi không ngừng. Do đó, bản mô tả những đặc điểm của lứa sinh viên này sẽ thay đổi theo thời gian, và bản mô tả những gì sinh viên tốt nghiệp cần biết, cần làm và cần sống cũng vậy. Những thay đổi này đòi hỏi bạn phải cân nhắc lại chương trình đào tạo của bạn, nhằm giúp sinh viên của bạn đi từ chỗ hiện tại đến nơi họ cần đến trong ba hoặc năm năm sau. Do đó, chỉnh sửa (hoặc ít nhất là rà soát lại) toàn bộ chương trình đào tạo mỗi năm năm là một việc cần làm.

Trở thành một viện giáo dục thần học xuất sắc đòi hỏi dũng khí và sự sáng tạo. Chương trình đào tạo của bạn không nên chỉ tập trung phản ánh những truyền thống vinh quang của quá khứ, nhưng phải là một phương cách chủ đích và có tính hội nhập để trang bị những con người thật, tức những người hiện đang học cho những mục vụ thật mà họ sẽ đảm nhận. Sinh viên tốt nghiệp của bạn sẽ "thức dậy và gọi bạn là người có phước!

Câu Hỏi Thảo Luận Liên Quan Đến Chương Trình Đào Tạo

1. Khi bạn suy ngẫm về tác động của chương trình đào tạo của mình, bạn đã đóng vai trò gì về mặt chọn lựa chương trình đào tạo?

2. Nếu bạn chưa bao giờ thực hiện điều này (hoặc nếu hiện tại bạn chưa thực hiện), hãy phát triển một bản mô tả lứa sinh viên, tức là những người đến học trong trường của bạn. Họ đã biết những gì? Họ đã biết làm những gì? Họ là người như thế nào?

3. Có sinh viên nào mà bạn không nên nhận vì họ không phù hợp với chương trình này?

4. Sinh viên tốt nghiệp của bạn làm gì khi họ hoàn thành chương trình đào tạo trong trường của bạn? Nếu bạn chưa bao giờ làm (hoặc hiện tại chưa làm), hãy xây dựng một bản mô tả những gì sinh viên tốt nghiệp cần biết, cần biết cách làm và cần sống để có thể trở nên hiệu quả cho mục vụ mà Chúa dành cho họ.

5. Ở mức độ nào kế hoạch giảng dạy của bạn giúp sinh viên được trang bị đầy đủ cho mục vụ? Hoặc ở mức độ nào vấn đề "nằm ở chương trình đào tạo" như đã được phát biểu ở phần mở đầu của chương này?

Gợi ý đọc thêm

Alstete, Jeffrey W. *Accreditation Matters: Achieving Academic Recognition and Renewal.* Jossey-Bass: ASHE-ERIC Higher Education Report, Vol. 30, #4, 2014.

Bates, A.W. and Gary Poole. *Effective Teaching with Technology in Higher Education.* San Francisco: Jossey-Bass, 2003.

Cole, Victor B. *Training of the Ministry.* Bangalore: Theological Book Trust, 2001.

Downs, P.G. *Teaching for Spiritual Growth: An Introduction to Christian Education.* Grand Rapids, MI: Zondervan, 1994.

Fisher, L.A. & C. Levene. *Planning a Professional Curriculum.* Calgary: University of Calgary Press. 1989.

Ford, L.A. *Curriculum Design Manual for Theological Education: A Learning Outcomes Focus.* Nashville, TN: Broadman, 1991.

Gangel, Kenneth and Wilhoit, James. *The Christian Educator's Handbook on Teaching.* Victor Press., 1993.

Habermas, R. & K. Issler. *Teaching for Reconciliation: Foundation and Practice of Christian Educational Ministry.* Grand Rapids, MI: Baker Books, 1992.

Harris, M. *Fashion Me a People: Curriculum in the Church.* Louisville. KY: Westminster, 1989.

Hart, D. G. and R. Albert Mohler, Jr. *Theological Education in The Evangelical Tradition.* Grand Rapids: Baker, 1996.

Langford, David P and Barbara A. Cleary. *Orchestrating Learning with Quality.* Milwaukee: ASQC Quality Press, 1995.

Lewy, Arieh. *Handbook of Curriculum Evaluation.* New York: UNESCO and the International Institute of Educational Planning, 1997.

Leypoldt, Martha M. *Learning is Change: Adult Education in the church.* Valley Forge, PA: Judson Press, 1971.

Posner, George J. and Alan H. Rudnitsky. *Course Design: A Guide to Curriculum Development for Teachers.* New York: Longman, 2001.

Theological and Christian Education Commission (TCEC). *Training God's Servants: A Compendium of the Papers and Findings of a Workshop on "Training for Mission in Africa."* Nairobi: Association of Evangelicals in Africa, 1997.

Toohey, S. *Designing Courses for Higher Education.* Buckingham, UK: Open University Press, 1999.

Vella, Jane. *How Do They Know that They Know.* San Francisco, CA: Jossey-Bass, 1998.

_____. *Learning to Listen, Learning to Teach.* San Francisco, CA: Jossey-Bass, 1994.

Wiggins, Grant and Jay Mctighe. *Understanding by Design.* Alexandria, VA: Association for Supervision and Curriculum Development, 1998.

Chương 7

Xuất Sắc về Đội Ngũ Giáo Viên

Nguồn lực quan trọng nhất mà một chương trình đào tạo có chính là đội ngũ giảng dạy. Những cơ sở đào tạo xuất sắc biết cách tìm kiếm, đào tạo và khích lệ giáo viên của mình.

Theo Ê-phê-sô 4:11, thầy cô là một món quà Chúa ban để giúp con dân Ngài học cách đưa lẽ thật vào thực tiễn đời sống hàng ngày của mình. Nếu đúng là chúng ta đặt trọng tâm các hoạt động giáo dục trên sự phát triển nhân cách và trang bị cho mục vụ thì chúng ta cần những giáo viên biết làm tốt những điều này. Chúng ta không cần những giáo viên là người chỉ đơn thuần đọc cho sinh viên tài liệu từ các lớp mà họ đã học tại thần học viện. Làm thế nào để có thể khám phá được chúng ta cần những nhà giáo dục như thế nào? Điểm tốt nhất để bắt đầu có lẽ là với những giảng viên mà chúng ta đã có, mặc dù có thể ở nhiều chương trình đào tạo, đội ngũ giảng dạy này là tập hợp khá tạp nham của những giáo sĩ "rảnh rỗi" cùng với nhiều giáo viên địa phương trọn thời gian và bán thời gian. Việc giúp đỡ nhóm người này trở nên hiệu quả hơn trong những gì họ đang cố gắng làm không thể được hoàn thành chỉ bằng cách gửi tất cả những người ấy đi học bồi dưỡng nâng cao.

Tôi thích cách gọi *"giáo viên"* hơn là *"giáo sư"* hay *"giảng viên"* hay *"gia sư"*. Có một số đề xuất nên quan tâm đến chuyên môn và tính chuyên biệt của một gia sư, dù đối với nhiều người thuật ngữ này chủ yếu chỉ về những người lắng nghe bị động khi học sinh nhắc lại bài học của mình. Từ *"giáo sư"* có xu hướng trở thành một thuật ngữ chỉ về địa vị dành cho một ai đó được đào tạo chính quy sau nhiều năm trong công tác giảng dạy. Nó có thể biểu thị hoặc không thể biểu thị những gì người đó thực sự làm. Tuy nhiên, cách gọi *"giảng viên,"* mô tả chính xác những gì người ta làm: diễn thuyết, giảng bài. Chúng ta không cần ai đó đọc cho sinh viên những gì họ có thể tự đọc tại nhà hay thư viện. Mặt khác, thuật ngữ *"giáo viên"* về lý thuyết thì mô tả ai đó giúp sinh viên học tập.

Giáo viên giỏi là những nguồn lực to lớn mà bất kỳ trường học hay chương trình đào tạo nào có được. Chúng ta được phước nếu chúng ta có những giáo viên biết cách chăm sóc và trang bị sinh viên sao cho họ có thể sẵn sàng nhận lấy những mục vụ mà Chúa kêu gọi họ bước vào. Chúng ta cần những người biết rõ kiến thức môn học và làm gương về những gì họ biết. Chúng ta cũng muốn họ biết các phương pháp giảng dạy sao cho họ có thể giúp sinh viên khám phá thế giới thật, cũng như thế giới ý tưởng và sách vở, một cách sáng tạo. Những chương trình đào tạo xuất sắc biết cách phát triển đội ngũ giảng dạy của mình để họ trở thành những con người như thế.

Những yếu tố trong việc phát triển cán bộ giảng dạy mà chúng ta cần

Một cơ sở đào tạo có thể có đủ số lượng sinh viên cho các khóa học mà nó mở ra nhưng lại không có một đội ngũ giáo viên giỏi. Tất cả các giáo viên của chúng ta có thể đều có bằng cấp trình độ cao. Chúng ta thậm chí còn đạt tỷ lệ phần trăm đội ngũ nhân viên trong nước nhưng vẫn thiếu giáo viên. Năm câu hỏi giúp chúng ta xác định giáo viên của mình có góp phần tạo nên một đội ngũ giáo viên xuất sắc hay không.

(1) Họ có được đào tạo chính quy trong đúng lĩnh vực họ dạy không?

Việc có bằng cấp, học vị cao là rất quan trọng, tuy nhiên tính phù hợp trong lĩnh vực đào tạo nâng cao của người đó còn quan trọng hơn. Những gì được học có liên quan gì đến lĩnh vực mà người đó thực tế sẽ dạy không? Chúng ta cần những giáo viên có chiều sâu kiến thức về lĩnh vực học vấn *của họ*, chứ không chỉ đơn giản là người đã chứng minh được năng lực khi vượt qua các vòng học thuật. Có bằng tiến sĩ toán học hay dược học không phải tiêu chuẩn để ai đó dạy các môn nghiên cứu Kinh Thánh hay lịch sử hội thánh.

Dầu vậy, việc giáo viên học cách tư duy và làm nghiên cứu trong những lĩnh vực mà người ấy giảng dạy dưới sự hướng dẫn của một cố vấn có năng lực và khi bằng của họ được cấp bởi những cơ sở đào tạo uy tín là điều cũng rất có giá trị. Nghiên cứu nâng cao giúp người ta đạt được sự hiểu biết rộng lớn về những vấn đề sẽ gần gũi với sinh viên, đồng thời mô hình học tập mà họ quan sát trong khi nghiên cứu cũng góp phần làm nổi bật chương trình của chính họ khi họ giảng dạy.

(2) Họ có những kỹ năng thực tế trong đúng lĩnh vực họ dạy không?

Giáo viên thực sự biết gì về cách thức làm việc trong lĩnh vực mà người đó sẽ giảng dạy? Việc mong đợi rằng một giáo viên dạy môn tuyên đạo pháp thật sự biết cách giảng, rằng môn thực tế mục vụ phải được dạy bởi mục sư, rằng các khóa học về tham vấn phải được dạy bởi những người đã qua đào tạo và có kinh nghiệm lắng nghe, môn chứng đạo phải được dạy bởi những người thường xuyên chia sẻ đức tin của mình và môn nghiên cứu truyền giáo phải được dạy bởi những người đã có kinh nghiệm trong việc truyền giáo xuyên văn hóa là điều hợp lý.

Truyền thông cũng là một kỹ năng đòi hỏi tất cả các giáo viên nên có. Chúng ta không làm được gì khi đội ngũ giảng dạy có bằng cấp cao và nhiều kiến thức nhưng không thể truyền đạt những gì họ biết một cách mạch lạc ở mức độ của sinh viên. Điều này bao hàm cả năng lực về ngôn ngữ. Tôi từng gặp những giảng viên là giáo sĩ, họ là những người rất xuất sắc về kiến thức chuyên môn nhưng vì ở phạm vi ngoài lớp học họ chẳng bao giờ dùng ngôn ngữ giảng dạy nên họ gặp khó khăn khi phải dạy trong lớp. Điều này rất bất công với sinh viên. Có thể có một vài ngoại lệ trong việc mời giáo sư thỉnh giảng có chuyên môn trong một lĩnh vực cụ thể, nhưng ban giảng huấn sẽ không được đầy đủ nếu nó chủ yếu bao gồm những người không thể truyền đạt những gì họ biết cho sinh viên của mình bằng bất kỳ ngôn ngữ nào.

(3) Họ có phải là những người làm gương tốt không?

Danh mục dữ liệu hay tờ giới thiệu của mỗi một chủng viện hay trường Kinh Thánh đều mô tả sự tăng trưởng thuộc linh mà họ hy vọng nhìn thấy nơi sinh viên của mình trong suốt thời gian học tập. Dường như yếu tố lớn nhất góp phần vào sự tăng trưởng thuộc linh là những gì sinh viên nhìn thấy trong cuộc đời và chức vụ của giáo viên. Ban giảng huấn của bạn đã làm gương như thế nào?

Ti-mô-thê phải làm gương trong lời nói, cách cư xử, lòng yêu thương, đức tin và sự trong sạch. Sự tăng trưởng của Ti-mô-thê phải được nhìn thấy công khai để mọi người có thể kiểm chứng sự tiến bộ đó (1 Ti. 4:12–16). Ban giảng huấn của chúng ta tận hiến cho việc biết Chúa và yêu mến Chúa ở mức độ nào? Sinh viên có thể nhìn thấy giáo viên của mình tăng trưởng về mặt thuộc linh không? Hay ở mức độ nào giáo viên của chúng ta giống như những giám mục mà Phao-lô mô tả trong 1 Ti-mô-thê 3, là những người không chỗ trách được và được tất cả mọi người kính trọng? Gia đình và hôn nhân của các giáo viên hiện như thế nào? Giáo viên của chúng ta có gắn bó thường xuyên với hội thánh địa phương không? Các giáo viên có tôn trọng nhau không, hay họ nói những điều tiêu cực về nhau ở cả trong và ngoài lớp học? Họ có tôn trọng sinh viên không hay họ chỉ có mặt để dạy, và quá bận rộn nên không thể dành bất kỳ thời gian nào khác để giúp đỡ hay giải đáp cho sinh viên?

Những điều này rất quan trọng, vì việc chúng ta là ai có trọng lượng hơn bất cứ điều gì chúng ta nói ra từ miệng mình. Khi Chúa Giê-xu cảnh báo những giáo sư giả trong Ma-thi-ơ 7, Ngài không nói về nội dung họ thuyết giảng. Những chỗ khác Kinh Thánh có ký thuật về tầm quan trọng của lẽ thật và giáo lý chuẩn mực. Nhưng giáo sư giả cũng được biết đến qua bông trái mà ai cũng có thể nhìn thấy trong cuộc đời của người đó. Chúng ta sẽ học về sự xuất sắc của đội ngũ giảng dạy khi quan sát họ cũng như khi chúng ta lắng nghe những đánh giá phù hợp về họ qua sinh viên và đồng nghiệp.

(4) Họ có ơn giảng dạy hay không?

Chúng ta đã lưu ý rằng giáo viên là những con người đặc biệt, được Chúa ban tặng để trang bị con dân Chúa cho mục vụ (Êph. 4:11-16). Những giáo viên làm mục sư hay mục sư làm giáo viên đều vận dụng những kinh nghiệm và Kinh Thánh để giúp sinh viên trở nên trưởng thành, sẵn sàng cho mọi việc lành (2 Ti. 3:17.

Những người mà bạn ký hợp đồng để dạy có thực sự được ơn của Chúa trong việc giảng dạy không? Dù chúng ta có thể phân biệt được đâu là ân tứ giảng dạy của một người và đâu là những kỹ năng phải được trau dồi thì mới dạy hiệu quả hơn, nhưng ân tứ và kỹ năng có liên quan đến nhau. Tất cả chúng ta (trong đó có cả những người được Chúa ban ân tứ làm giáo viên) đều có thể học hỏi thêm về những nguyên tắc sư phạm cơ bản nhằm hướng dẫn quy trình học tập của người khác một cách sáng tạo hơn. Dầu vậy, dường như sẽ là điều hợp lý khi nói rằng một chương trình đào tạo nên có một đội ngũ giáo viên bao gồm mục sư/giáo viên được Chúa ban cho hội thánh như một món quà. Chúng ta sẽ có thể phân biệt những người này là ai qua bằng chứng mà Đức Chúa Trời đang sử dụng họ để trang bị người khác cho mục vụ.

(5) Họ có sẵn sàng tăng trưởng không?

Mỗi giáo viên nên có tính tò mò muốn biết nhiều hơn, một ao ước được trưởng thành trong sự vâng phục và một khao khát để cải thiện phương pháp giảng dạy của mình. Một ngăn trở lớn đối với điều này xuất phát từ sự kiêu ngạo, cảm thấy rằng mình đã biết đủ rồi. Tôi biết một bác sĩ tại Mỹ La-tinh là người không đọc bất cứ nội dung mới nào về y khoa kể từ khi hoàn tất nghiên cứu của mình nhiều năm trước đó. Ông không phải là người duy nhất, nhưng nghiêm túc mà nói thì có ai muốn được chữa bệnh bởi một người như thế không?

Giáo viên của chúng ta có quá khác biệt hay không? Một số giáo viên sợ phải thảo luận, e là sinh viên hỏi về điều gì đó mà họ không biết. Các lớp học có thể được diễn ra đều đặn bởi một giáo viên với nội dung được giữ nguyên xi từ lúc người đó bắt đầu dạy từ 35 năm trước. Một đội ngũ giảng dạy tốt là tập hợp những người liên tục học hỏi những điều mới bằng việc lắng nghe và quan sát, với một kết ước trong lòng là tiếp tục tăng trưởng và làm mọi việc tốt hơn. Khi mới làm giáo sĩ, tôi đến thăm một đồng lao là người đã từng ở Bra-xin trong nhiều năm và đã dạy tại nhiều nơi khác nhau. Tôi hỏi liệu tôi có thể dự thính lớp học của ông để học nhiều hơn về cách giảng dạy trong bối cảnh ở Bra-xin không. Sau đó khi chúng tôi nói chuyện, ông chia sẻ trong nước mắt: "Anh biết không, anh là người đầu tiên quan sát lớp học của tôi."

Tất cả các giáo viên tiểu học và trung học cơ sở đều chịu sự đào tạo nghiêm ngặt về môi trường thực tế để chuẩn bị cho trách nhiệm giảng dạy của họ. Hầu hết trong số họ cần tham gia vào các buổi tái đào tạo thường kỳ từ khi họ bắt đầu giảng dạy. Điều này thường ít xảy ra với những người làm việc tại trường Kinh Thánh hay với những ai giảng dạy tại trường đại học. Không biết làm sao một cái bằng tiến sĩ, tự thân nó, về mặt lý thuyết có thể làm cho người sở hữu nó đủ tiêu chuẩn để làm giảng viên bậc đại học ở mọi nơi, ngay cả khi nhiều người có bằng tiến sĩ nhưng không biết dạy thế nào cho hiệu quả. Trở nên xuất sắc và tiếp tục giữ được sự xuất sắc ấy đòi hỏi đội ngũ giảng dạy có chất lượng của chúng ta phải cam kết để tiếp tục tăng trưởng.

Một đội ngũ giảng dạy thực sự tốt là sản phẩm của một kế hoạch chiến lược có lớp lang, tiến trình đàng hoàng. Khi chúng ta biết sinh viên của mình là ai, khám phá những gì các em biết, những gì các em biết làm và khi chúng ta nhận ra các em cần trở thành con người như thế nào sau khi tốt nghiệp với những kiến thức và kỹ năng cụ thể–thì việc đưa các em từ chỗ hiện tại đến nơi cần đến đòi hỏi chúng ta phải có đúng giáo viên và cố vấn cho việc đó.

Chúng ta nên bắt đầu đánh giá sự xuất sắc của giáo viên bằng việc xem xét kỹ lưỡng đội ngũ giáo viên mà chúng ta có. Đối với hầu hết các giáo viên, chúng ta sẽ có thể khẳng định với sự vui mừng về cách Đức Chúa Trời sử dụng họ khi chúng ta tìm cách giúp họ trở nên hiệu quả hơn. Tuy nhiên, không phải ai có bằng cấp cũng xứng đáng được giữ lại làm giáo viên. Nếu chúng ta kết luận rằng một số người trong đội ngũ giáo viên chưa phải là người có thể giúp đưa sinh viên từ chỗ của họ đến nơi họ cần đến, thì chúng ta cần dũng khí và sự tế nhị để từ chối họ. Để ai đó ra đi không phải là việc dễ dàng trong mọi nền văn hóa. Thậm chí sa thải một nhân viên cũng có thể là điều bất hợp pháp. Tuy vậy, nhờ sự cầu nguyện và sự khôn ngoan, tìm cách để khích lệ những người không phù hợp bước ra là điều có thể thực hiện. Có rất nhiều nguy cơ có thể xảy ra nếu chúng ta không dùng đúng người trong đội ngũ của mình.

Quan tâm đến những giáo viên mà chúng ta có

Nếu giáo viên cảm thấy hài lòng, họ sẽ không vội bỏ chúng ta mà đi qua cánh đồng mới. Sự hài lòng thường có được khi họ là một phần trong môi trường sống và làm việc lành mạnh. Vậy làm thế nào để một cơ sở đào tạo có thể trở thành một nơi mà những giáo viên xuất sắc muốn ở lại làm việc và họ có thể tiếp tục tăng trưởng và phát triển trong môi trường đó? Có bảy lĩnh vực sẽ giúp giáo viên của chúng ta cảm thấy thoải mái và hài lòng bởi họ là một phần của đội ngũ giảng dạy xuất sắc.

(1) Chúng ta có hiểu rõ về bản sắc, mục đích và mong đợi của mình không?

Các chương trình đào tạo xuất sắc biết lý do tại sao mình tồn tại. Chương trình của họ được cấu trúc một cách mạch lạc để đáp ứng các nhu cầu thực sự của cộng đồng mà họ phục vụ. Chương trình đào tạo được thiết kế và thường xuyên được cập nhật để giúp sinh viên đi từ chỗ hiện tại đến nơi họ cần đến. Người mới thì được định hướng để hiểu về lịch sử, đặc trưng và những cách chương trình được vận hành. Có các bản mô tả công việc rõ ràng và mỗi người đều biết mình cần làm gì và công việc đó góp phần vào mục đích chung của chương trình đào tạo như thế nào. Được cùng dự phần trong một nhiệm vụ mà chúng ta đều biết là đáng làm là một cách tuyệt vời để làm cho một chương trình đào tạo trở nên thu hút đối với những giáo viên mà chúng ta muốn họ bước vào và ở lại lâu dài.

(2) Chúng ta có cung ứng cho họ đầy đủ mọi nhu cầu thiết yếu cho cuộc sống không?

Chúng ta sẽ thảo luận điều này nhiều hơn trong chương 10, nhưng các vấn đề lương bổng và nơi ở rất quan trọng trong việc tìm kiếm và giữ chân những giáo viên mà chúng ta muốn. Chúng ta cần xem xét cả việc học của con cái họ cũng như chế độ chăm sóc sức khỏe và lương hưu. Nếu chúng ta đã cân nhắc và khéo léo trong việc phát triển các gói hỗ trợ phù hợp cho nhân viên thì chúng ta sẽ thu hút được họ và thành công trong việc tìm kiếm và giữ chân nhân tài mà mình cần.

(3) Chúng ta có vận hành như một tập thể quan tâm đến nhau hay không?

Chúng ta là ai với tư cách một tập thể không chỉ có tiếng nói với sinh viên mà cũng rất quan trọng với giáo viên và nhân viên của chúng ta. Để giữ chân và khích lệ đội ngũ giảng dạy xuất sắc, chúng ta cần phải là một tập thể vững mạnh biết cách khuyến khích và hỗ trợ cho nhau. Giao tiếp cởi mở cần được làm gương trong môi trường học thuật. Xung đột cần được giải quyết bằng những nỗ lực của các cá nhân, với những can thiệp nhẹ nhàng nếu cần thiết. Cả sinh viên và nhân viên cần được chăm sóc mục vụ, có thời gian cụ thể cho việc cầu nguyện và chia sẻ với nhau. Bản mô tả công việc cần dành thời gian cho các hoạt động phát triển và thúc đẩy tính cộng đồng. Cộng đồng của chúng ta nên là một nơi đầy vui mừng để mọi người sống và làm việc.

(4) Chúng ta có phải là một cộng đồng hiếu học?

Trong chương 12, chúng ta sẽ thảo luận sự xuất sắc trong việc đổi mới, nhưng phải nhớ rằng giáo viên giỏi là người tiếp tục học hỏi. Các chương trình đào tạo xuất sắc lên lịch và khích lệ giáo viên tham gia vào nhiều hoạt động trong và ngoài khuôn viên nhà trường để giúp họ giữ sự sắc bén và dạy tốt hơn. Có thể bạn sẽ muốn tổ chức các hội thảo chuyên đề với các chuyên gia bên ngoài, hay các buổi thảo luận có định hướng về các vấn đề then chốt, hay chia sẻ nghiên cứu mà nhiều thành viên đang thực hiện. Nếu một phần trong nhiệm vụ giảng dạy là nghiên cứu và soạn thảo thì cần phải bố trí thời gian cho giáo viên làm những việc đó. Nghiên cứu chính quy có thể là một phần trong sự học hỏi liên tục cũng như là cơ hội để đổi mới vì nó cho phép một người nhận vào thay vì liên tục cho đi kiến thức. Chúng ta sẽ thảo luận về đào tạo nâng cao một cách chính quy trong phần sau của chương này.

(5) Chúng ta có khuyến khích giáo viên có các kỳ nghỉ và dành thời gian cho việc làm mới lại mình không?

Là một giáo viên giỏi đòi hỏi phải làm rất nhiều việc. Có hai vấn đề ở đây. Thứ nhất, giáo viên phải có đủ thời gian để luôn có thể có những gì tốt nhất mà trang bị cho mỗi thế hệ tân sinh viên cho các mục vụ mà họ sẽ đảm nhiệm. Chúng ta không muốn giáo viên của chúng ta làm cùng một thứ theo cùng một cách từ năm này đến năm nọ. Giáo viên và nhân viên cần thời gian để suy ngẫm, cũng như nghiên cứu và đọc sách nhằm có sự hiểu biết và truyền đạt tốt hơn những gì họ đang dạy.

Nhưng quá nhiều hoạt động giảng dạy cũng khiến giáo viên bị kiệt quệ. Kiệt quệ về thuộc linh và cảm xúc tiêu cực tích tụ khiến cho người giáo viên không vui và làm việc thiếu hiệu quả. Một số người có thể sẽ quyết định rời khỏi môi trường giáo dục ấy hoàn toàn, ít nhất là một thời gian. Làm việc hai mươi bốn tiếng trong một ngày và làm tất cả các ngày trong tuần là điều không nên khuyến khích. Chúng ta cần khuyến khích giáo viên có những ngày không làm việc và thường xuyên lấy ngày phép để nghỉ ngơi. Thời gian cho một kỳ nghỉ dài cũng rất hữu ích. Các giảng viên là giáo sĩ thường được phép có các kỳ nghỉ dài, mặc dù không phải tất cả đều sử dụng khoảng thời gian này một cách khôn ngoan cho việc làm tươi mới và nghỉ ngơi. Tuy nhiên, các giảng viên trong nước thì ít được sắp xếp để nghỉ ngơi hơn. Lên kế hoạch và tài trợ cho các đợt nghỉ phép theo giai đoạn để đổi mới và tái tạo, thường được gọi là các kì nghỉ sa-bát, sẽ giúp chúng ta tiếp tục có được một nhân sự khỏe mạnh và hiệu quả hơn.

(6) Chúng ta có khuyến khích mạng lưới làm việc?

Tham gia vào các khóa hội thảo và tham luận về đào tạo trong khu vực là những phương cách rất tốt để có thể học hỏi những ý tưởng và kỹ năng mới. Tinh thần và chất lượng giảng dạy được cải thiện khi các nhân viên có thể xây dựng mối quan hệ với các đồng nghiệp qua các chương trình đào tạo khác trong vùng. Tham gia vào các khóa tham luận cũng là cách đề cao nhân viên của bạn vì họ được danh tiếng và ghi nhận khi thuyết trình về những điều liên quan mà họ (và bạn) đã học và thực hiện. Cho phép đội ngũ giáo viên của chúng ta thi thoảng tổ chức các khóa học của họ tại các cơ sở đào tạo khác cũng là cách trân trọng họ, đồng thời khuyến khích sự đổi mới qua việc thay đổi không gian. Hơn nữa, trao đổi giáo viên cũng hợp lý về mặt kinh tế khi chúng ta chia sẻ chuyên gia của mình đồng thời mượn các chuyên gia từ các trường khác. Mạng lưới làm việc như thế là một cách hiệu quả để học những ý tưởng mới khi nhìn thấy cách người khác thực hiện những điều mà chúng ta đang cố gắng làm.

Để tất cả những điều này xảy ra đòi hỏi phải cho các giáo viên thời gian cũng như sự giúp đỡ khi có cơ hội. Đầu tư như thế này sẽ giúp bạn giữ chân được những giáo viên tốt nhất.

(7) Chúng ta có nguồn tài liệu tốt từ thư viện không?

Những người du học trở về thường phàn nàn rằng họ không còn được tiếp cận với nguồn sách tuyệt vời mà họ đã có khi ở nước ngoài. Chúng ta không cần phải bắt chước các thư viện nước ngoài nhưng việc cung cấp sách tham khảo và các tạp chí phù hợp, cùng với khả năng tiếp cận các nghiên cứu điện tử sẽ cho phép các giáo viên tiếp tục nghiên cứu và tăng trưởng. Chúng ta sẽ thảo luận sự xuất sắc trong thư viện ở chương 9.

Tìm kiếm giáo viên mới

Giả sử bạn đã xác định được giáo viên mà mình muốn và biết rõ bạn muốn họ làm gì, thì có một số cách khác nhau để tìm kiếm đúng người cho chương trình đào tạo của bạn.

(1) Tự phát triển nguồn giáo viên của riêng bạn

Một trong những chương trình đào tạo thạc sĩ tốt tại Châu Phi có chủ ý theo dõi sinh viên của mình để xem ai trong số ấy có ân tứ và khả năng để trở thành giảng viên. Khi họ chuẩn bị tốt nghiệp, nhà trường mời một hai người trong số đó ở lại thêm một năm để làm trợ giảng. Trong suốt một năm đó, họ sẽ phụ dạy trong khi có thầy cô khác giám sát cũng như được tiếp xúc với các hoạt động và trách nhiệm như một thành viên của ban giảng huấn. Nếu người đó thể hiện sự quan tâm và năng khiếu đặc biệt thì nhà trường sẽ tìm nguồn học bổng để người đó có thể theo học một chương trình đào tạo chính quy cao hơn. Sau khi hoàn thành khóa đào tạo ấy, sinh viên này sẽ trở về để làm cán bộ giảng dạy trọn thời gian. Đây là những người rất phù hợp bởi họ biết nhà trường và nhu cầu của nhà trường. Cách đào tạo này đã vận hành rất tốt và cho đến hiện giờ chưa có tình trạng chảy máu chất xám xảy ra. Thậm chí đối với những người trải nghiệm làm trợ giảng mà không được mời ở lại thì họ cũng học những điều giá trị về công tác của một giảng viên.

(2) Sử dụng giáo viên dạy theo mô-đun

Không phải cơ sở đào tạo nào cũng cần có chuyên gia riêng trong từng lĩnh vực nghiên cứu. Sử dụng giáo viên trao đổi ở các trường với nhau để có thể dạy các khóa học chuyên sâu theo mô-đun là một cách để san sẻ kiến thức sâu nhiệm của những người đạt chuẩn trong các lĩnh vực cụ thể. Chúng ta cũng có thể kêu gọi các chuyên gia trong khu vực và quốc tế, những người sẵn sàng, để dạy các khóa học theo mô-đun, nhất là khi chúng ta cung cấp (hoặc ít nhất gợi ý) tài trợ chi phí đi lại, ăn ở và thù lao hợp lý. Qua việc thúc đẩy tính quốc tế hóa, một số cơ sở đào tạo nước ngoài khuyến khích giáo viên của mình có những trải nghiệm quốc tế. Chính cơ sở đào tạo hoặc hội thánh địa phương của các giảng viên có thể tài trợ cho hầu hết các chi phí của họ.

Tuy nhiên, hãy nhớ rằng không phải bất kỳ giáo viên tình nguyện không lương hay giáo viên có thể dạy nào cũng đều là chuyên gia, rằng ngay cả "các chuyên gia" cũng có thể cực kỳ khác nhau trong khả năng giảng dạy, đặc biệt là trong môi trường xuyên văn hóa. Một chương trình đào tạo cũng không thể có chất lượng khi có quá nhiều lớp phải học qua phiên dịch. Nếu bạn không hài lòng với những gì đang diễn ra, thì đừng quên rằng bạn có lựa chọn là không mời họ dạy thêm nữa.

(3) Tận dụng các chuyên gia thực hành tại địa phương

Đối với hầu hết các giáo viên từ các nước không thuộc Tây phương, giảng dạy chỉ là một trong số nhiều việc họ làm. Có thể nhiều thành viên trong đội ngũ giảng dạy của chúng ta là những người địa phương làm việc bán thời gian. Điều này có thể ích lợi cho chương trình vì những cá nhân này thường là người làm mục vụ trọn thời gian, giúp sinh viên có những kinh nghiệm thực tế hàng ngày trong mục vụ. Chúng ta cần phát hiện ra người có chuyên môn để có thể dung nạp nhằm làm giàu có chương trình đào tạo của mình. Mượn giáo viên từ các tổ chức, hội thánh và mục vụ khác cũng mang ích lợi về mặt tài chính vì chúng ta không cần phải trả chi phí nhà ở và các gói chính sách xã hội đòi hỏi cần phải có cho một nhân viên chính thức cho họ.

Tuy nhiên, ngay cả một giáo viên giỏi cũng không có thời gian để chuẩn bị cho lớp học nếu công việc chính khiến họ bận rộn ở đâu đó. Tôi đã nghe sinh viên phàn nàn về lãnh đạo các tổ chức hoặc các hệ phái danh tiếng không đến lớp để dạy hay đến lớp mà thiếu sự chuẩn bị. Để giảng viên bán thời gian và giảng viên khách mời trở thành một phần trong tập thể nhà trường hay phát triển các mối quan hệ cố vấn sâu sắc với sinh viên cũng là một điều không hề dễ.

(4) Chiêu mộ và tuyển dụng những giáo viên tốt nhất mà bạn có thể tìm thấy

Tại Châu Phi, mà có lẽ là ở tất cả những nơi không thuộc Tây phương, hội thánh và lãnh đạo nhà trường có sự nhận biết khá tốt về những người có ơn giảng dạy. Chúng ta có thể phát hiện ra trong số những giảng viên bán thời gian tài năng nhất hoặc những người dạy rất tuyệt các khóa học mô-đun có một vài người quan tâm đến việc dạy trọn thời gian. Vấn đề của chúng ta thường không phải là thiếu những con người đủ tiêu chuẩn và có thể tham gia, mà là thiếu cách để thực sự tuyển dụng họ. Như sẽ thảo luận trong chương 10, chúng ta cần đẩy mạnh vấn đề tài chính và cơ sở vật chất của mình sao cho chúng ta có thể tìm kiếm và giữ một ban giảng huấn chất lượng. Thà nhà trường chủ động trong việc tuyển dụng (hay sa thải) giáo viên của mình hơn là phụ thuộc vào nguồn nhân sự mà những người đó tự gây quỹ để hỗ trợ cho mình. Người ta có xu hướng làm việc cho những ai trả tiền cho mình và nếu chúng ta không phải là người trả cho họ thì họ không thực sự làm việc cho chúng ta. Phát triển và quản lý một đội ngũ giảng viên gồm những người dạy "miễn phí" cho chúng ta là một điều khó. Ở mức độ tối thiểu, giáo viên "miễn phí" (bao gồm các giáo sĩ) nên có một hợp đồng được ký kết với chương trình đào tạo ở đó thể hiện việc họ (và của tổ chức tài trợ cho họ) đồng ý thực hiện tất cả những bổn phận mà họ phải thực hiện trong bản mô tả công việc.

Một cách để tránh tuyển dụng giáo viên tồi là quan sát họ về chuyên môn và đời sống cá nhân trước khi đưa họ vào vị trí lâu dài. Hiển nhiên chúng ta phải xem xét các tiêu chuẩn và nghe những lời nhận xét về ai đó trước khi xem xét việc có nên thêm họ vào đội ngũ giảng dạy hay không. Tuy nhiên quan sát ai đó và hiểu về họ trước khi tuyển dụng cũng là một việc tốt. Một giáo viên tiềm năng có thể được mời đến dạy một loạt các khóa học đặc biệt hoặc tổ chức các khóa học theo tín chỉ chuyên sâu. Sinh viên và đồng nghiệp có thể đưa ra nhận xét về nhân cách, mối quan hệ, khả năng truyền thông, kỹ năng sư phạm hay kiến thức về môn mà họ giảng dạy. Một thành viên tiềm năng cho đội ngũ giảng viên cũng có thể được mời tham gia vào các hoạt động trong trường và hoạt động xã hội để biết người đó phù hợp ra sao với cộng đồng và đặc trưng của nó.

Cách này cũng có thể áp dụng với các giảng viên là giáo sĩ. Ngay cả khi việc giảng dạy phải được thực hiện thông qua phiên dịch đi nữa, và nếu mọi thứ đều khả thi thì nên yêu cầu các giáo viên tiềm năng thăm trường theo cách này. Thậm chí nếu không sắp xếp được một buổi viếng thăm thì hãy dành một khoảng thời gian tập sự cho tất các các thành viên mới trong đội ngũ giảng dạy, bao gồm các giáo sĩ, để có thể quan sát cách sống và hành xử của họ. Việc tuyển đúng người sẽ dễ hơn nhiều so với việc cố gắng sa thải ai đó không phù hợp.

(5) Phát triển quan hệ hợp tác mục vụ

Hầu hết các chương trình đào tạo ở các nước không thuộc Tây phương đều gắn bó gần gũi với các tổ chức truyền giáo và với các hệ phái tương ứng. Chương trình đào tạo của chúng ta cung ứng nhiều lãnh đạo ở trình độ cao cho những tổ chức và hội thánh này, nhưng đổi lại, rất ít trong số họ cung cấp giáo viên cho chúng ta. Chúng ta cần thách thức họ để họ hoặc chu cấp ngân quỹ cho việc tuyển dụng một số người chất lượng sẵn sàng tham gia với chúng ta, hoặc đề cử hay cho mượn người đủ tiêu chuẩn mà chúng ta có thể xem xét theo đúng như cách mà chúng ta xem xét bất cứ giáo viên tiềm năng nào.

Phát triển đội ngũ giảng dạy chính quy–Học nâng cao

Mọi người đều nhận thức được những tốn kém tài chính cho việc du học, những nguy hại của việc đào tạo không được bối cảnh hóa và việc chảy máu chất xám. Điều đáng khích lệ là nhiều sinh viên giỏi dường như chọn học tại những chương trình đào tạo có chất lượng mà lại rất gần nhà. Vậy thì một cơ sở đào tạo đóng vai trò gì trong việc khuyến khích sự phát triển chính quy cho chính đội ngũ giảng dạy của mình? Những câu hỏi sau đây rất quan trọng trong việc xem xét các vấn đề về nghiên cứu nâng cao cho giáo viên.

(1) Ai quyết định việc một người nào đó có nên học nâng cao hay không??

Tại Bắc Mỹ, Đông Âu và nhiều nước châu Mỹ La-tinh, sinh viên đơn giản chỉ cần nộp đơn vào bất cứ chỗ nào người đó muốn học. Ở một thái cực khác, hội thánh của chúng tôi ở Mô-dăm-bích giúp chúng tôi chọn tất cả sinh viên. Không ai khác (không phải nhà trường mà cũng không phải sinh viên) có tiếng nói trong việc sinh viên của chúng tôi phải là người như thế nào. Do vậy, kết quả là bà con họ hàng của các vị mục sư luôn được chọn vào học, mà thậm chí một vài người trong số họ cũng không thực sự muốn học nữa. Cả hai thái cực này đều không phải là những cách lý tưởng.

Tập thể viện thần học hay trường Kinh Thánh–nơi cá nhân đó đã là giáo viên–cần phải chịu trách nhiệm khuyến khích sự phát triển của đội ngũ giảng dạy. Chúng ta cần một kế hoạch tổng thể ưu tiên cho việc không ngừng đào tạo cho tất cả các nhân viên của mình. Một cá nhân có thể giãi bày mong muốn được học lên, nhưng chính chúng ta trong tư cách của một viện thần học mới là người chịu trách nhiệm lượng giá lời đề nghị đó dựa trên nhu cầu của ban giáo viên và cảm nhận của chúng ta về năng lực của người đó trong vai trò giáo viên. Mặc dù người ta được tự do thương lượng việc học cao hơn ở bất kỳ nơi nào họ muốn, nhưng cơ sở đào tạo mới là nơi quản lý được kế hoạch chủ chốt trong việc ai sẽ là người được đi học cao hơn với sự chúc phước và khích lệ về mặt tài chính từ học viện. Sẽ là một lời mời gọi người khác hiểu lầm và chảy máu chất xám nếu chúng ta cho phép nhà tài trợ hay tổ chức tài trợ tự chọn ứng cử viên đi học ở những nơi mà bối cảnh có thể khác xa so với văn hóa quê nhà của họ.

(2) Có những lựa chọn nào khác ngoài các chương trình đào tạo dài hạn ở phương Tây?

Nếu một mảnh bằng là tất cả những gì ban giảng huấn cần, thì có lẽ lựa chọn dễ nhất là mua một bằng tiến sĩ (mà không phải nỗ lực hoặc nỗ lực chỉ ở mức tối thiểu) với giá 100 USD tiền mặt từ bất cứ chương trình đáng ngờ nào đó tại một số nước không thuộc Tây phương nhất định. Tuy nhiên, nếu chúng ta thực sự muốn học được điều gì thì hãy cảm thấy được khích lệ vì các chương trình đào tạo trình độ cao có chất lượng có thể được tìm thấy ngày càng nhiều ở những nơi khác nhau trên thế giới. Tham gia đào tạo từ xa với nhiều chương trình đào tạo quốc tế cũng là một cách khả thi. Hãy đánh giá cẩn thận trước khi quyết định gửi ai đó đi nghiên cứu cấp độ nâng cao. Tôi sẽ không giới thiệu trường hợp nào đi nghiên cứu tại nước ngoài ở cấp độ cử nhân hay thậm chí là thạc sĩ, bất chấp sự hấp dẫn của những gói học bổng rời rộng từ các chương trình hải ngoại. Mặc dù họ mong muốn sinh viên có được một môi trường học tập vui vẻ và giàu văn hóa, nhưng thực tế là rất ít sinh viên tại các trường ở nước ngoài chú ý đến việc họ có đang được trang bị một cách thực tế cho các mục vụ mà họ sẽ đảm nhiệm tại quê nhà hay không.

Học nâng cao tại nước ngoài như chương trình Thạc sĩ Thần học (ThM) hay tiến sĩ (PhD), hay trong những lĩnh vực chuyên môn được quan tâm thì dễ lý giải hơn. Việc mở rộng tầm nhận thức, phát triển mối quan hệ lâu dài với những đồng nghiệp quốc tế, làm việc dưới sự dìu dắt của những người được quốc tế công nhận, hoặc tiếp cận dễ dàng hơn với việc học tập, nghiên cứu là những điều hữu ích. Có thể tất cả những điều này có giá trị hơn so với những bất lợi về mặt bối cảnh và chi phí. Một số người thậm chí phát hiện ra rằng học tập tại các nước phương Tây là cơ hội tốt để xây dựng mối quan hệ với những nhà tài trợ tiềm năng lâu dài cho các dự án của họ tại quê nhà. Bạn có thể kết luận rằng những lý do này đủ thuyết phục để gửi giáo viên của mình đi xa để nghiên cứu.

Tuy nhiên, vì nhiều học giả và cố vấn xuất sắc đã trở về quê nhà để làm việc cũng như sự thay đổi liên tục về bản chất của việc học hỏi có thể được thực hiện qua mạng Internet (và những chuyến bay giá rẻ), nên có rất nhiều lựa chọn trong đó cung cấp sự đào tạo với chất lượng tốt nhất ngay trong nước. Những lựa chọn này bao gồm số lượng ngày càng tăng của các chương trình đào tạo tiến sĩ Tin lành trong khu vực cũng như những lựa chọn thông qua các trường đại học không phải là trường Cơ Đốc có chất lượng tại địa phương. Trước khi xem xét những chương trình nào đang có trong nước, đừng vội vàng đưa ra quyết định vì có thể đó chưa hẳn là lựa chọn tốt nhất!

(3) Nếu họ vẫn đi thì làm thế nào để giảm thiểu sự khác biệt về bối cảnh?

Sinh viên quốc tế thường gặp nhiều khó khăn và cảm thấy đơn độc. Một trong những cách quan trọng nhất để giúp những người học tập tại nước ngoài là duy trì liên lạc thường xuyên với họ. Việc này bao gồm gửi email thường xuyên cho họ và dành những thời gian đặc biệt để cầu nguyện cho các nhu cầu của họ. Khi những lãnh đạo đi công tác đến khu vực mà sinh viên học tập, thì lãnh đạo ấy nên tìm cách đến thăm các sinh viên. Nếu có thể tính cả chi phí đi lại vào học bổng, thì họ nên được về nhà theo định kỳ để kết nối với thực tế mà họ sẽ giảng dạy, cũng như cho người khác cơ hội duy trì sự tin cậy dành cho họ.

Những chương trình đào tạo tốt thường có người đảm nhiệm vai trò tham vấn viên hoặc tư vấn cho các sinh viên quốc tế. Các cố vấn về vấn đề học tập cần được đào tạo để biết cách giúp những người họ đang tư vấn áp dụng việc học của mình vào thực tế và học hỏi cho những nhu cầu cụ thể của chính mình. Mỗi một người được chọn nhận học bổng của Langham đều được phước khi có những nhóm cầu nguyện và hỗ trợ tại địa phương nơi những người nhận học bổng ấy đang học. Các thành viên trong nhóm cầu nguyện và hỗ trợ này thường mời các sinh viên đến nhà và hội thánh của mình, và xem thử họ có cần giúp đỡ trong cuộc sống và hòa nhập với nước sở tại hay không. Langham cũng tìm cách để khích lệ sự tương tác giữa các sinh viên quốc tế, bao gồm các buổi thảo luận để giúp họ phản hồi về những gì họ học phù hợp ra sao với nhu cầu và thực tế của nơi mà họ từ đó ra đi.

(4) Gây quỹ đào tạo nâng cao cho giáo viên bằng cách nào?

Ai trả tiền cho người thổi sáo thì đó là người quyết định điệu nhạc ấy là gì. Biết ai là người chi trả học bổng và chi trả như thế nào là việc quan trọng, vì điều này ảnh hưởng đến đối tượng mà giáo viên xem như là người chủ thật sự của mình sau khi tốt nghiệp. Vì rất khó cho các nhà tài trợ khi không có một mục đích hay hướng đi cụ thể, vậy hãy làm tốt nhất có thể để sử dụng mục đích của nhà tài trợ vì lợi ích của trường Kinh Thánh. Phát triển đội ngũ giảng dạy cần phải là một phần trong kế hoạch chiến lược và tài chính của bạn. Việc bạn tiếp tục cung cấp nhà ở và lương bổng cho gia đình của người đang học nâng cao cũng là điều phù hợp. Chính cơ sở đào tạo (chứ không phải là cá nhân đó) mới là người nên tiếp cận bạn bè, hội thánh, các nguồn quỹ và chính chương trình đào tạo nâng cao ấy để tìm kiếm sự giúp đỡ trong việc đào tạo giảng viên của mình. Điều này không có ý nói rằng những người đi học (hay hội thánh hoặc gia đình của họ) không tham gia vào các hoạt động gây quỹ. Những gì khiến chúng ta tốn kém thì chúng ta sẽ trân trọng hơn. Tuy nhiên, có thể tốt nhất là khích lệ họ gây quỹ cho những thứ như sách vở mà họ sẽ muốn mua cho mình, hoặc cho các chi phí sinh hoạt cá nhân, nhường trách nhiệm gây quỹ để chi trả học phí và đi lại cho ban giảng huấn của cơ sở đào tạo.

Bạn sẽ xác nhận sự trân trọng với giảng viên của mình khi đầu tư vào họ qua việc giúp họ học lên cao hơn. Họ sẽ trở lại với bạn bằng sự biết ơn nếu bạn giúp đỡ thỏa đáng để đảm bảo rằng nhu cầu của họ được đáp ứng trong suốt thời gian học tập, nghiên cứu chính thức.

Một lợi ích từ việc đầu tư vào giảng viên của bạn

The Institut Supérieur Théologique de Bunia (ISTB) [Viện Thần Học Cao Cấp Bunia], tọa lạc tại miền Đông Bắc của Cộng hòa Dân chủ Công-gô, là một cơ sở đào tạo bị kẹt trong sự hỗn loạn về chính trị và kinh tế trong suốt thập kỷ qua. Từ năm 1961, ISTB là một chương trình đào tạo chất lượng phục vụ rất nhiều hệ phái Tin lành, với cấp độ cử nhân thần học và chương trình thạc sĩ kéo dài hai năm. Trường xoay sở để luôn mở cửa dù khi chiến tranh lan đến thành phố Bunia.

Sự bất ổn về chính trị của đất nước khiến cho việc tìm giáo sĩ hay giảng viên khách mời từ nước ngoài đến dạy tại trường trở nên bất khả thi. Theo đó, ISBT đưa ra một cam kết chiến lược để phát triển chính đội ngũ giáo viên của mình, vì nếu những giáo viên này bỏ đi thì nhà trường sẽ gặp khó khăn lần nữa. Giữa năm 1996 và 2005, họ gửi ít nhất là tám giáo viên đi học nâng cao. Ở cấp độ tiến sĩ có ba người được gửi đến nghiên cứu tại Nam Phi, một đến Pháp và một đến Mỹ. Ở cấp thạc sĩ, ba người được gửi đến Kenya trong khi một người khác đến thần học viện anh em ở cộng hòa Trung Phi. Vào thời điểm tôi viết sách này, tất cả số ấy đã trở về quê nhà để giảng dạy.

Kết luận

Những chương trình đào tạo thần học xuất sắc bắt buộc phải có một đội ngũ giảng dạy tương xứng, giáo viên là những người cam kết liên tục học hỏi và tăng trưởng trong suốt thời gian đi dạy của mình. Đào tạo giáo viên chính quy ở cấp nâng cao chỉ là một phần trong quy trình này. Một cơ sở đào tạo cần phát triển và trưởng dưỡng một môi trường mà ở đó giáo viên có thể làm việc một cách thuận tiện và hiệu quả. Viện cần có dũng khí để loại bỏ những người không phù hợp và cẩn thận trong việc tìm kiếm và phát huy những người phù hợp. Viện cũng cần chủ động trong việc cơ cấu và tài trợ các cơ hội tiếp tục đào tạo, cả chính quy lẫn phi chính quy cho đội ngũ giảng dạy của mình. Phát triển và duy trì một đội ngũ giáo viên xuất sắc là điều quan trọng nhất bạn có thể làm để chương trình và cơ sở đào tạo của bạn được vững mạnh.

Câu hỏi thảo luận liên quan đến đội ngũ giáo viên của bạn:

1. Cán bộ giảng dạy của bạn là những "giáo viên", "giáo sư" hay "giảng viên"? Tại sao bạn nói như vậy?

2. Bạn đang có những cán bộ giảng dạy tương xứng ở mức độ nào? Những ngăn trở lớn nhất khiến bạn không thể có một đội ngũ giảng dạy chất lượng hơn là gì? Làm thế nào để làm vững mạnh những cán bộ giảng dạy mà bạn đang có?

3. Bạn quan tâm đến giáo viên của mình như thế nào để họ muốn phục vụ một cách vui mừng như là một phần trong cộng đồng học tập của bạn?

4. Có thể làm gì để giúp giáo viên của bạn tăng trưởng tốt hơn cũng như được khoẻ mạnh về thuộc thể cũng như thuộc linh?

5. Bạn có kế hoạch cho việc đào tạo nâng cao cho cán bộ giảng dạy của mình không? Kế hoạch đó đang vận hành như thế nào?

Gợi ý đọc thêm

Boice, Robert. *The New Faculty Member: Supporting and Fostering Faculty Development*. San Francisco, CA: Jossey-Bass, 1992.

Bright, David F. and Mary P. Richards. Chapter 9: "Faculty Development" in *The Academic Deanship*, edited by David F. Bright and Mary P. Richards, 148-177. San Francisco, CA: Jessey-Bass, 2001.

Collins, Jim. *Good to Great*. New York, NY: Harper Collins Publishers, 2001.

Gangel, Kenneth O. and Howard G. Hendricks. *The Christian Educators Handbook on Teaching*. Grand Rapids, MI: Baker, 1988.

Hendricks, Howard G. *The 7 Laws of the Teacher*. Atlanta, GA: Walk Thru the Bibile Ministries, 1987.

Lucas, Ann F. and Associates. *Leading Academic Change: Essential Roles for Department Chairs*. San Francisco: Jossey-Bass, 2000.

Maslach, Christian and Michael P. Leite. *The Truth About Burnout*. San Francisco, CA: Jossey-Bass, 1997.

Middaugh, Michael F. *Understanding Faculty Productivity: Standards ad Benchmarks for Colleges and Universities*. San Francisco, CA: Jossey-Bass, 2001.

Wilkinson, Bruce H. *The 7 Laws of the Learner*. Portland, OR: Multnomah Press, 1992.

Chương 8

Xuất Sắc về Cơ Sở Vật Chất

Những cơ sở đào tạo xuất sắc có đủ cơ sở vật chất về học thuật, quản lý hành chính, nghiên cứu và những công cụ này được bảo trì một cách đúng đắn.

Không phải chương trình đào tạo nào cũng cần có một cơ sở trường lớp riêng. Nhưng một chương trình đào tạo thì cần hiện hữu ở đâu đó. Thậm chí nếu hầu hết các lớp được được tổ chức bên ngoài địa điểm đào tạo, sử dụng công nghệ trong giáo dục hay giáo viên bán thời gian, thì nhà trường vẫn phải có một trụ sở. Dù cho nhiều chương trình đào tạo có tính sáng tạo có thể khởi đầu từ các cơ sở vật chất đi mượn nhưng sớm muộn gì họ cũng sẽ phải có một nơi mà họ có thể gọi là "nhà". Mức tối thiểu phải có là không gian văn phòng cho đội ngũ nhân viên hành chính, cất giữ hồ sơ sổ sách, cùng với một thư viện đầy đủ để phục vụ cho những chương trình đào tạo đang được tổ chức. Chương trình cũng có thể cần ít nhất một phòng hội nghị có kích thước vừa phải để tư duy cùng nhau, đào tạo nhân viên và giáo viên, hay có thể cho một lớp học theo mô-đun định kỳ nào đó ngồi học. Những điều căn bản này có thể dễ dàng được mở rộng ra đến phạm vi nhà ở cho nhân viên hay cho giáo viên thỉnh giảng. Nhưng nếu trường của bạn không phải là cơ sở có chỗ lưu trú thì đừng trở thành một khu lưu trú phức hợp.

Lớn hơn không hẳn đã tốt hơn. Như chúng ta sẽ lưu ý trong chương 11, bản chất hay thay đổi của giáo dục người trưởng thành, cùng với những công cụ của công nghệ giáo dục đồng nghĩa với sự thật đó là việc đào tạo ngày càng diễn ra ở nhiều địa điểm. Các chương trình đào tạo trong tương lai rất có thể sẽ hoạt động như các trung tâm nguồn lực thần học phục vụ nhiều chương trình ngoại viên, hơn là ở một vị trí đơn lẻ nơi mà tất cả các giáo viên, lớp học, sách và sinh viên đều tập trung về. Chúng ta có thể khám phá ra rằng trong tương lai chúng ta cần ít không gian hơn bây giờ, dù có một số sự xếp đặt lại không gian mà chúng ta có.

Không nên đòi hỏi một hiệu trưởng phải sở hữu tất các các kỹ năng của một nhà thầu xây dựng. Tuy nhiên, vì cơ sở vật chất có xu hướng là một trong những dự án và phí tổn lớn nhất mà chương trình đào tạo cần có, nên hàng ngũ lãnh đạo của những chương trình này cũng cần hiểu các vấn đề liên quan đến sở hữu và bảo trì cơ sở vật chất một cách xuất sắc. Trong chương này, chúng ta sẽ suy nghĩ về cách sử dụng và chăm sóc tốt những gì chúng ta có như thế nào. Như đã lưu ý trong chương 3, kế hoạch về cơ sở vật chất là một phần của kế hoạch chiến lược. Tuy nhiên, chúng ta muốn cho mọi người thấy điều gì qua cơ sở vật chất của mình? Làm sao chúng ta có thể phát triển, quản lý và tài trợ cho những dự án đúng đắn nhằm có được những gì mình cần?

Sử dụng không gian của bạn một cách hiệu quả

Kế hoạch chiến lược cho cơ sở đào tạo của bạn cần xác định bạn cần bao nhiêu không gian, và kiểu không gian như thế nào để làm những gì bạn định làm. Nếu tiền hoàn toàn không phải là vấn đề, thì hầu hết các trường học thường bị cám dỗ để có một khởi đầu mới tại một địa điểm mới. Hầu hết các không gian viện thần học của chúng ta, dù nhỏ hay lớn, đều không được ai thiết kế cả. Chúng đơn thuần chỉ là một tập hợp ngẫu nhiên của các toà nhà được dựng lên vào những giai đoạn, những khoảng thời gian khác nhau trong suốt lịch sử của nhà trường với bất cứ nguồn quỹ nào có sẵn lúc đó. Tuy nhiên, trước khi bạn quyết định bắt đầu lại, rất đáng để phân tích tính đầy đủ của những gì bạn có. Bạn đang sử dụng không gian của mình tốt đến mức nào? Hãy luôn nhớ rằng sẽ hữu ích nếu có một người làm hành chính có thể sắp xếp ai ngồi phòng nào. Dầu vậy, liệu những gì bạn đang sở hữu có thể phục vụ tốt hơn nếu nó được thiết kế và sắp đặt lại?

Kế hoạch chiến lược cũng nên ước tính bao nhiêu không gian và dạng không gian như thế nào bạn sẽ cần phải có trong năm hoặc mười năm tới. Kế hoạch triển khai của bạn bao gồm cả những đề xuất chi tiết, chẳng hạn như những gì cần tái thiết kế và những gì cần xây dựng. Kế hoạch này không chỉ ước lượng chi phí phải có nhưng sẽ đưa ra những gợi ý như: ai là người chịu trách nhiệm cho việc này và lấy ngân quỹ ở đâu? Chương trình đào tạo nào đưa ra được một kế hoạch chiến lược tốt là chương trình có phước!

Kế hoạch phác họa ngôi trường

Bản phác thảo sẽ vẽ ra chi tiết hình ảnh tổng thể về ngôi trường của bạn trong tương lai. Việc sinh viên, ban giảng huấn và nhân viên biết mơ ước về ngôi trường của mình trong tương lai là một điều tốt, song bản phác thảo thường sẽ cần đến sự góp ý của chuyên gia. Có lẽ những người bạn hữu có khả năng tại địa phương hoặc ở nước ngoài sẽ tình nguyện giúp bạn làm việc này, nhưng đây là việc quan trọng, đáng để bỏ tiền ra thuê một người nào đó có kiến thức và chuyên môn cần có để thực hiện một cách chuyên nghiệp. Cần bao nhiêu diện tích cho đường điện, đường nước hay cống rãnh, hoặc chúng cần (hay không cần) nhường chỗ cho những thứ này ở đâu? Liệu đất ở cả khu vực này có đủ tiêu chuẩn để chúng ta có cái nền thật vững cho các tòa nhà không? Cần xây dựng đường đi hay hành lang thế nào cho thuận hướng đi của sinh viên và những người khác? Có yêu cầu về mặt pháp lý nào cho đường vào trường và bãi đỗ xe không? Có kích thước tối đa nào đưa ra cho các tòa nhà để chúng có thể được xây trên một khoảnh đất cụ thể nào đó không? Có các vấn đề quy hoạch nào vốn chỉ cho phép một vài dạng tòa nhà cụ thể chứ không phải cho các dạng khác không? Diện mạo nào của những tòa nhà sinh hoạt chung như nhà nguyện hoặc giảng đường là diện mạo mà chúng ta có đủ tiền để làm? Nhà ở cho sinh viên gần với khu nhà của cán bộ giảng dạy và gần với các tòa nhà khác ra sao? Liệu khuôn viên này sẽ bị tiếng ồn gây phân tán cho việc học của sinh viên hay bị ô nhiễm trầm trọng nào từ nhà máy nào đó gần trường không? Hầu hết chúng ta đều không biết trả lời những câu hỏi này như thế nào. Chúng ta cần lời khuyên của các chuyên gia, những người có thể giúp chúng ta tìm câu trả lời cho các câu hỏi như thế. Thật ngốc nghếch khi bắt đầu một dự án mà không có kế hoạch lâu dài và nhận thức rõ về những gì có thể và không thể thực hiện.

Kế hoạch và ngân sách bảo trì

Một người bạn của tôi đã lưu trú tại một nhà khách trong trường Kinh Thánh và nó thực sự bắt đầu sập trong đêm anh ấy đến. (Tôi đã thấy xem những hình ảnh về các bức tường lỗ chỗ và mái nhà bị sập!) Đó không phải là hình ảnh của sự xuất sắc về cơ sở vật chất. Chúng ta không nên quản lý nguồn lực của mình bằng khủng hoảng, nhặt nhạnh một cách tuyệt vọng để bảo trì những thứ mà lẽ ra phải được chăm sóc từ ngày hôm qua. Việc có một nhân viên có kỹ năng thực tế và kỹ năng về tổ chức, là người có thể coi sóc cơ sở vật chất và tài sản của chúng ta, là một điều bắt buộc. Cũng cần có một kế hoạch với ngân sách rõ ràng để đảm bảo rằng những gì chúng ta có đang được chăm sóc hợp lý. Các chương trình đào tạo có lẽ đã gây quỹ rất nhiều để xây dựng một tòa nhà mới, trong khi lại chẳng có bất kì ý tưởng nào về việc tòa nhà mới ấy sẽ được bảo trì như thế nào sau khi nó được xây dựng. Buồn thay, thường thì gây quỹ để xây dựng cái gì đó mới tinh lại dễ hơn tìm nguồn tài trợ cho việc bảo trì các tòa nhà. Tôi biết ít nhất hai trường được xây theo giấc mơ của nhà tài trợ. Nhà trường không cần nhiều không gian đến thế và họ cũng không có khả năng để duy trì những gì mình đã có. Chúng ta không nên xây dựng những gì chúng ta không thể bảo quản.

Hình ảnh bạn muốn đưa ra là gì?

Việc xây văn phòng cho giáo viên, nhà nguyện hay thư viện một cách không phù hợp với mục đích của chúng ta là điều có thể xảy ra. Một lãnh đạo hội thánh có lần bày tỏ sự kinh ngạc với tôi về nhà ở của sinh viên mà chúng tôi đang có tại một trong các trường Kinh Thánh. Phòng thì không quá phô trương nhưng cảm giác của ông là chúng tôi đã tạo ra những kỳ vọng khiến các sinh viên tốt nghiệp không còn sẵn sàng phục vụ tại các hội thánh trừ khi họ được ở trong những căn nhà như thế (hoặc tốt hơn thế). Điều này không có ý nói là chúng ta phải đánh đổi vấn đề an ninh hay mỹ quan để thực hiện những thứ rẻ nhất có thể. Tuy nhiên, rất dễ để chúng ta xây dựng một cách quá tay. Các trường Kinh Thánh không nên trở thành đài kỷ niệm cho chính mình hay cho những nhà tài trợ thích đầu tư vào những dự án hoành tráng mà ở đó tên tuổi họ được ghi lên.

Cân bằng trong việc phát triển cơ sở vật chất với phát triển chương trình là điều quan trọng. Văn phòng, nhà nguyện hay thư viện trông hoành tráng hoặc đắt tiền có thể làm các hội thánh và các nhà tài trợ không còn muốn dâng hiến cho kinh phí hoạt động của trường nữa vì họ thấy nhà trường đã có đủ ngân quỹ như nó được thể hiện qua các tòa nhà và văn phòng đẹp đẽ ấy. Cơ sở vật chất không phù hợp cũng có thể góp phần tạo ra sự bất mãn nội bộ, vì nhân viên hay sinh viên cảm thấy lãnh đạo nhà trường quan tâm nhiều đến việc tìm kiếm tiền để xây dựng hơn là cho các khoản lương hoặc tài liệu cho sinh viên. Thậm chí một số thiết kế nhất định của tòa nhà có thể phải chịu thuế theo quy hoạch mà thông thường nhà trường cần phải chi trả.

Những dự án xây dựng phù hợp

Dự án cần hợp lý về công năng và kích cỡ, với công năng phục vụ tương ứng với số lượng sinh viên, cán bộ giảng dạy hay nhân viên của trường. Mua vé máy bay cho mỗi một nghiên cứu sinh đến tiếp cận một thư viện ở nước ngoài mỗi năm có khi còn rẻ hơn là đầu tư một số tiền khổng lồ vào các nguồn tài liệu nghiên cứu mà chỉ có độc một sinh viên hệ sau đại học sử dụng mỗi mười năm một lần. Bạn không cần xây kí túc xá hay lớp học chứa 500 sinh viên nếu hiện tại bạn chỉ có 50 sinh viên.

Đảm bảo rằng dự án ấy phù hợp với bối cảnh văn hóa cũng như phản chiếu được mục tiêu và các giá trị của bạn cũng là điều quan trọng. Một chương trình đào tạo ở Kenya bị chính quyền buộc phải xây những văn phòng kích cỡ khác nhau cho mỗi loại nhân viên khác nhau mà nhà trường có. Theo các chuẩn mực văn hóa vốn bày tỏ sự tôn trọng nhiều hơn dành cho những người quan trọng hơn, nhà trường được bảo phải xây phòng hiệu trưởng rộng hơn một chút so với phòng của hiệu phó, và phòng của hiệu phó phải lớn hơn phòng của giáo viên, phòng giáo viên phải lớn hơn phòng của thư ký... theo đó, ngoài việc khiến cho công tác xây một tòa nhà hành chính trở nên tốn kém, nó còn phá vỡ cam kết của nhà trường trong việc đối xử bình đẳng với nhân viên của mình. Nhưng nhà trường đã bám lấy giá trị của mình và cuối cùng cũng có thể trình bày thành công với chính quyền để xây dựng một cách đơn giản hơn.

Công trình xây dựng phù hợp hiển nhiên sẽ đưa vào xem xét các điều kiện khí hậu tại địa phương. "Các chuyên gia nghiệp dư" có thể không biết cách xây dựng mà tính đến hệ thống sưởi hay điều hòa không cần thiết và đắt tiền. Trong những khu vực quá nóng, các tòa nhà có thể có một sân mở với quạt gió và cửa sổ được thiết kế kỹ lưỡng để thông gió tự nhiên. Các nhà thầu địa phương sẽ hiểu cách thiết kế các kết cấu để tránh nóng và ánh sáng trực tiếp vào mùa hè đồng thời tận dụng nó vào mùa đông. Họ cũng sẽ hiểu được những điều như tránh gió, chống ồn và chống thấm khi mưa lớn.

Những dự án xây dựng được thiết kế tốt

Trước khi một dự án xây dựng được khởi công, thì ý tưởng và bản vẽ của chúng ta trở thành kế hoạch chủ đạo cần phải chuyển qua nhiều ban bệ, cơ quan khác nhau thẩm định. Bạn sẽ cần sự giúp đỡ của chuyên gia để thực hiện những điều này một cách chính xác, thậm chí người đứng đầu dự án xây dựng này có thể trở thành người hỗ trợ bạn trong quy trình này. Cần phải có được quy định và sự cho phép của chính quyền. Sẽ cần xác minh để thấy rằng không có các điều kiện bất thường nào tồn tại hoặc không gây phiền phức gì cho đường phố, cảnh quan, hệ thống thoát nước hay việc tiếp cận các tiện ích, như đường nước và đường cống. Các tòa nhà có thể cần giấy chứng nhận đặc biệt để được kết nối Internet hay hệ thống truyền thông nội bộ. Các vấn đề về an ninh có thể rất phức tạp vì chúng ảnh hưởng đến các khía cạnh khác của dự án. Sắp xếp các hợp đồng pháp lý khác nhau có thể đòi hỏi sự giúp đỡ của một luật sư.

Các gói thầu khác nhau cần tìm nhà thầu xây dựng có năng lực và thiện cảm (thích hợp nhất thì người này không nên là bà con gần của một trong những lãnh đạo nhà trường). Bạn có thể khám phá rằng việc thuê những nhà thầu xây dựng địa phương và sử dụng nhân công địa phương không chỉ rẻ nhưng cũng có thể là cách tốt để phát triển những cảm nhận tích cực từ cộng đồng về bạn và chương trình của bạn.

Cùng với một kế hoạch bảo trì liên tục, một thiết kế dự án tốt cũng đòi hỏi việc nghĩ đến nội thất mà cơ sở mới cần là gì–bàn ghế, bảng trắng, máy tính, ... Có một tòa nhà mới hoành tráng mà không thể sử dụng được trang thiết bị bên trong thì chẳng có ý nghĩa gì cả.

Gây quỹ cho những dự án xây dựng của bạn

Các dự án xây dựng thường đòi hỏi nỗ lực gây quỹ rất lớn. Chìa khóa để đạt được hiệu quả là thể hiện được chương trình của bạn sẽ tốt hơn như thế nào nhờ vào dự án cụ thể này. Đây là một cách khác để nói rằng tất cả các dự án xây dựng cần phát triển trực tiếp từ kế hoạch chiến lược của bạn.

Thật không khôn ngoan khi bắt đầu xây dựng cho tới khi bạn có trong tay đủ ngân sách, hay những lời hứa chắc chắn về việc tài trợ. Nó có thể là một bước nhảy để đạt được điều này vì một người không thể triển khai kế hoạch cụ thể mà không có những lời hứa tài trợ rõ ràng và hầu hết các nhà hảo tâm không hứa cho đến khi họ biết có những kế hoạch cụ thể. Cũng cần phải có kinh phí cho việc gây quỹ, vì nhà tài trợ thường không hứa phần của mình cho đến khi họ biết đã có những lời hứa và quà tặng từ người khác.

Chúng ta sẽ thảo luận về việc gây quỹ nhiều hơn ở chương 10. Tuy nhiên, hãy lưu ý rằng bắt đầu bất kỳ dự án gây quỹ nào bằng việc thu hút sự tham gia của tín hữu địa phương là một điều tốt. Trên cơ sở dâng hiến và nhiệt huyết của chính địa phương, thì khả năng các ân nhân quốc tế chú ý đến dự án của bạn sẽ cao hơn. Sẽ là một điều tốt nếu những dự lớn có thể được thực hiện theo nhiều giai đoạn và có thể được xây dựng tiếp vào một thời điểm nào đó sau này, đồng thời điều đó cũng hữu dụng ngay cả khi dự án không có thêm kinh phí. Những giai đoạn liên tiếp nhau của một dự án có thể được thực hiện khi ngân sách có sẵn và khi thấy rõ ràng vẫn có nhu cầu cho việc xây dựng ấy.

Ước tính cho các dự án xây dựng cần được lập một cách cẩn thận bởi các chuyên gia. Một số ngân quỹ hiển nhiên sẽ cần thiết phải có ngay để chi trả phí thiết kế, lo thủ tục và cho việc thu mua vật liệu. Tuy nhiên, đối với những khoản chi trả tiếp theo thì cần có một kế hoạch thỏa thuận. Các nhà thầu đáng tin cậy sẽ cung cấp tiến độ xây dựng. Nguồn kinh phí cụ thể sẽ chỉ cần thiết khi các giai đoạn xây dựng được hoàn tất. Phân ai đó là người "của bạn" để giám sát từng khía cạnh của dự án xây dựng có thể là một cách khôn ngoan.

Dù có nhiều lý do tại sao dự án có thể tốn kém hơn ước tính ban đầu, thì các nhà thầu đích thực sẽ biết cách để kiểm soát những gì họ sử dụng. Cộng thêm 10% chi phí dự phòng vào ngân quỹ xây dựng là chuyện bình thường, song những thay đổi vốn cần thiết trong suốt quá trình xây dựng nên được quản lý theo đúng thỏa thuận được lập trước khi công trình bắt đầu. Không nên bắt đầu cho đến khi những điều này đã được thống nhất rõ ràng. Giữ lại 5% số tiền thanh toán cho đến khi chúng ta hài lòng rằng mọi thứ được hoàn thành theo đúng những gì được thỏa thuận cũng là cách người ta thường làm.

Một điều quan trọng phải nhớ là khi dự án đang được tiến hành, tất cả các nhà tài trợ cần nhận hình ảnh và báo cáo thường xuyên về tiến độ xây dựng. Điều đó bao gồm việc giải trình về tất cả mọi nguồn thu và chi phí cho dự án (chứ không chỉ báo cáo về phần đóng góp của họ). Nếu nhà tài trợ chủ động đến thăm dự án của bạn, bạn không muốn họ phát hiện ra những điều bất ngờ. Và khi một dự án hoàn thành, hãy mời cả tập thể đến ăn mừng một cách công khai những gì bạn hoàn thành.

Kết luận

Nếu chúng ta thực hiện cẩn thận công việc phát triển một kế hoạch chiến lược thì sẽ dễ hơn khi đánh giá công năng sử dụng và việc phát triển của cơ sở vật chất. Chúng ta sẽ tìm cách để tối ưu những gì mình có, và chúng ta sẽ chỉ xây dựng hay xây lại những gì góp phần nâng cao chất lượng và hiệu quả của chương trình một cách thiết thực. Mặc dù chúng ta cần cẩn thận bảo quản những gì mình đã có nhưng sẽ là sai lầm nếu chúng ta tự hào về cơ sở vật chất của mình hơn là tự hào về sinh viên. Cơ sở vật chất của chúng ta chỉ là một trong những nguồn lực chúng ta cần có để thực hiện nhiệm vụ trang bị sinh viên cho mục vụ.

Câu hỏi thảo luận liên quan đến cơ sở vật chất của bạn

1. Kế hoạch chiến lược của bạn có cho bạn biết đầy đủ về không gian bạn chắc chắn sẽ cần trong năm năm tới, và những gì bạn có thể cần trong mười năm hoặc hơn không?
2. Việc tái kiến thiết và xây dựng lại các tòa nhà hiện có sẽ giải quyết các nhu cầu trong hiện tại và tương lai như thế nào?
3. Bạn có bản kế hoạch phác thảo phối cảnh công trình không? Còn kế hoạch bảo trì và ngân sách bảo trì thì sao?
4. Người khác nhận định như thế nào về bạn khi họ nhìn vào cơ sở vật chất mà bạn có?

Chương 9

Xuất Sắc về Thư Viện

> *Một thư viện xuất sắc được thu thập một cách hệ thống theo một quy chế chọn lựa được xây dựng trên tuyên bố sứ mạng của thư viện và của nhà trường. Nhân sự đã qua đào tạo sắp xếp thư viện để tối đa công năng sử dụng cho cả sinh viên lẫn giáo viên. Những thư viện tốt trong tương lai sẽ không chỉ được tạo thành bởi các ấn phẩm mà còn tận dụng thông tin có sẵn mang tính toàn cầu qua công nghệ thông tin.*

Một trong những nguồn lực quan trọng mà một viện thần học có là thư viện. Đây cũng có thể là cơ sở vật chất đắt nhất của nhà trường. Các chương trình giáo dục thần học đòi hỏi thư viện vừa hữu ích vừa sử dụng được. Thư viện có sẵn những tài liệu mà sinh viên và giáo viên cần cho những khóa học được trường tổ chức. Nó là một không gian nghiên cứu, cho phép sinh viên xây dựng quan điểm của mình từ những gì người khác đã nghĩ, cùng với những minh họa, bài mẫu và mô hình của những gì người khác đã làm. Các lưu trữ và bản ghi chép lịch sử chứa trong thư viện giúp chúng ta nhớ được lịch sử của mình. Thư viện phải có các công cụ tham khảo và nguồn cập nhật, chẳng hạn như từ điển, bách khoa toàn thư, tập bản đồ, các sách giải kinh và công cụ ngôn ngữ. Thư viện cũng cần tiếp nhận và lưu trữ các tạp chí, bài báo và đặc san chuyên ngành.

Nhưng đối với nhiều nước không thuộc Tây phương, thư viện không được xem là khía cạnh quan trọng trong quy trình đào tạo. Sinh viên (và nhiều giáo viên) có thể còn không biết cách sử dụng thư viện. Thư viện được chia ngân quỹ rất ít và bộ sưu tập sách của trường thường bao gồm toàn những sách được tặng, các quyển từ điển và sách giải kinh cũ kỹ. Không ai khác ngoại trừ sinh viên sử dụng thư viện trong giờ quy định và nó trở thành phòng học để họ đọc các loại sách giáo khoa được lưu trữ tại đó.

Một trong những nhu cầu lớn nhất của chúng ta, thậm chí trước khi chúng ta cố gắng củng cố bộ sưu tập sách thư viện của mình, là giúp sinh viên và nhân viên hiểu được thư viện là gì và nó được sử dụng như thế nào nhằm làm cho chương trình đào tạo trở nên xuất sắc. Nhân viên thư viện của chúng ta cũng cần học cách phục vụ tốt hơn cho các giáo viên, sinh viên và nhân viên. Và giáo viên cũng như sinh viên cần được định hướng thường xuyên về cách tận dụng thư viện của mình để tận dụng nguồn lực xuất sắc của chương trình đào tạo.

Trong chương này chúng ta sẽ xem xét thư viện là gì và chúng ta có thể làm vững mạnh bộ sưu tập và nhân viên làm việc tại thư viện như thế nào. Chúng ta cũng muốn xem xét cách mình có thể hỗ trợ cho sự phát triển của các thư viện khác, bao gồm thư viện của chính sinh viên mình.

Thư viện là gì?

Thư viện là một bộ sưu tập sách và các tài liệu khác được sắp xếp cho việc sử dụng. Định nghĩa này có một số từ ngữ then chốt:

1. **Thư viện là một bộ sưu tập chứ không phải là một sự tích lũy.** Chúng ta không nên ấn tượng chỉ bởi số lượng sách trên giá của một thư viện. Điều quan trọng chính là mỗi một đầu sách có mặt ở đó là bởi những gì nó đóng góp vào tổng thể. Một cuốn tiểu sử về cuộc vận động tranh cử của Richard Nixon từ năm 1972 tại Mỹ hoàn toàn chẳng liên quan gì tới bộ sưu tập các sách thần học của bạn. Để chọn lựa, thay vì tích lũy, chúng ta cần biết dạng tài liệu nào cần thiết để hỗ trợ các khóa học được tổ chức cho sinh viên. Chúng ta cũng cần nhận thức được tài liệu nào đã có và ngân quỹ chúng ta có để lập thứ tự ưu tiên một cách cẩn

thận những tài liệu có thể thu thập để làm mạnh thêm bộ sưu tập của chúng ta.

2. **Thư viện bao gồm cả tài liệu, không chỉ là sách**. Thư viện cũng cần có tạp chí và ấn phẩm định kỳ có liên quan đến thực tế xã hội và chính trị của khu vực cũng như tạp chí chuyên môn trong những lĩnh vực mà chương trình đào tạo có nói đến, chẳng hạn như nghiên cứu Kinh Thánh, truyền giáo, thần học và đào tạo thực hành. Thư viện có thể có băng ghi hình hoặc những tài liệu nghe nhìn, chẳng hạn như bài giảng hay phim tài liệu, cung cấp bối cảnh hay minh họa cho các khóa học đang được tổ chức. Các thư viện cần ngày càng có nhiều công cụ điện tử và những đĩa CD có thể nghiên cứu được, cho phép sinh viên và cán bộ giảng dạy truy cập một lượng tài liệu nghiên cứu gần như toàn diện qua Internet. Thư viện cũng có thể có những tài liệu lưu trữ để giúp chúng ta nhớ được lịch sử của nhà trường, hội thánh hay các tổ chức Cơ Đốc trong vùng.

3. **Thư viện được sắp xếp**. Các tài liệu của nó không đơn thuần được chất đống trên kệ sách. Nó có thể được sắp xếp theo các cách phân loại bao quát như Kinh Thánh, truyền giáo hay tham vấn mục vụ, hay bằng việc sử dụng hệ thống Phân Loại Thập Phân Dewey (Dewey Decimal Classification) hoặc hệ thống thập phân phổ quát. Mục tiêu là để sắp xếp tài liệu sao cho chúng có thể được tìm thấy, vì vậy đừng làm cho hệ thống của bạn trở nên phức tạp.

4. **Thư viện là để được sử dụng**. Trong thời trung cổ những bản chép tay được xích vào bàn hoặc khóa trong hòm để có thể giữ chúng cho kỹ. Ngoài những văn kiện lịch sử quý giá cần được bảo vệ, đối với hầu hết các bộ sưu tập của bạn thì mục đích chính của tài liệu là để sử dụng, không phải để bảo vệ. Vị trí của thư viện, thời gian sử dụng và hệ thống được thiết lập cho việc mượn sách nên dựa trên việc để tài

liệu luôn sẵn có một cách tốt nhất cho sinh viên và giáo viên sử dụng - không phải dựa trên những gì tiện lợi nhất có thể cho nhân viên thư viện.

Xây dựng bộ sưu tập sách và tài liệu của thư viện

Một thư viện với 20.000 đầu sách ngoài lề và hết hạn thì hẳn không hữu ích bằng một thư viện 2.000 đầu sách được chọn lựa kỹ càng. Thư viện phải có một quy định về việc chọn lọc với các ưu tiên để biết những tài liệu nào cần hay không cần thêm vào bộ sưu tập. Bạn cũng nên có một chính sách thanh lọc để loại bỏ những gì không nên có. Không phải sách quyên góp nào cũng đáng để bày vào kệ. Chúng ta cũng không thể mua mọi cuốn sách và tạp chí mình muốn. Các lựa chọn phải được thực hiện tùy theo các ưu tiên được xem xét cẩn thận.

Quy định về cách chọn lựa sách phải có sự góp ý của nhiều người và một khi đã được hình thành, thì nó phải được ban quản lý hành chính và cán bộ giảng dạy phê duyệt. Nó cần đưa vào xem xét theo các câu hỏi sau:

- Ai sẽ hưởng lợi từ thư viện? Chỉ sinh viên? Giáo viên chuẩn bị cho môn học của họ? Sinh viên tốt nghiệp cần nghiên cứu nâng cao? Mục sư và lãnh đạo không tin Chúa trong khu vực? Công chúng nói chung?

- Ai có thẩm quyền để ra quyết định về việc nên hay không nên nhận một quà tặng quyên góp, nên hay không nên mua một cuốn sách?

- Nhân viên thư viện cần theo quy trình nào để biết tài liệu nào là cần thiết để phục vụ cho các khóa học đang tổ chức?

The Librarian's Manual (Cẩm Nang Cho Thủ Thư) là một công cụ xuất sắc vốn được phát triển bởi the Association of Christian Librarians' Commission for International Library Assistant (CILA, http://www.acl.org/cila.cfm). Cẩm nang này gợi ý một số hướng dẫn để xây dựng một chính sách chọn lựa sách và tài liệu như sau:

Ưu tiên hàng đầu nên được dành cho các tài liệu cần thiết nhất để sử dụng thường xuyên trong chương trình đào tạo hiện tại và cho sự phát triển có kế hoạch các khóa học mới trong tương lai.

    a. Sinh viên cần những cuốn sách được viết bằng ngôn ngữ không quá chuyên môn và hợp thời, để bổ khuyết vào các sách giáo khoa hay chương trình đào tạo tiêu chuẩn.

    b. Giáo viên cần những tài liệu bao quát được nội dung môn học ở mức độ sâu sắc hơn. Bằng việc duy trì sự cân bằng giữa mua tài liệu kinh điển, văn phẩm trọng yếu, sách giáo khoa cập nhật hay thông tin thứ yếu, bộ sưu tập của bạn nên chủ yếu hỗ trợ chương trình đào tạo.

    c. Phải duy trì một sự cân bằng hợp lý trong số lượng tài liệu dành cho mỗi môn học.

    d. Nhìn chung, sách giáo khoa chuẩn không nên nằm trong danh mục được xem xét để mua [cho thư viện]. Thường thì sách giáo khoa khá đắt và nhanh hết hạn...[1]

Lý tưởng không phải là xây dựng thư viện thành một nơi chủ yếu dành cho sinh viên truy cập sách giáo khoa. Tốt hơn là sinh viên có thể sở hữu cho riêng mình cuốn sách mà họ đang học. Việc này giúp họ bắt đầu xây dựng thư viện cho riêng mình, mà đối với nhiều người có thể đó là thư viện duy nhất mà họ có thể truy cập trong phần đời mục vụ còn lại của mình.

Ban giảng huấn của bạn là nguồn gợi ý tốt nhất về những cuốn sách và tài liệu cần có trong thư viện, dù thực tế ngân quỹ và nhu cầu cân đối bộ sưu tập thư viện nói rằng chúng ta không thể mua mọi thứ mà họ yêu cầu. Một phần của ngân quỹ thư viện phải được dùng để giữ bộ sưu tập bao gồm các tạp chí chuyên môn và tạp chí

---

1. LeAnnne Hardy, Linda Lambert, và Ferne Weimer, *The Librarian's Manual*, Revised and Expanded Edition (Cedarville, OH: ACL, 2008), 33.

định kỳ luôn được cập nhật để hỗ trợ các lớp học đang được dạy và giáo viên giảng dạy các lớp học đó. Cũng cần phải có ngân sách để mua các tài liệu tham khảo đắt tiền, đặc biệt là các phiên bản điện tử. Tin tốt là không cần phải mua một số tạp chí chuyên môn và tài liệu tham khảo, vì những tài liệu tốt ngày càng sẵn có miễn phí trên Internet. Vấn đề then chốt cho tất cả những điều này là mức ngân quỹ bạn dành cho thư viện, và bạn không nên yên lặng bằng lòng nếu con số này quá thấp! Các cơ quan công nhận chất lượng chương trình đào tạo thường yêu cầu một số lượng sách cho việc thẩm định. Họ cũng muốn biết rằng ngân quỹ hoạt động của chương trình (ít nhất là 3% trong hầu hết các trường hợp) được rót cho việc mua sách thư viện.

Rất ít sách được gửi từ nước ngoài theo dạng được tự nguyện biếu tặng ích lợi cho thư viện của bạn. Những cuốn sách này nếu không được nhận dưới dạng miễn thuế hoặc giảm cước vận chuyển thì thậm chí còn đắt hơn nhiều so với giá thật. Tốt hơn nên để ai đó gửi cho bạn một danh mục các sách để bạn có thể chọn những cuốn thật sự hữu ích. Những đầu sách trong tình trạng không tốt thì không nên mua. Và người cho sách cũng cần phải hiểu rằng tất cả những cuốn sách của họ hoặc là sẽ được nhập vào bộ sưu tập hiện có, hoặc được chia sẻ với các thư viện khác hay bán đi.

Có nhiều cách khác nhau để biết tài liệu nào hữu ích cho bộ sưu tập thư viện của bạn. Khởi điểm là lắng nghe những ý kiến đóng góp của đội ngũ giáo viên khi họ soạn ra danh mục tài liệu tham khảo cho môn học của mình. Có thể chúng ta cũng sẽ thèm thuồng với những quyển sách được giới thiệu trong tờ danh mục các sách đã xuất bản của nhà xuất bản, nhưng thực tế là giới hạn về ngân quỹ mua sách khuyến nghị chúng ta cần phải khôn ngoan, chỉ đưa ra các lựa chọn sau khi biết chất lượng của một cuốn sách qua việc đọc những đánh giá về sách. Cũng có thể hữu ích khi thăm các thư viện của trường khác để xem họ có gì (nhất là trong phần tạp chí). Bạn cũng sẽ phát hiện ra các cuốn sách cần phải mua lần nữa khi bạn thực hiện việc kiểm kê thường niên toàn bộ tập hợp thư viện để xem những gì đang thiếu (hoặc bị hư hỏng nặng). Nếu bạn chọn loại bỏ một cuốn sách từ bộ sưu tập, thì thông tin trên cuốn sách đó nên được gỡ bỏ ra khỏi danh mục.

Nhân viên thư viện cần duy trì bốn danh sách riêng lẻ:

1. Một danh sách các sách muốn có mà bạn hy vọng có thể mua được khi ngân quỹ cho phép
2. Một danh sách các sách sẵn sàng cho việc đặt hàng
3. Một danh sách các sách đã được đặt hàng (sao cho bạn không vô tình đặt mua lại một lần nữa trong tháng trong khi bạn đợi chúng được chuyển đến)
4. Một danh sách đã nhận và đang được xử lý, nhưng chưa được đưa lên kệ (để những giáo sư thiếu kiên nhẫn biết rằng những gì họ cần đã sẵn sàng)

Cũng có thể rất ích lợi khi liên kết với một trường Công giáo hoặc một trường đại học bên ngoài. Thư viện của bạn sẽ bao gồm một tập hợp tốt những đầu sách Tin lành mà bạn có thể chia sẻ với họ. Hy vọng họ sẽ sẵn lòng chia sẻ với bạn những thứ khác họ có. Bạn cũng có thể cho phép sinh viên hoặc giáo viên của trường khác sử dụng cơ sở vật chất của bạn, với điều kiện là sinh viên của bạn cũng có quyền sử dụng thư viện của họ, hoặc bạn có thể phát triển một hệ thống mượn sách liên thư viện.

Bộ sưu tập của thư viện có thể phát triển nhân cấp khi có được thiết bị (và chuyên môn) cho phép nó tận dụng khối lượng lớn những thông tin nghiên cứu và bài viết có sẵn qua công nghệ thông tin. Sinh viên sẽ cần sự giúp đỡ trong việc phân loại thông qua chất lượng những tài liệu họ tìm được. Nghiên cứu danh mục sách tham khảo có thể được thực hiện trực tuyến, với những cuốn sách và bài viết cụ thể miễn phí có sẵn. Truy cập trọn bộ sưu tập của các trường khác vẫn chưa thành hiện thực mặc dù có rất nhiều dự án số hóa về mọi thứ.[2]

Vậy có lẽ việc nhân rộng bộ sưu tập thư viện trong tương lai gần là có hy vọng. Các dịch vụ subscribe điện tử để nhận được các tạp chí có thể tốn kém nhưng đáng giá nếu chúng cho phép chúng ta truy cập nhiều tạp chí định kỳ hữu ích dành cho sinh viên và giáo viên.

Trang thiết bị cho thư viện

Tương tự như việc những người không bao giờ nấu ăn thì không nên để họ thiết kế nhà bếp, việc quyết định xây và thiết kế thư viện như thế nào không phải là nhiệm vụ của giáo viên, quản lý hành chính hay kiến trúc sư. Bạn cần sự giúp đỡ của một thủ thư đã qua đào tạo để tạo ra một thư viện đủ chức năng. Hãy xin giúp đỡ nếu bạn đang xem xét xây dựng một thư viện hay thiết kế lại thư viện mà bạn có, nhất là khi bạn không có một thủ thư như vậy!

Một hệ thống cơ sở vật chất mà một thư viện xuất sắc cần có chính là không gian thoải mái và đầy đủ trang thiết bị cho mọi hoạt động kết nối với thư viện. Vì những lí do an ninh, nên chỉ có một cửa ra vào thư viện (tất nhiên có cửa thoát hiểm). Bàn hướng dẫn nên đặt ở vị trí cửa ra vào sao cho tài liệu có thể được trả dễ dàng và không có gì bị lấy đi từ thư viện mà không được kiểm soát.

Vì danh mục thư viện là nơi hầu hết các tra cứu bắt đầu, nó nên được đặt gần cửa chính, nghĩa là nó cũng gần chỗ mà có ai đó để trả lời các câu hỏi. Nếu bạn có danh mục điện tử thì hãy đảm bảo rằng nó phải thân thiện với người sử dụng và bạn có hỗ trợ kỹ thuật tốt tại chỗ. Tài liệu đọc dành riêng cho từng môn học cũng nên được đặt chỗ nào đó gần bàn phía trước, dù những tạp chí và sách báo định kỳ đặt chỗ người ta có thể ngồi nói chuyện mà không làm phiền người khác. Thư viện cần một phòng riêng cho

---

2. Xem ví dụ: https://books.google.com/ hoặc http://scholar.google.com/)

không gian làm việc cùng với nhiều kệ để đồ đạc và sách báo tài liệu đang được xử lý hoặc sửa chữa.

Sách cần phải để trên giá và có sẵn cho sinh viên. Để bộ sưu tập của bạn nhiều thêm, có lẽ sách không nên chiếm nhiều hơn khoảng 70% không gian của bất kỳ chiếc kệ nào. Thông thường sách không hề biến mất dù chúng có thể trông như vậy nếu bị phân vùng sai trên một giá sách. Tốt hơn là để người thạo việc sắp xếp lại giá sách đang được sử dụng.

Nếu một thư viện có chứa máy tính, và nhất là nếu các máy tính kết nối với Internet, thì bạn cần một nơi an toàn cho chúng với một hệ thống mật khẩu kiểm soát ai có quyền truy cập Internet. (Có thể bạn cũng muốn có một hệ thống kiểm soát để khóa truy cập vào những trang mạng không thích hợp). Nhiệt độ và độ ẩm có thể làm giảm tuổi thọ của một máy tính xuống còn một phần ba, vì vậy chi phí của việc cài đặt và vận hành hệ thống điều hòa có thể thấp hơn chi phí của việc thay thế máy tính vốn bị hỏng nhanh hơn mong đợi.

Tất cả các thư viện đều cần hệ thống chiếu sáng đầy đủ và tìm cách để cách âm và tiếng ồn. Nếu đủ khả năng, thư viện nên có một hệ thống lưu thông không khí để kiểm soát bụi và độ ẩm. Cả hai yếu tố này đều ảnh hưởng đến sách của bạn, vì vậy chi phí cài đặt, vận hành và bảo trì một hệ thống kiểm soát khí hậu được bù lại bằng việc giảm chi phí thay thế tài liệu thư viện.

Việc cần bao nhiêu không gian học tập trong một thư viện phụ thuộc vào nhiều yếu tố. Dành một khoảng không gian nhỏ riêng tư cho sinh viên trình độ cao nghiên cứu là điều hữu ích. Đối với những người khác, bạn cần bao nhiêu không gian học tập sẽ phụ thuộc vào cách sử dụng. Nếu tất cả các sinh viên đều được yêu cầu phải làm bài tập của mình tại thư viện cùng thời điểm, thì bạn sẽ cần không gian đặt bàn ghế để có chỗ cho từng người một. Tuy nhiên, nếu bạn không có khu vực học tập như vậy, bạn sẽ cần thực hiện một khảo sát để có hướng sử dụng thư viện và lên kế hoạch tương ứng. Một số sinh viên không có không gian nghiên cứu tại nhà và có thể nghiên cứu tại thư viện ngay cả khi không được yêu cầu. Hãy tạo đủ không gian sao cho thư viện của bạn không có cảm giác chật chội.

Nhân sự thư viện

Thư viện nên được vận hành và quản lý bởi những con người biết mình đang làm gì. Người làm việc tại thư viện có xu hướng hoặc là những người yêu thích sách và biết rõ thần học nhưng cần được hỗ trợ trong việc học hỏi kỹ năng tổ chức thư viện, hoặc những người đã được đào tạo về kỹ thuật quản lý thư viện nhưng lại không biết nhiều các loại sách sử dụng trong một chương trình đào tạo thần học. Một thủ thư lý tưởng được đào tạo và trang bị kỹ năng trong cả hai lĩnh vực. Nếu thủ thư của bạn có bằng cấp chuyên môn về thư viện, thì có thể hữu ích khi cho phép người ấy học dự thính hoặc thậm chí là học thần học chính quy. Nếu thủ thư của bạn là sinh viên tốt nghiệp từ trường thần học, thì đó sẽ là lợi thế của bạn khi khuyến khích người đó tham gia đào tạo về quản lý thư viện. Việc đào tạo chính quy về thư viện có thể được thực hiện tại nhiều trường đại học địa phương ở những nước không thuộc Tây phương, hoặc bằng phương pháp đào tạo từ xa. Bạn cũng có thể khích lệ thủ thư của mình tham gia vào các khóa hội thảo hoặc có được sự giám sát từ những thủ thư đã qua đào tạo tại những trường lớn hơn trong vùng hay từ những thư viện của các trường đại học địa phương.

Không phải tất cả mọi thư viện đều sẽ có thể chi trả cho một thủ thư trọn thời gian, dù bạn có thể khẳng định rằng thư viện của bạn quan trọng đủ để bạn cố gắng làm thế. Không có gì là bất hợp lý khi dành trọn 10% trong tổng ngân quỹ hoạt động cho việc có bộ sưu tập sách tốt, thuê một nhân viên thư viện và có công cụ kiểm soát nhiệt độ với thiết bị tốt.

Vài trường học có thể thuê chung một thủ thư chuyên nghiệp là người sẽ đào tạo và giám sát nhân viên thực hiện việc bảo trì hàng ngày của từng thư viện. Mặc dù có những hệ thống trực tuyến có thể giúp bạn phân loại sách, bạn vẫn phải cần chuyên gia để xử lý hoặc mua sách. Sách có thể được mua bằng "biên mục xuất bản" (CIP) nhưng nó cần được xác nhận rằng CIP khớp với hệ thống phân loại mà bạn sử dụng trong thư viện của mình. Tình nguyện viên ngắn hạn được đào tạo có thể giúp bạn với những dự án như thế này.

Làm thế nào để giúp đỡ những người không (hoặc sẽ không) dễ dàng tiếp cận thư viện

Cũng quan trọng như vai trò của thư viện trong việc giúp đỡ sinh viên tăng trưởng và học hỏi, có lẽ chương trình đào tạo vô hình của chúng ta đã "dạy" họ rằng việc học chỉ khả thi qua việc lắng nghe các chuyên gia trong lớp và đến thư viện đọc những gì được chỉ định. Một giáo viên cũng có thể truyền tải thông điệp rằng nếu cái gì chuyên gia không nói đến hay không được ghi chú trên một cuốn sách thì điều đó có thể không đúng. Vì vậy, khi nhiều sinh viên của chúng ta chưa bao giờ tham dự một lớp học chính quy nào khác và khi có thể họ sẽ không vào thư viện sau khi tốt nghiệp, thì chương trình đào tạo vô hình đã dạy họ rằng những tháng ngày học tập của họ sẽ nhanh chóng kết thúc.

Chúng ta cần một phương pháp giảng dạy giúp sinh viên hiểu rằng có nhiều cách để học và thực hiện nghiên cứu. Trong khi chúng ta muốn họ phát huy tình yêu với việc học hỏi từ sách vở, họ cũng cần học từ những cái nhìn sâu sắc của người khác cũng như trân trọng lĩnh vực nghiên cứu của chính mình vì đây là điều giúp họ biết giảng cái gì mỗi tuần.

Có một số phương cách mà trong đó chúng ta có thể giúp phát triển đa dạng các "thư viện".

1. **Thư viện cá nhân cho sinh viên.** Mỗi sinh viên nên bắt đầu việc có riêng cho mình một thư viện, được thiết lập từ những cuốn sách giáo khoa và những tài liệu tham khảo cơ bản. Những đầu sách này sẽ cho phép sinh viên ôn lại và dạy lại những gì được học tại trường.

2. **Thư viện nhỏ tại các hội thánh.** Với vai trò là một viện thần học, chúng ta có thể phát triển những dự án hợp tác đặc biệt như một phần của cam kết thường xuyên của mình với sinh viên tốt nghiệp, để cho phép họ phát triển thư viện tại hội thánh, nơi mà họ phục vụ. Khi họ dạy và đào tạo người của mình, họ sẽ có thể giúp đỡ người của mình học hỏi từ những tài liệu được viết.

3. **Thư viện cơ bản cho những trung tâm học tập.** Những chương trình đào tạo từ xa (chúng ta sẽ thảo luận trong chương 11) sẽ cần có những thư viện cơ sở cho những sinh viên học tại hay qua những trung tâm học tập này. Cũng có thể cho các trung tâm từ xa mượn sách cho một khóa học cụ thể, hoặc phát triển những đĩa CD hay tài liệu điện tử hỗ trợ cho việc đào tạo từ xa mà chúng ta đang tổ chức.

4. **Tài liệu điện tử.** Nếu chúng ta phát triển những tài liệu đào tạo từ xa qua mạng Internet, thì chúng ta sẽ cần tìm ra cách làm sao cho các sách chúng ta yêu cầu sinh viên đọc cho khóa học của mình có sẵn trên một trang mạng hay qua đĩa CD.

Kết luận:

Đối với nhiều thành viên trong ban giáo viên là những người du học trở về, điều họ nhớ nhiều nhất chính là những thư viện mà họ đã sử dụng. Xin Chúa cho bạn có thể phát triển một thư viện không chỉ phục vụ một cách xuất sắc cho chương trình của bạn mà còn khiến cho sinh viên của bạn luôn nhớ về nó sau khi họ tốt nghiệp.

Câu hỏi thảo luận liên quan đến thư viện của bạn

1. Ở mức độ nào, giáo viên và sinh viên của bạn biết sử dụng thư viện một cách hiệu quả?

2. Bộ sưu tập thư viện của bạn có đầy đủ không? Bạn có chính sách lựa chọn lẫn chính sách loại bỏ sách và tài liệu một cách hiệu quả không? Tại sao có và tại sao không?

3. Cơ sở vật chất và nhân viên thư viện của bạn đầy đủ như thế nào? Liệu bạn có, hoặc có thể tiếp cận chuyên môn mà bạn cần để phát triển một thư viện xuất sắc không?

4. Có cách nào bạn có thể phát triển một sự liên kết về thư viện với những trường khác để bạn có thể chia sẻ tốt hơn những nguồn lực mà các thư viện đang có?

5. Làm thế nào bạn tìm được nhiều nguồn lực tài chính hơn để cải thiện thư viện của mình?

6. Bạn sẵn sàng cho những gì công nghệ sẽ làm đối với việc định hình và sử dụng thư viện ở mức độ nào?

7. Làm thế nào bạn có thể giúp sinh viên và những người đã tốt nghiệp–và các mục vụ tương ứng của họ phát triển thư viện của riêng mình?

Gợi ý về các trang mạng cho việc nghiên cứu thêm

The Librarian's Manual order form: http://www.acl.org/librariansmanualorder form.cfm

Dewey Decimal Classification System order form: http://www.oclc.org/dewey/

Library of Congress Catalog: http://catalog.loc.gov/ Shows the LC classification for any book published in America. (Chỉ ra phân loại LC đối với bất kỳ sách nào được xuất bản tại Mỹ)

Library of Congress classification tables and subject headings order form: http://www.loc.gov/cds/

Sear List of Subject Heading ordering: http://salempress.com/Store/samples/sears/sears.htm for the print version, or subscribe to the electronic version at http://www.ebscohost.com/public/sears-list-of-subject-headings

Sear List of Subject Heading ordering: http://www.hwwilson.com/print/searlst18th.cfm for ordering

Gợi ý đọc thêm

Hardy, LeAnne, Linda Lambert, and Ferne Weimer. *The Librarian's Manual, Revised and Expanded Edition.* (Cedarville, OH: ACL, 2008).

Moreau, A. Scott and Mike O'Rear. "Browsing Virtual Libraries and Book Collections". *Evangelical Mission Quarterly* 42, no. 2 (2006): 254-259.

Chương 10

Xuất Sắc trong Việc Gây Quỹ

> *Một cơ sở đào tạo lãnh đạo xuất sắc được tài trợ đầy đủ để thực hiện những gì có trong kế hoạch chiến lược đã được tuyên bố. Học viện chịu trách trách nhiệm cho sức khỏe tài chính và xây dựng sự tự lập của mình. Một chương trình xuất sắc duy trì mối quan hệ tốt với bạn bè, hội thánh, các mục vụ, và đặc biệt là với sinh viên của mình kể cả khi họ đã tốt nghiệp. Chương trình đó được hưởng lợi từ những mối quan hệ hợp tác lành mạnh, nhất là với những ai coi nó chính là chương trình đào tạo của họ.*

Đào tạo lãnh đạo là công việc chiến lược của nước Trời, trang bị người của Đức Chúa Trời cho mục vụ, cho sự tăng trưởng và vững mạnh của hội thánh. Hudson Taylor nói rằng "công việc của Đức Chúa Trời được thực hiện theo cách của Ngài sẽ không bao giờ thiếu sự chu cấp." Nhưng phần lớn các cơ sở đào tạo có vẻ thiếu nhiều thứ. Tại sao? Làm thế nào chúng ta có thể trở nên mạnh mẽ hơn về mặt tài chính?

Trong chương này chúng ta muốn xem xét về vấn đề tài chính của những cơ sở đào tạo thần học. Liên quan đến tầm quan trọng của việc đào tạo lãnh đạo để duy trì sự vững mạnh của hội thánh, chúng ta cần xem xét những lý do có nhiều cơ sở đào tạo lại chật vật trong lĩnh vực tài chính. Điều gì thúc đẩy, hay ngăn trở, người ta dâng hiến? Sức khỏe tài chính không đến chỉ nhờ gia tăng số lượng ân nhân nước ngoài. Chúng ta cũng không thể giải quyết mọi việc thông qua các nguồn ân nhân địa phương, qua việc tăng tiền học phí hay quản lý các dự án nâng cao thu nhập. Phát triển ngân quỹ đòi hỏi nỗ lực, sử dụng nhiều hoạt động sáng tạo, xây dựng trên những mối quan hệ mà chúng ta có hoặc có thể có.

Tại sao chúng ta phải vật lộn mới có đủ tiền?

Phần lớn các chương trình đào tạo thần học đều chưa được tài trợ đủ. Có nhiều lý do cả tốt lẫn xấu cho vấn đề này. Không phải tất cả lý do này phản ánh hoàn cảnh của bạn, nhưng chúng ta hãy xem xét một số lý do mà những chương trình đào tạo có thể gặp khó khăn về tài chính.

Chúng ta cần học lệ thuộc vào Chúa

Người có mọi thứ thường có thể cảm thấy khó để lệ thuộc vào Chúa. Nếu nền tảng tài chính của chúng ta hoàn toàn được đảm bảo thì chúng ta có xu hướng quên ai mới chính là người sở hữu mọi thứ mà chúng ta có. Phát triển ngân quỹ và quản lý tốt nguồn lực của chúng ta là điều quan trọng. Nhưng cầu nguyện cho có đồ ăn đủ ngày, cùng với sức khỏe, sự an toàn, các khoản lương và hóa đơn tiền điện cũng là điều tốt. Điều này giải thích ý nghĩa của việc tìm kiếm nước Đức Chúa Trời trước nhất (Mat. 6:33). Khi sinh viên tham gia vào việc cầu nguyện cho nhu cầu thiết yếu hàng ngày, dâng trình những điều chúng ta cần cho Chúa và tạ ơn về tất cả những gì Ngài chu cấp, chúng ta đang dạy cho sinh viên những bài học trọn đời về ý nghĩa của việc ở trong Chúa, trong Ngài, "chúng ta được sống, hoạt động và hiện hữu" (Công. 17:28). Đức Chúa Trời biết những gì chúng ta cần. Bởi lẽ ra chúng ta cần học từ những người đã lang thang trong đồng vắng suốt 40 năm dài, nên chúng ta cần phàn nàn ít đi và cầu nguyện nhiều hơn.

Có thể một số người đã làm quá nhiều

Tôi không cho rằng các lãnh đạo trường Kinh Thánh đang cố ý xây dựng đài kỷ niệm cho chính mình (hay để công nhận cái tôi của ân nhân), nhưng với một số người thì nó có vẻ là như vậy. Kinh phí lẽ ra có thể giúp mua sách giáo khoa hay trả lương cho nhân viên tốt hơn thì lại được tiêu tốn cho những dự án vốn không cần thiết phải thực hiện, hay chí ít cũng là những dự án không phải đến mức như chúng đã được thực hiện. Ngay cả khi các dự án ban đầu đã có nguồn kinh phí cố định, thì giờ cơ sở đào tạo vẫn đang vất vả khi sử dụng ngân sách hoạt động có hạn của mình để duy trì hay hoàn thiện những gì đã được xây dựng sao cho chúng có thể được đưa vào sử dụng. Hội thánh địa phương và bạn bè có thể nhìn vào những tòa nhà khang trang và kết luận rằng nhà trường không cần sự hỗ trợ tài chính nữa, vì rõ ràng là nhà trường đã có dư dật từ những nguồn khác.

Có thể có những hiểu lầm hay tranh giành quyền lực trong tài chính

Các khoản lương cho giáo viên và nhân viên tại một trường Kinh Thánh có thể thấp hơn mức được chi trả so với trường đại học địa phương hoặc giáo viên cấp trung học, nhưng vẫn cao hơn đáng kể so với mức lương trả cho lãnh đạo hội thánh hay mục sư ở địa phương. Nhà ở cho nhân viên và ký túc xá cho sinh viên có thể đẹp hơn so với những gì các mục sư địa phương có. Các tòa nhà trong khuôn viên hay phòng nhóm của nhà trường có thể lớn hơn và được trang bị nội thất tốt hơn văn phòng tổng liên hay hội thánh địa phương. Sự ganh tỵ trỗi dậy, cùng với những tranh giành, đấu đá về việc ai kiểm soát tài chính nhận từ nước ngoài. Tiếp cận nguồn kinh phí từ nước ngoài cho hoạt động cũng có thể làm cho những đóng góp từ nguồn lực địa phương không còn hiệu quả nữa, nhất là khi người ta tưởng số tiền trong nguồn kinh phí này nhiều hơn so với thực tế.

Các nguồn lực có thể không được quản lý tốt

Có nhiều cách để đóng góp vào sự nghèo thiếu của một tổ chức. Điều này bao gồm sự vô tổ chức trong công tác hành chính và quản lý kém nguồn kinh phí. Không phải cứ thuộc các chương trình thần học thì không có chuyện có người ăn bớt tiền hoặc vật tư. Chúng ta cần kiểm toán thường xuyên và có cơ chế kiểm soát về mặt tổ chức trong việc ai có thể sử dụng kinh phí và sử dụng như thế nào. Tất cả các khoản chi nên được thực hiện từ ngân sách đã được duyệt, với những chứng từ và hóa đơn phù hợp, thay vì lấy tiền từ chiếc hộp nhỏ để chi trả những thứ có vẻ khẩn cấp nhất trong ngày hôm nay. Khi kinh phí được định cho một việc lại dễ dàng bị "mượn" tạm để trả những hóa đơn có vẻ cấp bách hơn, thì vấn đề nghiêm trọng về sự tín nhiệm sẽ được khơi dậy với những người đưa ra những nguồn kinh phí đã được định trước ấy. Các ân nhân có thể trở nên hồ nghi và quyết định không bao giờ tin cậy nhà trường trong bất cứ chuyện gì nữa.

Các cơ sở đào tạo thường có các hệ thống tài chính bị làm cho phức tạp quá mức. Không có cách nào đơn giản để ra các quyết định về tài chính. Các khoản ghi lương hay sổ sách tài chính có thể bị chậm nhiều tháng. Nếu có các hóa đơn, chứng từ, chúng sẽ bị vứt đi một cách lơ là vào các ngăn bàn tối tăm để chỉ thỉnh thoảng mới đem ra sắp xếp lại. Phương tiện di chuyển, trang thiết bị và đồ đạc có thể được sử dụng quá tự do thoải mái cho mục đích cá nhân. Các buổi họp được tổ chức ở nhà hàng hay các chuyến đi được thực hiện mà không có sự cân nhắc xem liệu nhà trường có khả năng chi trả không. Không ai thương lượng giữa các nhà cung cấp hay các dịch vụ có báo giá cạnh tranh nhau cũng không có ai so sánh giá để biết cách mua sắm với mức giá có lợi hơn. Trong khi những điều này có thể bị xem như là những chuyện nhỏ nhặt, thì kết quả cuối cùng của việc quản lý hành chính không hiệu quả là các khoản chi cứ dồn cục mà không có người tài trợ, dâng hiến. Quản lý hành chính không phải là một ân tứ có thể tự động tìm thấy ở các mục sư hoặc ở các giáo viên, vì vậy đáng để bạn yêu cầu một người nào đó có kỹ năng trong quản lý - tổ chức giúp bạn tìm kiếm những cách đơn giản hơn để quản lý các nguồn lực mà bạn đã có.

Chương trình có quá nhiều nhân viên so với số lượng sinh viên

Có quá ít sinh viên gần như đồng nghĩa với việc thiếu kinh phí hoạt động. Có lẽ một vài quyết định đau đớn cần được đưa ra về việc giảm biên chế những nhân viên mà chương trình không thể chi trả được. Tuy nhiên, cũng có thể có một số vấn đề khác cần chúng ta xem xét. Số lượng sinh viên đầu vào thấp có thể cho thấy rằng chương trình không đáp ứng được nhu cầu của hội thánh và cộng đồng. Hội thánh và sinh viên có biết bạn tồn tại không? Có thể rất nhiều sinh viên tiềm năng, tức những người muốn học chương trình của bạn, chỉ cần họ biết về bạn mà thôi. Hay chúng ta đang cạnh tranh trong một thị trường bão hòa với các chương trình đào tạo? Không có lý do gì phải cố gắng vận hành một chương trình mà người ta không cần đến nó.

Lương thưởng cho nhân viên quá nhiều

Điều này gần như không xảy ra, mặc dù tại những trường không có ban quản trị hay hệ thống kiểm soát tài chính, một số lãnh đạo có thể thiết lập những gói lương không thực tế cho chính mình.

Học phí quá thấp

Có thể chúng ta cảm nhận rằng nếu tăng học phí lên, chúng ta sẽ mất hầu hết sinh viên của mình vì khi ấy họ sẽ chọn theo học tại những cơ sở đào tạo "rẻ hơn". Thực tế là đưa ra gói giáo dục miễn phí hay giá rẻ không phải cách để thu hút những sinh viên tốt nhất, vì người ta thường không trân trọng những thứ có chi phí thấp hoặc những thứ cho không. Việc truyền đạt cho sinh viên hiểu chi phí thực tế của việc đào tạo một sinh viên (tổng chi phí vận hành, bao gồm sự giúp đỡ của tình nguyện viên, chia cho số lượng sinh viên) là điều quan trọng. Thay vì giảm học phí, chúng ta cần những người bạn có thể tài trợ học bổng hay giúp trợ cấp chi chí vận hành chung của chúng ta.

Chương trình không sống được

Nhiều trường Kinh Thánh được các tổ chức truyền giáo thành lập từ thời thuộc địa. Họ vừa chu cấp nhân sự, vừa cung ứng nguồn kinh phí. Rồi đến một thời điểm, các vị trị lãnh đạo và quyền sở hữu được chuyển giao cho các hội thánh bản địa hoặc cho chính nhà trường. Tuy nhiên, những gì được phát triển bởi các tổ chức truyền giáo thường vượt quá khả năng của hội thánh trong nước khi tìm kinh phí hay duy trì mà không có các giáo sĩ cũng như sự hỗ trợ tài chính. Nếu cơ sở đào tạo của bạn phải tái thành lập từ con số không, thì có thể bạn sẽ sống tốt ở một địa điểm khác và với một cơ cấu hoàn toàn khác biệt sao cho những chi phí có thể vừa phải hơn và phù hợp với văn hóa địa phương hơn. Cố gắng duy trì những gì được kế thừa từ một kỷ nguyên khác có thể là gánh nặng quá lớn trên vai bạn.

Chương trình đào tạo không có nhóm sở hữu đủ mạnh

Hội thánh địa phương có thể chưa bao giờ cảm thấy đây là chương trình của họ. Ngay cả khi họ cảm thấy chương trình này là của họ, nhưng khi họ cũng đang chật vật trả lương cho các mục sư của chính họ, thì họ sẽ cảm thấy rằng mình không thể đóng góp bất cứ thứ gì để giúp nhà trường. Có thể họ chưa bao giờ được dạy ban cho vì chương trình đào tạo vô hình của những ngày thuộc địa thuyết phục họ rằng mình quá nghèo, không thể chia sẻ nguồn lực của mình cho ai cả. Hoặc có lẽ họ chỉ đơn giản nghĩ rằng nhà trường đã có đủ kinh phí từ các nguồn khác.

Kêu gọi dâng hiến từ quá ít người

Nhiều chương trình đào tạo thần học không làm tốt công tác truyền thông ra bên ngoài và bên trong về việc Đức Chúa Trời đang sử dụng họ như thế nào. Không ai biết rằng nhà trường đang có nhu cầu. Hầu hết các giáo viên và nhân viên quản lý hành chính đều không muốn thực hiện các hoạt động nối kết với nhiều người hay gây quỹ, dù có thể có nhiều hội thánh địa phương, doanh nhân, nhà sáng lập và cựu sinh viên sẵn sàng góp học bổng, các dự án đặc biệt hay các chi phí hoạt động, chỉ cần có ai đó kêu gọi họ mà thôi. Như chúng ta thảo luận trong chương 5, cấu trúc quản trị hành chính vững mạnh là cấu trúc có một đội ngũ làm điều này, do một phó hiệu trưởng phụ trách quan hệ công chúng và gây quỹ lãnh đạo. Có thể chúng ta không có bởi vì chúng ta không được cơ cấu tốt để thực hiện việc kêu gọi người khác đóng góp.

Phát triển một chiến lược gây quỹ

Chiến lược gây quỹ phải bắt nguồn từ trong kế hoạch chiến lược của bạn. Chúng ta cần gây quỹ cho những gì cần được thực hiện. Chúng ta không nên để ân nhân dẫn dắt, chỉ thực hiện các dự án mà ân nhân muốn chúng ta làm. Từ kế hoạch chiến lược, chúng ta đã biết mình cần gây quỹ cho những gì. Chiến lược gây quỹ bao gồm việc tìm hiểu xem ai là người quan tâm tới việc trở thành một phần trong đội ngũ hỗ trợ và phản hồi về cách chúng ta có thể tiếp cận những người này.

Chỗ để bạn bắt đầu là chính bạn. Nếu bạn không đóng góp vào sự nghiệp của mình thì tại sao người khác lại muốn đóng góp vào đó? Ý tưởng gây quỹ tốt nhất sẽ đến khi ban cố vấn, hội đồng quản trị, sinh viên, cán bộ giảng dạy và nhân viên cầu nguyện và xem xét những phương thức sáng tạo để phát hiện các nguồn lực tài chính mà chúng ta có. Hầu hết những người trở thành một phần của đội ngũ hỗ trợ sẽ đến từ mạng lưới làm việc, các mối quan hệ và đối tác của nhà trường. Do đó, những người từ gia đình, bạn bè, hội thánh, đối tác kinh doanh, bạn hữu của bạn... ai là người bạn có thể đề nghị cùng tham gia trong việc hỗ trợ mục vụ giáo dục của mình?

Như đã đề cập trong chương 5, nên có một lãnh đạo đủ năng lực ở tầm điều hành trong đội ngũ nhân viên hành chính để điều phối các hoạt động quan hệ công chúng và gây quỹ. Giáo viên chắc không phải là những người giỏi nhất để viết thư thông báo. Để kết nối và thiết lập sự tin cậy với các doanh nghiệp, quỹ sáng lập, tổ chức Cơ Đốc hay các cá nhân then chốt, những người có thể sẵn sàng chu cấp kinh phí cho chương trình của bạn, đòi hỏi nỗ lực và thời gian. Bạn nên có một đội ngũ gồm những người có kỹ năng truyền thông trong lĩnh vực quan hệ công chúng, những người có thể truyền đạt những thành tựu và nhu cầu của nhà trường cho người khác để xây dựng những mối quan hệ đối tác lành mạnh.

Chúng ta muốn những mạnh thường quân là người sẽ tiếp tục đầu tư vào chương trình của chúng ta. Nhưng điều gì có thể thúc đẩy một người cân nhắc việc hỗ trợ một mục vụ như của chúng ta? Điều gì có thể ngăn trở một số người mong muốn giúp đỡ?

Những động lực để dâng hiến

Hi vọng rằng người ta sẽ nhiệt tình mong muốn trở thành những người hỗ trợ tài chính khi họ biết về khải tượng của bạn và nhìn thấy những gì Đức Chúa Trời đang hành động qua bạn. Tuy nhiên, một số người chỉ đơn giản là không nhận thức được trách nhiệm của mình trong việc quản trị nguồn lực của Đức Chúa Trời (Mat. 15:14–30) để sử dụng những gì họ có cho lợi ích của người khác chứ không chỉ phục vụ bản thân (Mác 10:45). Đức Chúa Trời ban phước cho chúng ta để chúng ta có thể là nguồn phước cho người khác (1 Cô. 9:11–14). Dù Đấng Christ "vốn giàu nhưng đã trở nên nghèo vì [chúng ta], để bởi sự nghèo khó của Ngài, [chúng ta] trở nên giàu có" (2 Cô. 8:9). Giàu có không nhất thiết là phải có nhiều tiền. Tín hữu là những người đã được giàu có "trong mọi sự" để qua họ, "người ta sẽ cảm tạ Đức Chúa Trời" (2 Cô. 9:11). Chúa Giê-xu là món quà của Đức Chúa Trời cho chúng ta (2 Cô. 9:15) và ban cho nên là biểu hiện của sự tạ ơn Chúa về mọi điều Ngài đã làm cho chúng ta.

Không nhiều Cơ Đốc nhân tại các nước không thuộc Tây phương được dạy về ban cho. Có lẽ cơ sở đào tạo của bạn có thể phát triển những hội thảo chuyên đề cho các hội thánh địa phương để giúp Cơ Đốc nhân hiểu một số nguyên lý cơ bản về trách nhiệm quản gia. Phao-lô viết: "Họ phải làm việc thiện, làm nhiều việc phước đức, có lòng rộng rãi, sẵn sàng chia sẻ (1 Ti. 6:18).

Tuy nhiên, chúng ta không nên thúc đẩy ban cho bằng việc tạo nên trong người khác mặc cảm tội lỗi hoặc bằng hứa hẹn với người khác về những vinh hạnh hay phần thưởng đặc biệt khi họ ban cho. Tiến sĩ Manfred W. Kohl đã đưa ra phát biểu mạnh mẽ tại một hội nghị ở Oxford Center dành cho Nghiên Cứu Truyền Giáo vào năm 1995: "Ban cho, chia sẻ và cam kết không phải là phương tiện, cũng không phải dấu hiệu của người thuộc linh. Chúng cũng không phải công đức để khiến một người trở nên đủ tiêu chuẩn là người được cứu chuộc của Đức Chúa Trời." Việc ban cho của chúng ta nên được thực hiện một cách vui vẻ, tự nguyện, sốt sắng và rộng rãi (2 Cô. 8:2–4; 9:5, 7).

Những ngăn trở đối với sự ban cho

Tại sao một số người chọn không hỗ trợ bạn về tài chính? Có phải họ cho rằng bạn đã có đủ? Họ có biết về nhu cầu của bạn không? Hay có những vấn đề nghiêm trọng nào liên quan đến sự uy tín khiến họ, hội thánh của họ hay người khác không sẵn sàng hỗ trợ bạn? Người ta cần có sự tin tưởng vào con người chúng ta và những gì chúng ta đang làm. Họ có biết những giá trị cốt lõi của bạn và họ có biết đầy đủ về bạn để thấy rằng bạn có thực hành những gì bạn giảng hay không? Bạn cần tìm hiểu xem liệu có những vấn đề nào dẫn đến sự thiếu tin tưởng vào bạn và công việc của bạn không? Xây dựng uy tín không dễ dàng và chúng ta cần sự giúp đỡ và ân điển của Chúa để bảo vệ chúng ta khỏi những lời đồn thổi không có thật.

Một số nhà tài trợ chỉ dâng hiến một lần. Tại sao họ không dâng hiến lần thứ hai? Cần rất nhiều nỗ lực để tìm được những ân nhân mới, vậy thì làm sao chúng ta có thể giữ chân ân nhân một khi chúng ta tìm ra họ? Chìa khóa nằm ở những mối quan hệ cá nhân lành mạnh cùng với các báo cáo tốt. Ân nhân cần biết những khoản dâng của họ đã được sử dụng, theo đúng mục đích, cho những dự án chiến lược được lên kế hoạch chỉn chu. Người ta không muốn cảm thấy bị áp lực phải dâng hay bị thao túng. Nhưng họ đánh giá cao việc được mời đến tham gia một số hoạt động đáng tham gia, và sau đó nhìn thấy những kết quả mà của dâng của họ mang lại. Họ thích các lựa chọn, vì vậy rất hữu ích khi đưa ra một số dự án cần hỗ trợ tài chính. Người ta cũng thích dâng hiến vào những gì người khác đang dâng, vì vậy chúng ta cần phải minh bạch nhất có thể về những hỗ trợ tài chính mà chúng ta nhận từ người khác.

Đó chính là công việc của đội ngũ phát triển để giữ liên lạc với con người và tổ chức quan tâm (hay những người sẽ quan tâm) đến những gì bạn đang làm. Chúng ta cần để họ nắm thông tin về chúng ta và sau đó can đảm đề yêu cầu giúp đỡ khi chúng ta cần.

Có phải các giải pháp đều đến từ nước ngoài không?

Từ những ngày đầu tiên, nhiều trường học được thành lập bởi các giáo sĩ đã phụ thuộc rất lớn vào nhân sự và ngân quỹ từ nước ngoài. Đối với những cơ sở đào tạo như vậy, cứu cánh về tài chính chỉ được tìm thấy trong sự tài trợ thường xuyên và đáng kể từ các tổ chức nước ngoài. Tuy nhiên, không phải tất cả những mối quan hệ "hợp tác gọi là" này đều lành mạnh và đây không phải là cách tốt nhất để đảm bảo sự ổn định tài chính. Thông thường sẽ có những vấn đề nghiêm trọng khi một nguồn tài trợ chiếm phần lớn ngân quỹ. Không có quan hệ hợp tác thật sự nếu về chức năng bạn đang làm việc cho tôi. Bất chấp quan hệ hữu nghị của chúng ta hay bất chấp tất cả những lời đảm bảo về điều ngược lại, thật khó cho bạn để không cảm thấy bị ép hay bị thao túng nếu bạn cảm nhận rằng bạn không còn nhận được phần dâng của tôi nữa nếu bạn không làm những gì tôi muốn. Điều đó đặc biệt rất khó xử nếu tôi là người đang chu cấp hầu hết ngân quỹ hoạt động của bạn, tài trợ chương trình, giúp đỡ giáo viên và hỗ trợ học bổng. Nhận hỗ trợ tài chính từ nhiều nguồn khác nhau thì tốt hơn. Tuy nhiên, ngay khi không có một nguồn tài chính nào cả, thì khoản tài trợ từ nước ngoài cũng thường đến theo những mối liên hệ xâu chuỗi bởi những người biết rất ít về thực tế tại địa phương.

Nên chăng phần lớn các kinh phí đều được gây quỹ tại địa phương?

Nguồn dâng từ địa phương nên là phần đáng kể trong nguồn thu của nhà trường vì nó phản ánh sự hài lòng đối với ảnh hưởng mà chương trình đào tạo mang lại. Học phí có tính thực tế cho phép sinh viên đóng góp điều gì đó vào chính sự đào tạo của họ, gia đình và hội thánh của họ vui vẻ đầu tư vào những người mà họ biết và tin tưởng. Những sinh viên tốt nghiệp của chương trình nên gửi những phần quà cảm ơn cho những gì họ nhận trong suốt quá trình học. Hội thánh nhận những sinh viên tốt nghiệp này nên gửi quà tặng bày tỏ lòng biết ơn để phản ánh sự hài lòng của họ với năng lực của các mục sư và lãnh đạo mà họ hiện đang có. Cộng đồng doanh nghiệp nên vui vẻ đầu tư vào sự phát triển con người với tính cách và kỹ năng lãnh đạo chất lượng. Các quỹ sáng lập tại địa phương có thể giúp bằng các dự án có tác động tại địa phương. Bản thân chúng ta nên đầu tư vào chính chương trình của mình.

Đối với hầu hết các cơ sở đào tạo ở các nước không thuộc Tây phương, học phí thường rất thấp. Tuy nhiên, tự lực không có nghĩa là mọi ngân sách hoạt động nên được lấy từ học phí hay phí thu nội bộ. Khi tôi rà soát các tuyên bố tài chính của các trường đại học Cơ Đốc tại Bắc Mỹ, chỉ một phần ba thu nhập cho chi phí hoạt động đến từ học phí của sinh viên. Phần còn lại đến từ các quỹ hỗ trợ và quyên góp bởi cựu sinh viên và bạn hữu của nhà trường. Tự lập cũng không có nghĩa là mọi thu nhập của họ đều phải được vận động từ địa phương hay trong phạm vi địa lý cụ thể. Những trường đại học này rõ ràng sẽ lấy (và tìm kiếm) kinh phí từ bất cứ nơi nào.

Các cơ sở đào tạo thần học ở những nước không thuộc Tây phương không cần phải khác biệt. Vấn đề cốt yếu không phải là kinh phí đến từ đâu. Một cơ sở đào tạo có thể tự túc khi nó chịu trách nhiệm cho việc gây quỹ và quản lý ngân quỹ của mình. Bạn nên mời gọi nhiều người giúp đỡ trong công tác Đức Chúa Trời kêu gọi bạn làm. Những chương trình có tính hệ phái vốn vận hành dưới ngân quỹ của hệ phái ấy là một ngoại lệ, nhưng một nguồn tài trợ không nên cung ứng hơn 50% quỹ hoạt động của nhà trường. Nhận nhiều hơn con số này là trao cho nhà tài trợ quá nhiều quyền kiểm soát tiềm ẩn đối với chương trình, cũng như đặt chương trình vào nguy cơ nếu nguồn dâng ấy bị rút đi.

Những dự án nâng cao thu nhập

Các cơ sở đào tạo thần học cần suy nghĩ một cách sáng tạo về nhiều phương thức khác nhau để có thể nâng cao thu nhập cho các hoạt động đào tạo của mình. Một cơ sở tại Ấn Độ đã phát triển một trung tâm hội nghị lớn để đón tiếp các đoàn Cơ Đốc và cả những đoàn bên ngoài thuê mướn. Một cơ sở ở Nam Phi có thừa một ít không gian văn phòng và nhà ở do giáo viên không sử dụng, họ đã sửa lại và cho một số tổ chức Cơ Đốc khác thuê. Một trường ở Bra-xin vào thời điểm nghỉ hè hay nghỉ lễ được cho thuê để tổ chức các buổi hội nghị, hội thảo hay các kỳ trại. Nhiều chương trình đào tạo cũng có những dự án nông nghiệp để nuôi gà và trồng rau bán kiếm thêm nguồn quỹ, hoặc để làm thực phẩm cho nhân viên và sinh viên. Một chương trình ở Bra-xin tổ chức hầu hết các lớp học vào buổi tối và cho thuê cơ sở vật chất làm trường học cộng đồng vào ban ngày để nâng cao thu nhập. Nhân viên của trường có thể tổ chức những chương trình hội thảo và hội nghị chuyên đề với một mức phí nhất định như là một phần trong việc phát triển lãnh đạo chuyên nghiệp cho cộng đồng trong các lĩnh vực như lãnh đạo, lập kế hoạch chiến lược, tuyên uý, tham vấn hoặc giải quyết xung đột. Một cơ sở ở Trung Đông lại có thêm chút quỹ từ việc sử dụng Kinh Thánh để đào tạo hướng dẫn viên du lịch chưa tin Chúa. Một chương trình tại Bra-xin nâng cao thu nhập bằng việc sử dụng một góc khuôn viên và một số nhân viên và gia đình nước ngoài để dạy các lớp tiếng Anh cho thanh niên trong cộng đồng,...

Tuy nhiên, có ít nhất bốn nguy cơ liên quan đến những dự án nâng cao thu nhập.

- Các dự án có thể làm mất tập trung vào mặt đào tạo của cơ sở đào tạo ấy, vì chúng đòi hỏi năng lượng, con người và tài chính mà lẽ ra nên sử dụng phù hợp hơn cho các hoạt động khác.

- Các dự án thường do những người không có kỹ năng quản lý hay kỹ năng kinh doanh dẫn dắt một cách vụng về.

- Nhiều dự án thường là ý tưởng hay, xuất hiện một cách bộc phát của ai đó, được đưa vào thực hiện mà không tìm hiểu kỹ lưỡng về thị trường để xác minh xem người ta có nhu cầu này không.

- Một dự án có thể trở thành "của nợ," thực tế tiêu tốn nhiều nguồn lực hơn so với thu nhập nó tạo ra.

Nguyên cớ duy nhất cho việc thực hiện dự án nâng cao thu nhập là để có thêm nguồn thu cho nhà trường. Công tác chủ yếu của chúng ta không phải là kinh doanh. Như đã thảo luận trong chương 5, chúng ta không nên thêm các hoạt động quản lý hành chính không cần thiết vào. Mỗi một dự án gia tăng nguồn quỹ phải có riêng bộ hồ sơ ghi chép tài chính và một ban quản lý cùng đội ngũ nhân viên riêng. Vận hành một dự án không nên đòi hỏi thời gian từ lãnh đạo nhà trường, ngoài việc xác nhận với ban quản trị dự án rằng những gì đang được thực hiện thật sự đáng giá.

Hỗ trợ tài chính từ những mối quan hệ

Những người hỗ trợ kinh phí chính của chúng ta là những người xem chúng ta như là trường của họ. Đây là một phần trong quyền sở hữu, khi họ làm việc với chúng ta để có được tính khả thi và ổn định về mặt tài chính. Những đối tác này nên là ai và làm thế nào chúng ta có thể đẩy mạnh quan hệ hợp tác với họ?

Cựu sinh viên

Một trong những mối quan hệ đối tác quan trọng của chúng ta nên có là với những sinh viên đã tốt nghiệp. Hi vọng những cựu sinh viên này hài lòng với chất lượng đào tạo mà họ nhận. Tất cả sinh viên cần biết sơ qua về rất nhiều đối tác đang giúp đỡ để giảm mức chi phí thực tế mà họ phải trả cho việc học. Từ những ngày đầu tiên bước vào trường, họ cần được thách thức để có một cam kết trọn đời rằng họ sẽ tiếp tục làm cho chương trình này được tiếp tục cho người khác. Mỗi một sinh viên tốt nghiệp nên được khuyến khích để dâng lên Chúa món quà của lòng biết ơn hàng năm về những gì họ nhận được từ nhà trường. Khi Đức Chúa Trời ban phước cho họ theo nhiều cách đặc biệt, họ có thể dâng vào các dự án đặc biệt, chẳng hạn như sách cho thư viện, các dự án xây dựng hoặc các dự án tái thiết.

Mỗi chương trình đào tạo cần thường xuyên kết nối với sinh viên tốt nghiệp của mình. Đội ngũ phát triển nên duy trì danh mục thư từ hoặc thư điện tử đã được cập nhật. Tuy nhiên, sinh viên tốt nghiệp của chúng ta cần cảm thấy rằng họ không chỉ là nguồn tài trợ. Họ sẽ là những người giúp chúng ta tuyển sinh viên mới. Như chúng ta sẽ lưu ý trong chương 12, các cựu sinh viên của chúng ta là một trong những nguồn tốt nhất cho việc phản hồi ý kiến để giúp chúng ta cải thiện những gì chúng ta đang làm.

Chúng ta có thể tổ chức những hội thảo chuyên đề hay hội thảo cho cựu sinh viên về những chủ đề góp phần làm sắc bén kỹ năng mục vụ của họ. Chúng ta có thể đẩy mạnh mối quan hệ của họ với những cựu sinh viên khác khi tất cả đều được mời trở lại trường ít nhất mỗi năm một lần để dự lễ thành lập trường hoặc các sự kiện đặc biệt, như lễ tốt nghiệp hay tuần trọng tâm thuộc linh. Hãy chia sẻ với họ câu chuyện về những gì Đức Chúa Trời tiếp tục làm tại nhà trường. Hãy đưa họ thông tin về đồng môn của họ và những cách đặc biệt họ có thể cầu nguyện cho nhau và cho chương trình đào tạo. Khi cựu sinh viên của chúng ta phấn khích về những gì chúng ta làm, họ sẽ cởi mở để đóng góp tài chính cho chúng ta (dù chúng ta sẽ vẫn cần phải đề nghị).

Các tổ chức truyền giáo

Một quan hệ đối tác quan trọng khác sẽ là với tổ chức truyền giáo sáng lập nhà trường. Các tổ chức sáng lập thường tiếp tục góp phần đáng kể vào các chương trình giáo dục thần học mà họ đã giúp thiết lập từ ban đầu. Họ biết lịch sử của bạn và có thể cho bạn những lời khuyên bổ ích. Họ có thể sử dụng mạng lưới các đầu mối làm việc để gây quỹ cho những dự án đặc biệt như xây dựng hay mua trang thiết bị. Các tổ chức truyền giáo có thể đưa ra các gói học bổng cho sinh viên vốn đang phục vụ hội thánh mà họ đang làm việc cùng, hay giúp phần tiền lương cho các giảng viên hoặc nhân viên trong nước. Họ thường cung cấp giáo sĩ phục vụ trong ban giảng huấn hoặc nhân viên.

Tất cả những điều này có thể rất hữu ích, dù cũng có những bước nhỏ chúng ta cần phải thực hiện để đảm bảo rằng đây là một mối quan hệ đối tác lành mạnh. Như đã đề cập trước đó, tất cả giáo viên, bao gồm cả giáo viên là giáo sĩ, cần được lượng giá trước khi họ được nhận vào (với một hợp đồng) trong vai trò là thành viên của đội ngũ giảng dạy và quản lý hành chính. Không phải giáo sĩ nào cũng có những kỹ năng cần thiết mang mang tính xuyên văn hóa hay kĩ năng giao tiếp mà chúng ta cần. Chúng ta có thể cảm nhận rằng có thể sẽ có vấn đề về lối sống hoặc thái độ khiến người đó không hợp với đội ngũ của chúng ta.

Các tổ chức truyền giáo, cũng như các tổ chức khác, được tự do để mơ ước cùng chúng ta về tương lai. Tuy nhiên, các tổ chức sáng lập cần nhớ rằng họ không còn phụ trách cho từng dự án nữa. Như đã thảo luận trong chương 5, nên có một hồ sơ ghi chép về sự xuất sắc trong quản lý hành chính sao cho các tổ chức truyền giáo có thể tin cậy nhà trường sẽ sử dụng kinh phí cho các dự án mà họ tài trợ. Do đó, việc gây quỹ của họ nên được giới hạn trong các dự án đã được phê duyệt bởi nhà trường. Các khoản lương hay lợi ích của nhân viên trong nước không nên được chi trả trực tiếp bởi tổ chức sáng lập đến từng cá nhân, vì điều này có thể tạo ra sự đố kỵ (người khác nghĩ rằng mình nhận nhiều hơn so với thực tế) và sự nhầm lẫn, bối rối (cá nhân đó làm việc cho tổ chức hay cho nhà trường?).

Chuyển giao quyền kiểm soát là điều không dễ dàng. Thật khó xử khi một người cha nghỉ hưu, không còn làm công việc kinh doanh mà ông đã khởi nghiệp và sau đó xuất hiện hàng ngày để giám sát công việc của con trai mình, hay khi một mục sư nghỉ hưu sau nhiều năm làm việc trong hội thánh, nhưng vẫn ở lại làm thành viên của hội thánh. Điều khác biệt là sứ mạng truyền giáo không nghỉ hưu, nó chỉ truyền ghế chủ tọa một cách tự nguyện. Vì vậy, dù muốn tôn trọng họ và tiếp tục nghe những gì họ nói, nhưng chúng ta (và họ) cần nhớ rằng quản lý nhà trường là việc của chúng ta.

Khi làm thế, một cơ sở đào tạo sẽ tự giúp mình Điều này cũng khiến cho các tổ chức sáng lập dễ dàng hơn khi nói có hoặc không mà không cảm thấy rằng họ đang thống trị hay thao túng. Có một chỗ phù hợp để họ có thể chia sẻ ý kiến của mình nếu họ cũng tham dự tích cực vào đại hội đồng, cùng với các tổ chức và hội thánh khác là nơi cung cấp cán bộ giảng dạy, sinh viên hay kinh phí. Không một người nào hay tổ chức nào nên có nhiều ảnh hưởng trên chúng ta hơn tất cả những người khác. Diễn đàn phù hợp để thảo luận những ý tưởng này và đưa ra các khuyến nghị là tại đại hội đồng với vai trò là một thành viên của hội đồng quản trị, chứ không phải là khi cầm tập ngân phiếu tại phòng hiệu trưởng.

Các tổ chức Cơ Đốc

Một cơ sở đào tạo cũng có thể xây dựng quan hệ đối tác với một số tổ chức Cơ Đốc. Không chỉ sinh viên đã tốt nghiệp của chúng ta mới làm việc cùng họ, nhưng chúng ta cũng có thể tìm ra những cách thức để phục vụ họ. Khi đặt câu hỏi: "Chúng tôi có thể làm gì cho tổ chức bạn?" chúng ta cần lượng giá xem liệu sứ mạng, mục đích cơ bản và nguồn lực của mình có cho phép chúng ta đáp ứng các nhu cầu của họ hay không.

Về phía họ, mối quan hệ hợp tác sẽ chắc chắn bao gồm việc chi trả học phí cho sinh viên của họ, dù có nhiều cách sáng tạo để hợp tác. Chẳng hạn, tổ chức SIL Wycliffe đã xác định rõ một số viện thần học trình độ cao trong khu vực sẽ là cơ sở đào tạo chuyên viên dịch thuật của họ. Bên cạnh công việc gây quỹ cho tiền học phí và tiền ăn của những sinh viên mà họ gửi đến học, họ đã cung ứng một số giáo viên có chuyên môn trong việc dịch Kinh Thánh cùng với những quyển sách chuyên sâu cho thư viện để hỗ trợ phần của họ trong chương trình đào tạo của nhà trường. Tổ chức Trans-World Radio (TWR) đã hợp tác với một số cơ sở đào tạo để xây dựng cơ sở vật chất cho đài phát thanh trong các trường học của họ. Nhân viên TWR góp phần giảng dạy và tổ chức các hội thảo chuyên đề khi có cơ hội để đào tạo sinh viên (và cán bộ giảng dạy) cách để phát triển chương trình phát thanh và cách đài phát thanh có thể đẩy mạnh các mục vụ của họ. Tổ chức World Vision hợp tác với một số chương trình đào tạo để phát triển một chương trình đào tạo lãnh đạo cho nhiều nhân viên của mình trên thế giới. Họ đóng góp quỹ và cung ứng giáo viên cho một chương trình không chỉ phục vụ cho nhân sự của họ mà còn cho nhiều người khác nữa.

Hội thánh địa phương

Như đã thảo luận trong chương 4, chủ sở hữu của chúng ta là các hội thánh và hệ phái xem chúng ta là cơ sở đào tạo của họ. Sứ mạng của chúng ta là trang bị sinh viên của họ để trở thành những mục sư và lãnh đạo hiệu quả. Hy vọng rằng những hội thánh này sẽ góp mặt trong đại hội đồng của chúng ta. Một phần công việc trong quan hệ hợp tác với họ là gửi cán bộ giảng dạy, nhân viên cũng như sinh viên của chúng ta đến thăm, lắng nghe họ cũng như làm mục vụ tại hội thánh của họ. Họ cần thường xuyên được nhận thông tin về chúng ta, bao gồm những câu chuyện kể về những gì Đức Chúa Trời đang làm trong và qua chúng ta. Họ cần biết cách để có thể cầu nguyện cho chúng ta. Họ cũng cần hiểu nhu cầu tài chính của chúng ta nữa.

Trách nhiệm chính của các hội thánh là hỗ trợ những người mà họ đã cử đi học. Họ có thể phàn nàn rằng họ hoàn toàn không có ngân quỹ cho điều này, nhưng bằng cách nào đó, hẳn đã có ai đó xoay sở để lo tiền trọ và chi phí ăn uống cho những sinh viên này nếu họ không đến học. Vì vậy, nói rằng họ không có gì cho sinh viên của mình là không đúng. Có lẽ họ có thể gửi đồ ăn thay vì tiền bạc. Nhưng nếu một hội thánh không sẵn sàng đầu tư bất cứ cái gì vào sinh viên của mình, thì chúng ta cũng nên thận trọng khi giúp đỡ họ.

Các hệ phái mà bạn đang phục vụ cần phải được yêu cầu để thêm chương trình đào tạo của bạn vào ngân quỹ của họ vì bạn đang đào tạo lãnh đạo và mục sư cho họ. Hội đồng thường niên hoặc các hội thánh trong cùng một hệ phái có thể lên lịch cho một dịp đặc biệt mỗi năm một lần để dâng hiến cho tiền sách hoặc học bổng cho sinh viên. Hội thánh đã nhận sinh viên tốt nghiệp của bạn vào làm việc cần được khích lệ để dâng hiến định kỳ hàng năm thể hiện sự hài lòng của họ với mục sư và lãnh đạo mà họ đã nhận từ bạn.

Các quỹ tài trợ

Các quỹ tài trợ được tìm thấy trên khắp thế giới, trong đó có cả địa phương bạn. Chúng có thể được sáng lập bởi một gia đình giàu có hay từ lợi nhuận của một doanh nghiệp. Cũng có những quỹ công cộng. Điểm chung của những quỹ tài trợ này chính là mục đích của họ, trao tặng các khoản tài trợ cho những vấn đề cụ thể mà họ quan tâm. Thậm chí các tổ chức truyền giáo có thể được đối xử như những quỹ tài trợ vì họ có thể được đề nghị giúp đỡ cho những dự án cụ thể. Có ba bước quan trọng trong việc phát triển một mối quan hệ vững mạnh với một quỹ tài trợ.

1. Bạn cần tìm hiểu xem ai quan tâm những gì bạn đang làm. Bạn có thể bắt đầu tìm hiểu điều này qua các trang mạng có liệt kê các quỹ tài trợ và những lý do họ tài trợ. Phần lớn các quỹ tài trợ không quan tâm đến giáo dục thần học, hay khu vực địa lý bạn đang sống. Tuy nhiên, có thể có người quan tâm đến một số khía cạnh trong công việc mà bạn đang làm. Chẳng hạn, nếu họ quan tâm đến phát triển lãnh đạo cho nữ giới tại các nước không thuộc Tây phương, bạn có thể đề xin học bổng cho các sinh viên nữ hay cho trợ giảng nữ trong đội ngũ nhân viên của bạn. Nếu mối quan tâm của họ là HIV/AIDS, bạn có thể xin một số tiền tài trợ để mua tài liệu cho thư viện, hay giúp bạn có thể tổ chức được một hội thảo về các vấn đề liên quan đến AIDS cho giáo viên và sinh viên. Hãy bắt đầu bằng việc thực hiện các công tác của mình, bao gồm cả việc học hỏi từ các chương trình đào tạo khác về các quỹ tài trợ quan tâm đến các chương trình của họ.

2. Để phát triển mối quan hệ với quỹ tài trợ cần có thời gian. Thường thì chúng ta nên viết cho họ và hỏi họ xem họ có sẵn lòng xem xét một dự án nào đó hay không thì tốt hơn là tiêu tốn chi phí để thăm họ hay bắt đầu bằng việc gửi cho họ trọn bộ đề xuất dự án. Ngay cả những người đồng

ý xem xét các dự án của bạn có thể cũng sẽ nói không với đề nghị đầu tiên của bạn. Có nhiều lý do tại sao các quỹ tài trợ và các tổ chức từ chối. Họ có thể không có đủ kinh phí cho năm nay, hoặc họ có thể cảm thấy chưa biết đủ về bạn. Nhưng khi bạn có cơ hội để giúp họ biết bạn nhiều hơn, và khi họ nghe từ người khác về bạn (quỹ tài trợ này thường giới thiệu các dự án cho quỹ tài trợ kia), một mối quan hệ có thể bắt đầu. Sau một vài lần gửi đề nghị hỗ trợ, họ có thể giúp một khoản tài trợ nhỏ. Nếu họ hài lòng với cách bạn sử dụng số tiền, họ có thể chọn đầu tư vào bạn thêm.

3. (3)Có rất nhiều giấy tờ thủ tục liên quan khi liên hệ với các quỹ tài trợ. Có trách nhiệm giải trình về những món quà mà chúng ta đã nhận là điều hoàn toàn đúng. Hơn nữa, lời đề xuất xin tài trợ của chúng ta cần được viết một cách chất lượng và rõ ràng khi chúng ta giải thích cho họ các dự án của chúng ta sẽ góp phần vào các mục tiêu tổng quan của chương trình đào tạo của chúng ta như thế nào. Tôi đã đính kèm một phụ lục mô tả những gì cần có trong một đề xuất dự án đối với một quỹ tài trợ. Chúng ta cũng nên cung cấp cho tất cả các nhà tài trợ những báo cáo tài chính và hoạt động đã được viết kỹ lưỡng về những gì đã đạt được nhờ món quà dâng của họ.

Một số quỹ tài trợ có vẻ yêu cầu nhiều giấy tờ thủ tục hơn so với số tiền họ dâng vào. Nếu bạn muốn thoát ra khỏi mối quan hệ hợp tác này thì đó là việc có thể hiểu được, nhưng hãy làm điều đó một cách thật ân hậu, tế nhị, nhớ rằng các quỹ tài trợ thường trao đổi thông tin với nhau.

Cộng đồng doanh nghiệp/Hỗ trợ của chính phủ

Cần có những lãnh đạo Cơ Đốc chất lượng ngoài thương trường. Đây không phải là trọng tâm chính của hầu hết các chương trình đào tạo thần học, dù nó nên là mục đích chủ yếu của các trường đại học Cơ Đốc vốn đang ngày càng được phát triển xuyên suốt các nước không thuộc Tây phương. Dầu vậy, những người ảnh hưởng chủ yếu để tạo ra sự thay đổi trong nhiều nơi tiếp tục vẫn là mục sư và lãnh đạo Cơ Đốc. Cả chính phủ và cộng đồng doanh nghiệp đều biết điều này. Khi chúng ta phát triển lãnh đạo với phẩm chất Cơ Đốc vững vàng, chúng ta đang làm điều gì đó có lợi cho xã hội. Chúng ta cần xây dựng những mối quan hệ với các lãnh đạo doanh nghiệp chủ chốt để giúp họ hiểu những gì chúng ta đang làm. Chúng ta nên thách thức các lãnh đạo doanh nghiệp Cơ Đốc cầu nguyện cho chúng ta và đầu tư vào chúng ta. Chúng ta cũng có thể tận dụng lợi thế về sự khôn ngoan và kỹ năng quản lý của họ để giúp chúng ta quản lý nhà trường tốt hơn.

Rất hiếm trường nào vội vàng xây dựng quan hệ đối tác với chính phủ của mình. Tuy nhiên, nếu chúng ta đang làm tốt công việc trang bị con người để phục vụ con người, thì chúng ta đang thực hiện chức năng hữu ích đối với cộng đồng. Sinh viên tốt nghiệp của chúng ta có thể trở thành lãnh đạo của hội thánh và các tổ chức vốn đáp ứng một cách hiệu quả trước các vấn đề xã hội. Theo đó, có thể có khoản ngân sách công hay kinh phí nhàn rỗi có sẵn. Chúng ta cần nghiên cứu các lựa chọn của mình, đồng thời xem xét cẩn thận sợi dây thòng lọng có thể đi kèm.

Bạn bè của nhà trường

Ai đã từng đến thăm trường của bạn hay đến dự một sự kiện được tài trợ bởi chương trình của bạn thì cũng nên được mời trở thành đối tác với bạn. Hãy thu thập tên tuổi, địa chỉ của họ và thường xuyên gửi cho họ thông tin về những gì Đức Chúa Trời đang làm trong và qua bạn. Bạn có thể mời những người này đến dự các hoạt động của nhà trường (như lễ tốt nghiệp hay các sự kiện đặc biệt). Hãy đề nghị họ hỗ trợ cả bằng sự cầu thay lẫn giúp đỡ tài chính. Một số "bạn bè của nhà trường" thậm chí đã thành lập những hội đoàn hợp pháp để quảng bá về trường tại những khu vực quê nhà của họ.

Bạn cũng có thể chủ động tìm kiếm người để mời họ đến thăm. Hãy mời sinh viên các trường ở Bắc Mỹ, Châu Âu hay Úc hoặc hội thánh của họ đăng ký vào một tín chỉ đào tạo được thiết kế cho họ để hiểu được việc thờ phượng, cầu nguyện, lịch sử hội thánh hoặc thần học được bối cảnh hóa. Hầu hết những người đến thăm sẽ vui vẻ chi trả chi phí cho các khóa học kiểu này.

Những đội làm việc ngắn hạn cũng có thể đưa đến mối quan hệ hợp tác mới, tiềm năng. Hãy tìm kiếm các dự án nhỏ cho họ làm trong lĩnh vực bảo trì khuôn viên trường hay trong việc xử lý sách thư viện. Có lẽ họ có thể đi với một số sinh viên của bạn như đi ra cộng đồng hay các dự án mục vụ. Cuộc sống của họ sẽ được thay đổi khi họ có cơ hội biết bạn. Họ cũng sẽ thay mặt chúng ta trở thành đại sứ. Khi đội ngũ phát triển của bạn giữ liên lạc với họ, có thể sẽ có những dự án mà họ hoặc hội thánh của họ hoặc cơ sở đào tạo của họ có thể giúp, như mua sách cho thư viện, cho phép cán bộ giảng dạy hay nhân viên hội thánh tham gia giảng dạy các mô-đun. Các cuộc viếng thăm lặp đi lặp lại và liên tục đón tiếp các đoàn mục vụ ngắn hạn thường cho thấy sự phát triển của một mối quan hệ đối tác tuyệt vời.

Kết luận

Những cơ sở đào tạo thần học xuất sắc chịu trách nhiệm cho các nhu cầu tài chính của mình. Chúng ta cần nhớ mình phụ thuộc vào Đức Chúa Trời trong mọi điều. Nhưng cũng cần nhớ rằng Đức Chúa Trời ban cho người khác để họ có thể ân cần và tình nguyện chịu trách nhiệm về các dự án của Ngài. Hãy bắt đầu với bản thân bạn và các sinh viên tốt nghiệp của bạn và bất cứ khi nào thấy có cựu sinh viên của bạn, cũng hãy xây dựng mối quan hệ tốt với họ. Nếu chương trình đào tạo của bạn xuất sắc, và nếu bạn có một kế hoạch chiến lược rõ ràng cho thấy bạn đang đi đâu và bạn cần gì để có thể đi đến đó, thì người khác sẽ vui mừng khi đầu tư vào những gì Đức Chúa Trời đang làm qua bạn. Nguyện Đức Chúa Trời "sẽ cung ứng mọi nhu cầu của anh em theo sự giàu có vinh quang của Ngài trong Đấng Christ Giê-xu" (Phil. 4:19)

Câu hỏi thảo luận liên quan đến công tác gây quỹ

1. Tại sao bạn chật vật về tài chính? Có lĩnh vực nào bạn cần thay đổi không? Nếu có, đó là những lĩnh vực nào và theo bạn nên thay đổi như thế nào?

2. Đối tác của bạn là những ai? Theo bạn như thế nào là mối quan hệ đối tác lành mạnh? Làm thế nào bạn có thể xây dựng nhiều mối quan hệ hơn và đẩy mạnh các mối quan hệ đối tác mà bạn có?

3. Ở mức độ nào bạn cảm thấy bị điều khiển và kiểm soát bởi các nguồn lực do các tổ chức truyền giáo sáng lập cơ sở đào tạo của bạn hay một vài ân nhân của mình?

4. Đội ngũ phát triển của bạn được bố trí và có năng lực tốt ra sao? Bạn có chiến lược gây quỹ không? Chiến lược đó thỏa đáng hay hiệu quả ra sao?

5. Bạn (hay sinh viên, ban giảng huấn, nhân viên, đại hội đồng của bạn...) có thể có những ý tưởng sáng tạo nào cho việc nâng cao nguồn thu nhập cho chương trình của bạn?

Các website về trợ cấp, gây quỹ và quỹ tài trợ

Associated Grantmakers of Massachusetts. www.agm-connect.org/

Charities Aid Foundation: Directory of Grantmaking Trusts (listing the names of over 2500 trusts). http://www.grant-tracker.org/

The Foundation Center. http://fdncenter.org/ (Họ cũng có một danh sách bao quát thường kỳ về việc gây quỹ tại http://fdncenter.org/ washington/ dc_periodicals.html.)

The Grantsmanship Center.www.tgci.com/.

TearFund. "Roots 6-Fundraising" available at www.tearfund.org.tilz. 100 Church Road, Teddington, TW11 8QE, UK

Gợi ý đọc thêm

Jossey-Bass Publication (www.josseybass.com) có bộ sưu tập đồ sộ về các nguồn lực xuất sắc cho việc phát triển nguồn quỹ. Họ cũng xuất bản một tạp chí theo quý về các vấn đề từ thiện được gọi Hướng Mới Cho Việc Gây Quỹ Từ Thiện. Một danh mục lớn các sách về gây quỹ hay quản lý quỹ có thể được tìm thấy qua www.amazon.com/. Có một lượng lớn tài liệu có thể được khai phá qua công dụng sáng tạo của Google hoặc bộ máy tra cứu khác. Một số sách cụ thể có lẽ có hữu ích là:

Burkett, Larry. *Business by the Book: Complete Guide of Biblical Principles for the Workplace.* Nashville, TN: Thomas Nelson, 1998, 2006.

Burnett, Ken. *Relationship Fundraising: A Donor-based Approach to the Business of Raising Money,* 2nd ed. San Francisco, CA: Jossey-Bass, 2002.

Carlson, Mim. *Winning Grants: Step by Step.* 2nd ed. San Francisco, CA: Jossey-Bass, 2002.

Gottlieb, Hildy. *Friendraising: Community Engagement Strategies for Boards Who Hate Fundraising But Love Making Friends.* Roselve, Inc., D/B/A Renaissance Press, 2000.

Jeavons, Thomas H and Rebekah Burch Basinger. *Growing Givers Heart: Teaching Fundraising as Ministry*. San Francisco, CA: Jossey-Bass, 2000.

Klein, Ken. *Ask and You Shall Receive: A Fundraising Training Program for Religious Organizations*. San Francisco, CA: Jossey-Bass, 2000.

Kohl, Manfred W. "Responsible Stewardship in Theological Education: Guidelines for Resource Development in Post-Communist Countries" in the *Christian Education Journal*. Vol. 2 NS, No. 1 (Spring 1998): 57-74.

Kutz, John and Katherine Murray. Fundraising for Dummies. Foster City, CA: IDG Books Wolrdwide, 200. (www.odgbooks.com 919 E. Hillsdale Blvd, Suite 400, Foster City, CA, 94404)

New, Cheryl Carter and James Aarm Quick. *How to Write a Grant Proposal*. San Francisco, CA: Jossey-Bass, 2003.

Nouwen, Henri J.M. *The Spirituality of Fund-Raising*. New York, NY: Henri Nouwen Society, 2004.

Weinstein, Stanley. *The Complete Guide to Fund-Raising Management*. San Francisco, CA: Jossey-Bass, 2002.

Phụ lục: Viết Đề Xuất Dự Án

Dù bạn đang viết thư cho một quỹ tài trợ, doanh nhân, tổ chức truyền giáo hay một nguồn kinh phí bên ngoài, thì đề xuất nào cũng cần bao gồm những thông tin sau:

1. Bạn là ai?

Phần này nên giới thiệu tên chương trình, địa điểm, tên gọi hợp pháp, mục đích, giá trị cốt lõi và mục tiêu của bạn. Người ta cần biết liệu bạn có tính hợp pháp và đáng tin hay không, vì vậy bạn cần bày tỏ năng lực của mình để chứng tỏ bạn có thể làm được những gì bạn đang làm. Bạn có thể đính kèm tờ giới thiệu chương trình, một danh sách tên và địa chỉ của thành viên ban quản trị, thư tín cập nhật mới nhất, báo cáo của hiệu trưởng về các hoạt động của những năm trước và bản sao kê tài chính đã qua kiểm toán.

2. Dự án này giúp giải quyết các nhu cầu gì?

Đây không phải là bản mô tả dự án, nhưng là một giải trình, với dữ liệu và thực tế về vấn đề mà bạn đang đáp ứng. Sẽ có những lợi ích nào cho người khác thay vì cho chính bạn? Đáp ứng nhu cầu này phải là một phần hiển nhiên mà sứ mạng và mục tiêu của bạn đang nhắm tới.

3. Những mục tiêu của dự án là gì?

Phần này không phải là nội dung mô tả những gì bạn sẽ làm nhưng là những điều có thể đo lường được mà dự án sẽ hoàn thành trong khung thời gian cụ thể.

4. Những mục tiêu này sẽ đạt được bằng cách nào?

Cần phải thực hiện những gì và trình tự của các công việc như thế nào để đạt được mục tiêu? Tại sao phương pháp bạn chọn phù hợp với việc đáp ứng nhu cầu này? Bạn cần nhân viên như thế nào và tiêu chuẩn tuyển dụng nhân viên là gì?

5. Cần bao nhiêu kinh phí?

Nguồn thu thực tế mà bạn mong muốn nhận được cho dự án và các khoản chi vào từng thời điểm triển khai dự án là bao nhiêu? Những con số này nên bao gồm đóng góp của tình nguyện viên cũng như quà bằng hiện vật.

6. Dự án sẽ được đánh giá như thế nào?

Làm thế nào bạn biết rằng các mục tiêu đã đạt được? Ai sẽ thực hiện việc đánh giá và đánh giá như thế nào? Ai sẽ có được các bản báo cáo tổng kết?

Đề xuất dự án cần một "Tóm Tắt Dự Án" dài một trang. Đồng thời mời người đọc nghiên cứu những tài liệu bổ sung giải thích mọi thứ một cách chi tiết hơn, tóm tắt này sử dụng các đoạn văn rời chỉ đơn giản là để trả lời một cách rõ ràng:

- Bạn là ai?
- Mục đích cụ thể của dự án mà bạn đang đề nghị giúp đỡ là gì?
- Tại sao bạn đủ tiêu chuẩn để thực hiện dự án này?
- Những kết quả tiên liệu sẽ xảy ra trong khung thời gian của dự án là gì, và...
- Bạn đề nghị họ giúp đỡ bao nhiêu kinh phí (trong tổng nhu cầu dự án)?

Bạn cũng sẽ cần một trang bìa có ghi tên của cơ sở đào tạo kèm theo thông tin người liên hệ. Bạn nên giải thích ngắn gọn tại sao bạn viết cho họ và mời họ đọc tóm tắt dự án và các tài liệu bổ sung. Hãy nói rằng bạn sẽ liên hệ với họ trong hai tuần tới và hứa cung cấp cho họ thông tin bổ sung nếu cần.[1]

---

1. Phỏng theo một hội thảo được tiến sĩ Manfred W. Kohl trình bày tại OCI Institute for Excellence tại Budapest vào tháng Tư năm 2000.

Chương 11

Xuất Sắc trong Việc Mở Rộng Công Tác Đào Tạo

Những cơ sở đào tạo xuất sắc thường mở rộng ảnh hưởng và sự đào tạo của mình ra khỏi phạm vi cơ sở nhà trường. Họ phục vụ các sinh viên đã tốt nghiệp cũng như mục vụ và cộng đồng của cựu sinh viên qua nhiều phương cách chính quy hoặc không chính quy. Họ sử dụng tốt công nghệ thông tin, cả trong nhà trường và các hoạt động từ xa của mình.

Hầu hết mọi người đều nghĩ "giáo dục" là cái gì đó được thực hiện tại một địa điểm cụ thể (với cơ sở vật chất, thư viện, cán bộ giảng dạy và phòng ốc) trong một giai đoạn thời gian cụ thể (như một gói các khóa học được hoàn thành tại một cấp độ cụ thể). Phương pháp và cơ sở hạ tầng của những chương trình đào tạo truyền thống phản ánh rõ những gì được thực hiện tại các trường đại học, vốn được thiết kế như những gói giáo dục cho thanh niên trước khi làm việc. Nhờ vào di sản thời thuộc địa, việc đào tạo tại chỗ có xu hướng trở thành một chuẩn mực mà dựa vào đó tất cả các chương trình được đo lường, bao gồm đào tạo thần học.

Nhiều khuynh hướng trong số này đang thay đổi, cả ở thế giới thế tục lẫn các chương trình đào tạo thần học. Công ty làm về giáo dục đã phát hiện ra một thị phần lớn là những người trưởng thành muốn học nhưng (vì nhiều lý do), họ sẽ không đến trường làm sinh viên trọn thời gian. Các nhà giáo dục khám phá ra rằng sẽ vừa hiệu quả vừa hài lòng nếu dạy người ta tại bối cảnh nơi họ sống và làm việc. Người trưởng thành có những câu hỏi mà họ muốn được trả lời. Họ đã sẵn sàng để áp dụng các bài học vào thực hành ngay lập tức.

Trong chương này, chúng ta muốn xem xét làm thế nào những chương trình đào tạo thần học có thể mở rộng chương trình của mình vượt ra khỏi phạm vi cơ sở nhà trường. Chúng ta sẽ thấy rằng mình có một cơ hội đặc biệt để phục vụ không chỉ sinh viên đã tốt nghiệp, mà còn các mục vụ, đồng lao và cộng đồng xung quanh những cựu sinh viên của chúng ta. Chúng ta sẽ nhìn vào nhiều mô hình khác nhau đã được sử dụng để đưa ra hình thức đào tạo cả không chính quy lẫn chính quy, bao gồm những mô hình được thực hiện qua Internet.

Giáo dục từ xa không đơn giản là mô phỏng lại các khóa học của chủng viện tại những địa điểm khác ngoài khuôn viên chủng viện. Phát triển một chương trình giáo dục từ xa đòi hỏi cùng một quy trình lên kế hoạch chiến lược cẩn thận như bất kỳ chương trình mới nào mà bạn có thể chọn để bắt đầu (chương 3). Chương trình từ xa đầy tiềm năng này có phản ánh được các giá trị cốt lõi của bạn và sự mở rộng hợp lý của sứ mạng không? Bạn có đáp ứng các nhu cầu thật sự không? Bạn có nguồn nhân lực và tài chính để có thể làm điều này mà không làm tổn hại chương trình đào tạo hiện có của bạn? Hơn nữa, các chương trình mở rộng nên được xây dựng trên cùng một nền tảng như các chương trình đào tạo khác (chương 6). Bạn cần phải hiểu về những gì người ta biết và cần biết, và sau đó phát triển một kế hoạch khả thi và sáng tạo để đưa họ từ đây đến kia.

Đào tạo từ xa hay mở rộng

Giáo dục từ xa không phải là một khái niệm mới. Các khóa học tương tự đã được phát triển bởi các trường đại học nông nghiệp hơn 100 năm trước. Nhiều trường đại học vừa có cơ sở chính lẫn các cơ sở phụ dạy cùng một nội dung chương trình đào tạo. Giáo dục thần học từ xa đã được sử dụng rộng rãi từ khi nó nổi lên ở Trung Mỹ vào những năm 1960. Trong 20 năm qua đã có một sự bùng nổ của các chương trình cấp đại học, các hội thảo chuyên môn và các hội thảo thực tế. Chẳng hạn, chương trình MBA được mở ra bởi nhiều trường đại học ở Anh, Mỹ tại rất nhiều nơi như Ấn Độ, Nam Phi hay Đông Âu. Các trường đại học ảo đưa ra những chương trình đào tạo dựa trên website cho bất kỳ môn học nào có thể tưởng tượng được trên mặt bằng toàn cầu.

Thuật ngữ "giáo dục từ xa" chỉ ra sự phân cách về vật lý giữa sinh viên và người hướng dẫn. Giống như vậy, các khóa học tương tự hay nghiên cứu trực tuyến được xem là giáo dục từ xa. Khi giáo viên cung cấp các khóa học thông thường ở ngoài phạm vi nhà trường dưới dạng mô-đun, với giáo viên và sinh viên tại cùng một vị trí ở cùng một thời điểm, thì đó được gọi là giáo dục "mở rộng" hay "phân bổ".

Dẫu vậy, cách chúng ta thật sự làm giáo dục có xu hướng trở nên sự pha trộn khá hỗn tạp. Sinh viên bán thời gian theo học các khóa tại trường và cả những chương trình "từ xa" tổ chức vào cuối tuần. Sinh viên trọn thời gian có thể tham gia các khóa học trực tuyến thuộc giáo dục từ xa đồng thời sống tại trường và thực hiện các khóa học truyền thống. Có vẻ như khoảng cách có tính chất quan trọng nhất chính là khoảng cách của mối liên hệ trong việc học tập. Chẳng hạn, nếu bốn mươi sinh viên ghi danh vào một khóa học tại trường đại học, hầu hết họ sẽ không tương tác về mặt xã hội với nhau hay với giáo sư trước và sau giờ học. Có lẽ chỉ một lần trong một kỳ, một sinh viên bất kỳ trong số đó sẽ dành nhiều nhất là 15 đến 30 phút trao đổi với giáo viên tại văn phòng của họ. Chỉ những người hướng ngoại (và phần lớn không suy nghĩ nhiều) mới nhận xét về nhiều thứ trong lớp.

Tương tác trên nền tảng website có thể thúc đẩy việc học dù được thực hiện tại cơ sở nhà trường hay bên ngoài. Khi giáo viên giao bài đọc và câu hỏi suy ngẫm, mỗi người đều được yêu cầu phải đáp lại. Khi sinh viên tương tác với những phản hồi của nhau, họ có cơ hội biết nhiều về người khác. Giáo viên cũng thường dễ tiếp cận sinh viên qua thư điện tử hơn là gặp mặt trực tiếp. Giáo viên cũng có xu hướng dễ tiếp cận hơn khi họ hướng dẫn các khóa học theo mô-đun chuyên sâu hay tổ chức các khóa học cuối tuần. Khi họ tương tác cùng nhau trong một khoảng thời gian với sinh viên, mối quan hệ được xây dựng. Có thể có thiệt thòi về phương diện nào đó khi sinh viên không ở gần thư viện, không tham gia các hoạt động trong trường hay không gần gũi sinh viên và giáo viên khác.

Có bốn cách cơ bản mà qua đó chúng ta có thể mở rộng chương trình đào tạo của mình. Chúng ta bắt đầu bằng việc phục vụ sinh viên đã tốt nghiệp của chúng ta và đồng lao của họ để khích lệ họ trong các mục vụ. Chúng ta cũng sẽ mở rộng khi phục vụ các trường Kinh Thánh và chương trình đào tạo vốn là nơi các cựu sinh viên làm việc và từ đó chúng ta nhận sinh viên mới; khi chúng ta đáp ứng những nhu cầu của cộng đồng tin lành xung quanh chúng ta, và khi chúng ta đưa ra các chương trình đào tạo theo nhiều cách và trên nhiều địa bàn khác nhau.

Mở rộng chính mình bằng việc phục vụ các sinh viên tốt nghiệp

Tác động lớn nhất mà bất kỳ cơ sở đào tạo nào cũng có đến từ mối quan hệ vốn đã được gây dựng với sinh viên của viện đó. Đa phần chúng ta không thể nhớ hết những lời đã được dạy bảo trong những năm chúng ta học ở trường. Nhưng tất cả chúng ta đều có thể nhớ rõ những người có ảnh hưởng trên chúng ta. Họ định hình nên chúng ta ngày hôm nay và cách chúng ta thực hiện mục vụ. Chúng ta được vinh dự khi giáo viên của chúng ta tiếp tục viết thư cho chúng ta, khi hỏi han về chúng ta hay cầu nguyện với và cho chúng ta.

Một trong những người làm điều này cho tôi là Tiến sĩ Herbert Kane, người đã dạy nhiều năm tại Trinity Evangelical Divinity School ở Chicago. Tiến sĩ Kane biết nhiều về hội thánh ở Trung Quốc và nhiều nơi khác. Vì một trong những mối quan tâm của tôi là các hội thánh tại các nước cộng sản, nên tôi đã thực hiện một khóa đọc sách cá nhân với Tiến sĩ Kane. Tôi thấy ông là một người có nguồn năng lượng tuyệt vời. Sau khi ông nghỉ hưu, tôi phát hiện ra rằng ông cầu nguyện cho tôi vào thứ Ba hàng tuần. Ông hiếm khi viết thư, nhưng vị học giả quốc tế tin kính này thực sự đọc đi đọc lại những lá thư cầu nguyện của tôi trước khi mang tôi đến trước ngai của Đức Chúa Trời vào mỗi sáng thứ Ba. Đây là một phần của việc làm người cố vấn (mentor) trọn đời. Tôi đã có mối quan hệ với một số người khác như ông, là người chủ động để giữ liên lạc với tôi và với những gì tôi làm. Tôi quý trọng những mối quan hệ này, bởi vì tôi yêu thích những lời khuyên, lời khích lệ và sự cầu nguyện.

Chúng ta cũng có cơ hội như thế với những ai đến học với chúng ta. Một số mối quan hệ mà chúng ta xây dựng với sinh viên sẽ tiếp tục phát triển tốt đẹp dù đã qua thời gian mà họ ngồi trong ghế nhà trường. Họ không nhất thiết phải nhớ những lời dạy của chúng ta cũng như chúng ta chẳng thể nhớ những gì giáo viên chúng ta từng dạy, nhưng họ sẽ nhớ chúng ta. Chúng ta mở rộng ảnh hưởng của các chương trình đào tạo khi xây dựng những mối quan hệ lâu dài một cách có ý thức với những cựu sinh viên của mình.

Biết các cựu sinh viên của chúng ta đang ở đâu và tình hình của họ như thế nào không chỉ là xây dựng công tác quan hệ công chúng hiệu quả, mặc dù thành công của các cựu sinh viên có thể là minh họa tốt nhất cho lý do đáng để đầu tư vào những gì chúng ta đang làm. Một sinh viên tại Alliance Biblical Seminary tại Phi-líp-pin một lần bình luận với tôi: "Tôi đang làm việc tại một khu vực thị trấn nhỏ và cho đến bây giờ chúng tôi đã xoay sở để mở bảy hội thánh." Ồ! Mục vụ của chủng viện không phải để mở hội thánh tại những thị trấn nhỏ, nhưng là để trang bị những người làm điều đó! Chúng ta nên phát hiện và chia sẻ câu chuyện về những gì Đức Chúa Trời đang làm qua sinh viên của chúng ta.

Như là cách để biết thêm về một chủng viện mà tôi đến thăm tại Zambia, tôi đã đề nghị hiệu trưởng kể cho tôi nghe về cựu sinh viên của họ. Ông nhìn lên trần nhà và lục lọi trí nhớ để kể cho tôi nghe về từng người một trong số 73 cựu sinh viên, nơi họ ở và họ sống thế nào. Ông quan tâm về họ và nỗ lực để giữ liên lạc. Thực ra không có gì ngạc nhiên khi biết rằng nhà trường đã phát triển nhiều hoạt động hàng năm để nối kết với những cựu sinh viên này.

Làm thế nào để có thể khích lệ cựu sinh viên của chúng ta và mục vụ của họ? Chúng ta có thể bắt chước sứ đồ Phao-lô là người đã giữ liên lạc với các hội thánh của mình bằng việc thỉnh thoảng viếng thăm, viết thư và cầu nguyện cho họ. Có lẽ điều này có cảm giác như là cái gì đó vượt hơn "tiếng gọi nhiệm vụ" đối với những giáo viên vốn rất bận rộn. Cũng công bằng thôi! Nhưng nếu muốn mở rộng ảnh hưởng của chương trình, bạn sẽ cần cho giáo viên thời gian lẫn một sự ủy thác phải giữ liên lạc với sinh viên của họ. Phần lớn công việc giữ liên lạc được thực hiện qua email, dù việc thỉnh thoảng viếng thăm họ cũng là một điều tốt. Tôi vừa gặp giám đốc của cơ sở đào tạo truyền giáo tại Nam Phi. Ông thăm từng cựu sinh viên tại cánh đồng phục vụ của họ ít nhất hai năm một lần. Trong khi ông ở với họ, ông cũng tổ chức các khóa học ngắn mang họ lại với nhau trong cùng một khu vực để được làm tươi mới.

Cũng có thể là một điều tốt khi tìm cách để mời họ đến thăm bạn. Sự khích lệ của chúng ta dành cho cựu sinh viên nên bao gồm việc đưa ra cho họ những gì chúng ta làm tốt: đào tạo giáo dục. Khi bạn biết về những nhu cầu hiện hữu của họ, bạn có thể thiết kế các khóa hội thảo hay khóa học để đáp ứng những nhu cầu này. Bạn có thể mời tất cả cựu sinh viên "về nhà" mỗi năm một lần cho các khóa học làm tươi mới, hay để nâng cấp họ về phát triển mục vụ. Có thể bạn cần xem xét xây dựng các chương trình đào tạo mức độ cao hơn (dù là một chương trình từ xa hay các khóa học theo mô-đun riêng lẻ) cho trình độ thạc sĩ hay tiến sĩ để trang bị họ nhiều hơn cho những vấn đề cụ thể mà họ đối diện.

Tất cả giáo viên thường nói với sinh viên của họ trong lớp học: "Các em sẽ chưa hiểu hết điều này, nhưng rồi cũng sẽ đến ngày nó trở nên rất quan trọng đối với các em." Khi ngày đó cuối cùng cũng đến, thì việc chúng ta vẫn ở đó để giúp họ là một điều tốt. Sẽ có nhiều hoàn cảnh mà họ chưa từng được đào tạo cụ thể để đối diện. Họ sẽ quay lại với những ai đã từng là giáo viên của mình để tìm kiếm sự giúp đỡ và lời khuyên. Chương trình từ xa của chúng ta chính là để phục vụ họ.

Mở rộng chính mình bằng việc phục vụ các cơ sở đào tạo khác

Mỗi chủng viện đều là một chủng viện mở mang học viện khác. Hầu hết các sinh viên của chúng ta gần như đều dạy cho các trường Kinh Thánh hiện hành hoặc tiên phong mở các chương trình đào tạo tại hội thánh hay khu vực của họ. Mỗi một hoạt động này, về chức năng, sẽ là sự mở rộng chương trình của chúng ta. Vì sinh viên của chúng ta đã được dạy trong sự hiện diện của rất nhiều người làm chứng, giờ họ dạy lại những người cũng có khả năng dạy người khác (2 Ti. 2:2). Sinh viên của chúng ta chắc chắn sẽ sao chép những gì họ đã học từ chúng ta, bao gồm những phương pháp mà chúng ta đã sử dụng để dạy họ.

Qua nhiều năm khốn khó trong thập niên 1980 tại Ê-thi-ô-pi-a, trường Evangelical Theological College của Addid Ababa về thực chất vận hành như một Trường Kinh Thánh ngầm. Sau mười năm, họ mới có thể chuyển đến một nơi mới dưới danh nghĩa là một bộ phận của the International Evangelical Church (Hội thánh Tin Lành quốc tế). Tại lễ khánh thành cơ sở của hội thánh và chủng viện, họ tổ chức một hội thảo cho nhiều trường Kinh Thánh ở Ethiopia. Họ phát hiện ra rằng họ đã trở nên mẹ của gần như ba mươi trường Kinh Thánh khác. Khi sinh viên của họ tốt nghiệp và bắt đầu làm việc ở những lĩnh vực mà ở nơi đó không có cơ sở đào tạo, thì nhiều người trong số họ bắt đầu những chương trình đào tạo mới.

Có hai hàm ý quan trọng ở đây. Thứ nhất là vấn đề về chương trình đào tạo. Nếu phần lớn các cựu sinh viên của chúng ta trở thành giáo viên hoặc đang lãnh đạo các cơ sở đào tạo, chúng ta cần chuẩn bị họ cho những vai trò này. Khi chúng ta hiểu được những gì cựu sinh viên của mình cần và biết làm như thế nào, chúng ta phải đưa việc đào tạo giáo viên và các vấn đề thực tế về quản lý hành chính giáo dục vào trong chương trình đào tạo. Hàm ý thứ hai có liên quan đến đào tạo từ xa. Chúng ta cần nhận ra rằng chúng ta đang ở trong một vị trí độc đáo để ảnh hưởng đến nhiều chương trình đào tạo, bao gồm nhiều cái gọi là chương trình cơ sở. Đáp ứng lại cơ hội này là một khía cạnh quan trọng cho cách chúng ta mở rộng sự đào tạo của mình.

Những chiếc cầu nối không được xây dựng giữa những trình độ đào tạo khác nhau có thể là do lỗi của chúng ta, đặc biệt là khi các mục sư được đào tạo chính quy xem thường những chương trình đào tạo ở trình độ thấp hơn hay các chương trình giáo dục từ xa. Cách đào tạo "thực sự" mà họ biết chỉ là những gì họ đã kinh nghiệm. Những lãnh đạo tốt nghiệp từ những chương trình được gọi là "trình độ thấp hơn" cảm nhận được điều này. Tôi đã thực hiện một hội thảo tại một nước Châu Phi và có một ấn tượng khác lạ, đó là được chỉ định để dạy một trong những chương trình trình độ thấp của họ thì được hiểu như là đang bị giáo hội "đì" hay phạt. Họ cảm thấy rõ ràng rằng sự tôn trọng chỉ được dành cho những ai dạy tại những cơ sở đào tạo ở trình độ cao hơn.

Đây là một lối suy nghĩ tồi tệ. Để trang bị mọi con dân Chúa cho công tác phục vụ đòi hỏi sự đa dạng trong những lựa chọn về chất lượng đào tạo ở những trình độ khác nhau. Chúng ta mở rộng chương trình và ảnh hưởng của mình đến các chương trình đào tạo khác bằng việc trình bày lý thuyết về việc trang bị và giảng dạy sinh viên hiện tại của mình, và sau đó để họ tham dự trải nghiệm đào tạo trong đời thực. Chúng ta cần "những giáo viên chân đất" như người Trung Quốc đã có trong những năm đầu của cuộc cách mạng Trung Quốc. Các sinh viên đại học được sai phái đến những vùng nông thôn để dạy chữ và chăm sóc sức khỏe căn bản. Trong việc đưa sinh viên khám phá nhiều tình huống giảng dạy, sinh viên của chúng ta sẽ có được khải tượng cho việc đào tạo cũng như các kỹ năng họ sẽ cần để đáp ứng với các nhu cầu đào tạo của những người mà họ sẽ phục vụ sau khi tốt nghiệp. Chúng ta nên giúp họ biết cách để phát triển và sử dụng chương trình đào tạo cho hội thánh địa phương và để trau dồi kinh nghiệm trong đào tạo giáo viên và quản lý chương trình. Yêu cầu cán bộ giảng dạy thỉnh thoảng dạy các trình độ khác nhau và trong những môi trường đào tạo k.hác nhau có thể là một ý hay, nếu không họ mất đi sự hiểu biết về việc trang bị tất cả con dân Chúa cho mục vụ thì đòi hỏi những gì

Mục tiêu của chúng ta không phải để xây dựng một đế chế giáo dục, theo đó về chức năng, bạn vận hành một loạt những trường học trình độ thấp "từ xa". Khao khát của chúng ta là khuyến khích chất lượng trong đào tạo chứ không phải để kiểm soát những phương cách khác nhau mà bởi đó việc đào tạo được thực hiện. Chúng ta có thể giúp đỡ người khác bằng việc cung cấp giáo viên ngắn hạn hay qua việc tổ chức các hội thảo chuyên đề về đào tạo giáo viên, phát triển chương trình đào tạo hay quản lý hành chính. Nhưng quan hệ hợp tác với họ không có nghĩa là trở thành chủ sở hữu của họ.

Cũng đáng để nhớ rằng nhiều sinh viên của chúng ta có thể đến từ những chương trình đào tạo mức độ thấp hơn này. Chúng ta đang đầu tư vào chất lượng cho sinh viên tương lai của chính chúng ta khi nỗ lực cải thiện chất lượng của các cơ sở đào tạo nơi mà từ đó họ đi ra.

Ảnh hưởng của chúng ta cũng nên được mở rộng đến với giáo dục thần học bởi các chương trình từ xa. Giáo dục tốt nhất dành cho người trưởng thành có thể tìm thấy trong chương trình TEE nơi mà những người tích cực tham gia mục vụ gặp gỡ thường xuyên với những điều phối viên đã qua đào tạo để thảo luận sự hòa nhập và áp dụng những gì họ học được qua việc nghiên cứu các sách giáo khoa được viết rất chỉnh chu theo chương trình. Đây có thể là một cách tuyệt vời để học hỏi. Tuy nhiên, những gì mà một số ít tài liệu tốt cho chương trình có gần như được phát triển bởi các chuyên gia về nghiên cứu giáo dục. Và hầu hết các nhóm nghiên cứu giỏi đều được hướng dẫn bởi những chuyên gia nước ngoài đã qua đào tạo. Sau một vài năm, hầu hết các giáo viên TEE có xu hướng trở thành giảng viên chứ không phải người điều phối. Cũng có ít nguồn thư viện khả dụng để giúp sinh viên làm phong phú hiểu biết của họ về những gì họ đang học. Không một ai tốt nghiệp từ một chương trình TEE biết cách viết tài liệu cho TEE, và chương trình đào tạo TEE thường không được kết hợp với bất cứ dạng đào tạo nào.

Giáo dục thần học mở rộng là một ý tưởng giáo dục đáng để đầu tư. Sinh viên (và giáo viên) của bạn cần học những kỹ năng giảng dạy này bằng cách đặt câu hỏi nhằm giúp sinh viên áp dụng các tài liệu mà họ tự nghiên cứu. Bạn có thể muốn cơ cấu một số lớp học tại cơ sở trường bạn với những phương pháp học hỏi dành cho người trưởng thành giống như kiểu của giáo dục thần học từ xa để giúp sinh viên xem trọng cách học này như một phương pháp học xuất sắc sao cho họ có thể dạy người khác như họ đã được dạy. Chúng ta cũng có thể giúp sinh viên của mình hiểu được triết lý giáo dục và các kỹ năng liên quan đến soạn thảo tài liệu cho chương trình đào tạo phù hợp về văn hóa. Một trong những khóa hội thảo về giáo dục mở rộng này có thể dành cho những ai quan tâm đến việc soạn thảo những dạng sách giáo khoa như thế này. Một dạng hội thảo chuyên đề đào tạo từ xa khác có thể được tổ chức là về việc làm chủ các dạng kỹ năng điều phối cho phép TEE hoạt động hiệu quả. Chúng ta cũng có thể phục vụ một số lượng lớn các chương trình đào tạo trình độ thấp, trong đó có TEE, bằng việc góp phần xây dựng các trung tâm nghiên cứu trong khu vực dựa trên cơ sở là hội thánh với những thư viện căn bản, bao gồm (nếu có thể): sách báo, CD và truy cập Internet.

Khi bạn muốn trở thành cơ sở đào tạo mẹ của nhiều chương trình đào tạo con ở các cấp độ khác nhau, thỉnh thoảng bạn sẽ muốn đem mọi người "về nhà". Nếu bạn đã từng sử dụng những mô hình đào tạo tốt, tiếp tục có tác động và ảnh hưởng trong khu vực về cách làm sao để thực hiện việc đào tạo thần học, thì các cựu sinh viên của bạn và tất cả những ai hưởng lợi từ sự giúp đỡ của bạn sẽ muốn tham gia vào các hội nghị và hội thảo của bạn vì bạn xem những vấn đề đó là quan trọng, thực tế liên quan đến việc huấn luyện.

Mở rộng chính mình bằng việc phục vụ hội thánh và cộng đồng

Mục vụ của các cơ sở đào tạo thần học cần phải là sự mở rộng của hội thánh địa phương. Tuy nhiên, chúng ta sẽ không đáp ứng rất nhiều các nhu cầu mà chúng ta cảm nhận nếu chỉ đơn giản bằng việc đưa ra các khóa học từ chương trình đào tạo của chúng ta trong các bối cảnh của hội thánh địa phương. Dạy tốt luôn cụ thể hóa bối cảnh. Giống như mọi khía cạnh khác của việc thiết kế chương trình đào tạo, khi chúng ta có được sự hiểu biết tốt hơn về những người chúng ta đang cố gắng phục vụ trong các hoạt động dạy dỗ từ xa của mình, chúng ta sẽ hiệu quả hơn trong việc đưa ra các chương trình thực sự hữu ích đối với họ. Sinh viên của chúng ta là ai? Họ biết gì hay biết làm như thế nào, và họ cần biết gì hay biết cần phải làm như thế nào?

Tự quyết định cho người khác những gì họ cần là điều không khôn ngoan. Cần phải lắng nghe các hội thánh địa phương và các lãnh đạo Cơ Đốc để hiểu những gì họ muốn cũng như nhìn thấy những gì họ đang làm rồi. Chỉ khi chúng ta biết gì đó về nhu cầu và thực tế của họ, thì chúng ta mới có thể đối thoại một cách thông thái với họ về cách mà các nguồn lực, chuyên môn và chương trình của chúng ta có thể phục vụ hội thánh và tổ chức của họ như thế nào.

Trong chương 6, chúng ta đã đề cập ba trường học ở Li-băng. Họ đã viết lại chương trình đào tạo của mình dựa trên hồ sơ đầu vào của sinh viên và thông tin nguyện vọng đầu ra của sinh viên tốt nghiệp. Vì việc huấn luyện người môn đồ được đưa ra trong năm đầu tiên của chương trình này ích lợi cho mọi Cơ Đốc Nhân, khóa học không chỉ được giảng dạy ở trường mà còn ở hội thánh địa phương nữa. Chúng được thiết kế sao cho có thể được tổ chức ở hầu hết mọi nơi trong phạm vi các nước nói tiếng Ả-rập, sử dụng các tài liệu tương đương hoặc điều phối viên nhóm nhỏ. Giáo viên thỉnh giảng trong các khóa hội thảo chuyên đề theo kiểu mô-đun hay các khóa học buổi tối tại hội thánh địa phương cũng như các lớp học dài kỳ có thể được sử dụng ở bất kỳ trường nào trong ba trường Kinh Thánh.

Một số môn học bồi linh lãnh đạo không thuộc hàng giáo phẩm của năm thứ hai cũng được tổ chức tại hội thánh, sử dụng các lãnh đạo địa phương làm giáo viên. Chỉ hai năm cuối của chương trình Cử nhân Thần học, vốn được thiết kế để trang bị mục sư và lãnh đạo hội thánh, không được dạy ở các trung tâm giáo dục từ xa, nhưng ở ba trường hợp tác đó, sử dụng chính giáo viên của mình hoặc những ai đủ chuẩn để dạy những môn học ở trình độ này.

Có nhiều cách để mở rộng chương trình đào tạo đến hội thánh và cộng đồng. Điều này có thể đơn giản như: việc cho phép các mục sư địa phương sử dụng thư viện, hay sử dụng giáo viên nhà trường để đưa ra các khóa hội thảo chuyên đề hoặc hội thảo để đáp ứng các nhu cầu cụ thể. Hội nghị hay hội thảo có thể được tổ chức và mời hội thánh địa phương và lãnh đạo Cơ Đốc đến. Một chủng viện thực hiện tốt điều này chính là SETECA (The Central

American Theological Seminary--Chủng viện Thần Học Trung Mỹ) tại thành phố Guatemala, nước Guatemala. Ngoài chương trình cấp bằng được tổ chức theo nhiều cách sáng tạo khác nhau, mỗi thứ Hai có đến 600 mục sư đến cơ sở nhà trường để dự các buổi học thực tế do ban giáo sư hay giáo viên khách mời dạy về các chủ đề liên quan đến mục vụ địa phương. Các buổi sáng thứ Bảy tập trung vào các mục vụ khác nhau của hội thánh. Cứ một thứ Bảy nào đó trong tháng, các giáo viên trường Chúa nhật từ nhiều hệ phái gặp nhau để học các bài học chuyên sâu về phương pháp dạy học hay bối cảnh, nền tảng cho các tài liệu đang được dạy cho thiếu nhi và người lớn. Các thứ Bảy khác được thiết kế cho những người hiện đang là lãnh đạo mục vụ thanh thiếu niên, mục vụ nữ giới hay cho những ai liên quan đến thờ phượng và âm nhạc. SETECA cũng tổ chức các hội nghị và tuần lễ đặc biệt về trọng tâm thuộc linh mỗi năm, các sự kiện mà những người trong cộng đồng luôn được mời đến.

Đây không chỉ là gãi đúng chỗ ngứa, mà còn là cách quan hệ công chúng tốt. Việc xem xét cách để mở rộng chương trình của bạn một cách sáng tạo sẽ làm vững mạnh thêm mối quan hệ của bạn với những người xem bạn là trường của họ. Lòng tin của họ tăng lên khi nghe các giảng viên và sinh viên của trường giảng dạy. Uy tín của bạn tăng lên và sự hỗ trợ của họ dành cho bạn cũng liên tục hơn khi họ biết về thần học của bạn, cảm nhận niềm say mê của bạn và quan sát đời sống bạn. Bạn cũng có thể hiểu thế giới của sinh viên và nhu cầu của hội thánh một cách tốt hơn khi chính bạn cũng phục vụ cho thế giới đó.

Mở rộng một cách chính quy

Đây là những gì mà hầu hết các trường đều hiểu là học từ xa, dù ý thức cách một cơ sở đào tạo lãnh đạo mở rộng chính mình như thế nào khi nó chạm đến cựu sinh viên của mình, đến các cơ sở đào tạo khác và đến hội thánh và cộng đồng một cách có ý thức là điều quan trọng. Trong học từ xa chính quy, có nhiều cách mà bởi đó, các trường Kinh Thánh và chủng viện đưa ra các chương trình cấp bằng vượt ra khỏi những gì được thực hiện trong một bối cảnh truyền thống dựa trên cơ sở nhà trường. Chúng ta sẽ xem xét bảy mô hình về cách điều này có thể được thực hiện.

(1) Trung tâm học tập từ xa

Một số trường học cung cấp các lớp học dạng từ xa của mình tại các hội thánh địa phương. Trường Trinity Evangelical Divinity tại Chicago tổ chức các khóa học theo tín chỉ cho các hội thánh tại Wisconsin và Indiana. Các chương trình đào tạo khác đã mở ra những cơ sở đào tạo hoàn toàn mới, như Gordon-Conwell Theological Seminary tại Massachusetts với những cơ sở mở rộng tại Charlotte, bang North Carolina và Orlando, bang Florida. Chủng viện Thần học Tin lành tại Osijek, Crotatia, là chương trình đào tạo có cư trú duy nhất tại Đông Âu trong nhiều năm, cung cấp các khóa học của mình tại các hội thánh then chốt tọa lạc tại nhiều quốc gia trong khu vực. Một số chương trình đào tạo cấp bằng của họ được tổ chức tại cơ sở nhà trường của các chương trình đào tạo khác. Viện Thần Học Dallas vận hành một chương trình Tiến sĩ mục vụ hệ từ xa tiếng Tây Ban Nha qua SETECA tại Guatemala. Một số chương trình từ xa được tạo ra vì những nhu cầu đặc biệt. Trong một vài năm, Nairobi Evangelical Graduate School of Theology (NEGST) tại Kenya đã phối hợp với một chương trình cấp bằng hệ từ xa cho dân tị nạn Rwanda tại Goma, Zaire. Chủng viện Kinh Thánh Colombia tại Medellin tổ chức các khóa học cho tù nhân trong điều kiện an ninh cao. Tất cả những hoạt động này đều là học chính quy từ xa, tức các khóa học được tổ chức để lấy tín chỉ từ trụ sở chính.

(2) Học bán thời gian có tín chỉ

Hầu hết các cơ sở đào tạo thần học đều cho phép sinh viên học bán thời gian, học dần dần theo tiến độ của họ cho đến khi nhận bằng. Sinh viên bán thời gian thỉnh thoảng học cùng với sinh viên trọn thời gian trong một chương trình học bình thường. Một cách khác là các trường Kinh Thánh và chủng viện tổ chức các lớp học cả ngày mà đáng ra phải học một tuần, như vào thứ Hai hoặc vào thứ Sáu. Một số chương trình trọn ngày kiểu này cũng tổ chức các lớp học vào buổi tối và mở cửa tự do cho cộng đồng tín hữu. Một lựa chọn khác, tại Bra-xin, nơi hầu hết việc đào tạo trình độ cao diễn ra vào các buổi tối, thì một số chủng viện cũng tổ chức các lớp học ban ngày theo dạng học phụ động (thỉnh thoảng đăng ký học một vài môn). Tất cả các khóa học mở rộng này có thể được dạy hoặc tại trường hoặc bên ngoài trường.

(3) Khóa học Mô-đun chuyên sâu

Những khóa học này thường được thiết kế cho người đã tham gia vào mục vụ trọn thời gian, mặc dù chúng cũng có thể được sử dụng để tận dụng những giảng viên thỉnh giảng chất lượng. Một chủ đề đơn lẻ nào đó sẽ được nói đến, thường trong thời gian nghỉ lễ hay các kỳ nghỉ dài ngày. Sinh viên sẽ phải đọc phần lớn bài đọc của khóa học trước khi bắt đầu mô-đun đó sao cho thời gian trên lớp không phải dùng để giảng bài, giống như cách dạy của TEE, nhưng về cơ bản là để tương tác với các chuyên gia là người có thể giúp tích hợp và áp dụng những gì đang được học. Những mô-đun này có thể được tổ chức hầu như mọi nơi, bao gồm tại cơ sở nhà trường.

(4) Giáo dục cấp bằng từ xa

Mạng lưới TAFTEE, có trụ sở tại Bangalore, Ấn Độ, có khoảng 7000 sinh viên ghi danh vào các trung tâm rải rác trên khắp Ấn Độ. TAFTEE cung cấp những bằng cấp được công nhận, từ chứng chỉ cho đến cấp độ tiến sĩ. Họ đã xuất sắc trong việc phát triển và thử nghiệm hơn bốn mươi tài liệu thần học bằng một số ngôn ngữ chính của Ấn Độ. Sinh viên tự nghiên cứu sau đó gặp nhau theo nhóm với một trong gần 900 người phục vụ với vai trò người cố vấn. Chương trình Giáo Dục Thần Học Từ Xa tiếng Ả-rập (PTEE), có trụ sở tại Amman, Jordan, sử dụng gia sư đã qua đào tạo với những tài liệu đã được thử nghiệm để tổ chức các chương trình đào tạo có cấp bằng, không chỉ ở Trung Đông và xuyên suốt Bắc Phi, mà còn bất cứ nơi nào có nhóm Cơ Đốc nhân nói tiếng Ả-rập mong muốn nghiên cứu.

(5) Trung tâm nghiên cứu

Một số chương trình đào tạo trình độ thạc sĩ và tiến sĩ được thực hiện như một sự kết hợp giữa các khóa đào tạo theo dạng mô-đun và nghiên cứu cá nhân. Một ngôi trường tồn tại với ban giảng huấn và thư viện, đòi hỏi sinh viên phải dành thời gian một hay hai tuần mỗi năm trong trường để làm việc với cố vấn của mình và để tham gia vào các hội thảo chuyên đề theo dịp. Một số sinh viên chọn dành những khoảng thời gian đáng kể trong nhà trường để nghiên cứu cá nhân, dù rằng các bằng cấp phần lớn dựa trên việc nghiên cứu, nhưng hầu hết các sinh viên thường nghiên cứu ở nơi khác, bằng cách giữ liên lạc với cố vấn của mình qua thư điện tử.

Các ví dụ về trung tâm nghiên cứu là trung tâm Akrofi-Christallar tại Ghana, Trung tâm Oxford Cho Nghiên cứu truyền giáo tại Anh, Evangelical Theology Faculty tại Bỉ và Trường Đại học Chancellor tại Malawi.

(6) Nghiên cứu hàm thụ hoặc độc lập

Hiếm chương trình đào tạo thần học nào muốn toàn bộ chương trình được cấp bằng của mình cũng được mở ở dạng nghiên cứu hàm thụ, mặc dù đây là điều được thực hiện bởi the University og South Africa (UNISA) [Trường Đại học Nam Phi] tại

Pretoria, mà khoảng 200.000 sinh viên được hướng dẫn nghiên cứu bởi những cố vấn từ rất xa sử dụng các tài liệu in sẵn. Vì nghiên cứu hàm thụ có xu hướng gần như chỉ tập trung vào nội dung, nên đây là một phương pháp có thể được sử dụng hiệu quả cho các khóa học vốn đòi hỏi việc nắm vững những lẽ thật khái quát và nền tảng. Học hàm thụ có truyền thống sử dụng sách giáo khoa bản in, được bổ sung bằng băng ghi hình hay băng cát-sét. Theo một bài viết trực tuyến của Doug Valentine từ Trường Đại Học Oklahoma: "Trung Quốc sử dụng một hệ thống truyền tải qua đài radio và Tivi để phục vụ 1,5 triệu sinh viên, hai phần ba trong số đó đang theo học một chương trình cấp bằng."[1] Càng ngày nghiên cứu hàm thụ càng được thực hiện trực tuyến qua Internet hay qua các đĩa CD tương tác.

Nghiên cứu hàm thụ có thể là cách tốt cho một số sinh viên để giảm lượng thời gian họ có mặt tại trường. Mỗi chương trình đào tạo đều có các khóa học nền tảng vốn không đòi hỏi sự thích nghi sâu sắc đối với các vấn đề văn hóa hay với các nhu cầu cụ thể của từng cá nhân sinh viên. Những chương trình này đều có thể được phát triển thành các khóa học độc lập, dù sẽ không hiệu quả nếu chúng chỉ là "những cái máy nói" sử dụng băng ghi hình của các bài giảng trên lớp. Tuy nhiên, máy tính có sự kiên nhẫn vô tận và có thể đưa ra các bài luyện tập và thực hành được nhắc đi nhắc lại để đảm bảo rằng sinh viên nắm chắc được tài liệu. Các khóa học, được hoàn thiện bằng các bài tập, bài thi và bài đọc theo yêu cầu, có thể được cài đặt trong CD để các cá nhân có thể sử dụng bất cứ nơi nào họ có máy tính. Sinh viên cũng có thể tải xuống các khóa học bất cứ nơi nào có kết nối Internet tốc độ cao. Khi nhu cầu hỗ trợ công nghệ có thể được tìm thấy tại địa phương thì sinh viên dễ dàng tiếp cận với giáo viên hơn thông qua thư điện tử.

---

1. Doug Valentine, "Distance Learning: Promises, Problems and Possibilities," *Journal of Distance Learning Administration 5*, no.3 (Fall 2002):2.

Một nhóm sinh viên có thể làm việc qua tài liệu nghiên cứu độc lập cùng với nhau dưới sự hướng dẫn của một điều phối viên đã qua đào tạo, như được thực hiện với chương trình TEE. Có lẽ một trung tâm đào tạo cho các nhóm sinh viên có thể được xây dựng quanh các phòng máy tính. Các hội thảo chuyên đề dựa trên nghiên cứu có thể được thực hiện dưới sự hướng dẫn của một giáo sư hiểu biết về website gom những đóng góp "mang tính xâu chuỗi" của sinh viên nghiên cứu từ nhiều địa điểm khác nhau.

Không nhất thiết mỗi cơ sở đào tạo phải có chuyên gia của riêng mình thì mới có thể tạo ra các tài liệu nghiên cứu độc lập hay các khóa học điện tử, vì nhiều khóa học chất lượng đã được người khác phát triển. Tích hợp hay sử dụng những khóa học này có thể là một phương cách hiệu quả để tổ chức các lớp học từ xa có tín chỉ, như một phần của chương trình đào tạo chung. Tuy nhiên, quản lý hay dạy các khóa học từ xa dựa trên Internet là một kỹ năng đòi hỏi phải được đào tạo đặc biệt. Tôi đã liệt kê một số tài liệu nguồn và ví dụ về các khóa học đào tạo dựa trên website ở cuối chương này

Buồn thay, công nghệ không có mặt tại mọi phòng học. Nhiều giáo viên không biết cách tận dụng ích lợi của máy tính, băng ghi hình, trình chiếu hay các nguồn điện tử khác để cải thiện và nâng cao những gì họ thường xuyên làm. Hầu hết giáo viên không biết cách thiết kế bài tập để giúp sinh viên phân biệt tốt và xấu trong hàng vạn thông tin tìm thấy trên Internet. Giúp đội ngũ giảng dạy của chúng ta biết cách để kết hợp các công cụ công nghệ thông tin vào mọi cấp độ đào tạo, bao gồm chương trình đào tạo từ xa của chúng ta, là điều quan trọng.

(7) Chủng viện Internet hoặc chủng viện ảo

Một số người nhiệt tình tán đồng việc học tập trực tuyến tranh luận rằng không cần sự tồn tại của hàng nghìn chủng viện và trường Kinh Thánh tốn kém trên thế giới làm gì. Tất cả những gì chúng ta cần là một chương trình đào tạo toàn cầu về đào tạo lãnh đạo thân thiện với người dùng máy tính, sử dụng công nghệ tương tác và truyền thông đa phương tiện, và lấy kinh nghiệm từ các giáo viên vĩ đại nhất thế giới. Một số gói chương trình đào tạo như thế đã tồn tại. Chúng ta đã lưu ý rằng các công cụ điện tử có thể nâng cao chất lượng giảng dạy cả trong phòng học truyền thống và chương trình đào tạo từ xa. Tuy nhiên, một chủng viện ảo, như một gói đào tạo thần học hoàn toàn bằng điện tử chẳng hạn, được xây dựng trên bốn giả định còn nhiều dấu hỏi như sau:

1. *Rằng gói đào tạo mang tính toàn cầu với công nghệ và giáo viên tầm cỡ thế giới tốt hơn những gì có thể được thực hiện tại địa phương.* Một giải pháp chung cho mọi nan đề không phải là cách tốt nhất để đào tạo con người. Đó không phải là vấn đề phê bình công cụ điện tử, nhưng là vấn đề niềm tin về bản chất của chương trình đào tạo. Xuất sắc trong giáo dục bắt đầu với con người thật, là người đang được trang bị cho mục vụ thực sự. Khi giáo viên có cơ hội biết về sinh viên của mình, họ có thể mô phỏng bất cứ nguồn lực nào khả dụng để giúp sinh viên của mình tăng trưởng.

2. *Rằng nhân cách và các kỹ năng mục vụ có thể được phát triển đơn thuần bởi các phương tiện công nghệ.* Các câu hỏi chung chung có thể khuyến khích các cá nhân suy ngẫm về kỷ luật thuộc linh, thói quen hay vấn đề đạo đức cá nhân. Tuy nhiên, đưa các ý tưởng, niềm tin và kỹ năng vào nếp sống hằng ngày đòi hỏi phải có người dìu dắt và một cộng đồng mà trong đó họ có trách nhiệm giải trình. Hơn nữa, cách giảng luận ở Singapore, Lusaka hay Buenos Aires có sự khác biệt. Thúc đẩy sự thay đổi trong đời sống không chỉ cần những câu chuyện và những câu hỏi, cũng giống như việc nắm vững các kỹ năng mục vụ không chỉ đòi hỏi có các băng ghi hình của những diễn giả xuất chúng. Sinh

viên cần được tận mắt chứng kiến kinh nghiệm thực tế bằng xương bằng thịt.

3. *Rằng sinh viên (và giáo viên) sẵn sàng và hăng hái sử dụng công nghệ.* Có những kỹ năng liên quan đến cả việc giảng dạy và học tập qua Internet. Mặc dù chất lượng của các tài liệu điện tử đang được cải thiện, nhưng việc phát triển các khóa học sử dụng Internet đòi hỏi nhiều thứ chứ không chỉ là đăng các tài liệu và bài tập trên lớp lên mạng. Như những người cố gắng sử dụng Internet cho việc dạy đã khám phá, thường thì giáo viên và sinh viên cần một chút định hướng và hỗ trợ tiếp tục về kỹ thuật để dạng đào tạo như thế này có thể hoạt động hiệu quả.

4. *Rằng trang thiết bị thì đã có rồi và phí hoạt động là trong khả năng chi trả được.* Có thể việc sắp xếp một phòng máy tính là rẻ hơn so với một cơ sở nhà trường hoàn toàn mới, nhưng dù có suy diễn thế nào đi chăng nữa thì các chủng viện ảo cũng không hề rẻ. Phần lớn các khóa học qua CD không hề miễn phí. Máy tính cũng rất đắt tiền và nhanh hỏng vì nhiệt, bụi và ẩm mốc. Chúng cần hỗ trợ kỹ thuật liên tục. Đường dây điện và điện thoại không phải lúc nào cũng ổn định. Internet tốc độ cao có thể đắt đến mức không thể mua được hay thậm chí không truy cập được đối với nhiều học viên.

Nhiều bài viết về "những cách làm tốt nhất" trong giáo dục ảo đã được những người sử dụng nó viết ra. Các vấn đề liên quan đến những chuyện đã được đề cập ở trên đang được giải quyết. Tiến sĩ Rich Starcher, một nhà tư vấn giáo dục của Evangelical Free Church, đã lưu ý rằng hầu hết những cơ sở đào tạo cung ứng các khóa học trực tuyến chất lượng đều xem học trực tuyến như một phần trong tổng thể chương trình học mà thôi (email cá nhân, ngày 5 tháng 9 năm 2006). Đó là tin tốt lành! Phòng máy tính không thể thay thế phòng học, cũng như công nghệ không thể thay thế giáo viên. Công bằng mà nói, giáo dục tốt đòi hỏi việc sử dụng nhiều phương pháp học tập khác nhau, trong đó có công nghệ thông tin. Nghiên cứu điện tử sẽ nâng cao các hoạt động đào tạo của chúng ta trong nhiều cách, nhất là khi nó được tích hợp vào gói lớn hơn bao gồm những điều tốt đẹp mà chúng ta đã làm để trang bị con người thực sự hiệu quả cho mục vụ.

Tại sao giáo dục từ xa có thể thất bại

1. **Khi nó không phù hợp tại địa phương.** Nhiều chương trình từ xa đã được phát triển (và được tài trợ) bởi phương Tây, mà những người Tây phương này có thể khảo sát hoặc chưa hề khảo sát nhu cầu địa phương. Một lượng lớn các hoạt động đào tạo từ xa chết yểu bởi vì các khóa học mà họ tổ chức chỉ đơn giản là được chuyển ngữ từ những bối cảnh hoặc ngôn ngữ khác mà ít hoặc không qua thử nghiệm tại thực địa.

2. **Khi đã có quá nhiều chương trình ở đó.** Những người tạo ra các chương trình mới thường không ý thức được sự tồn tại của các chương trình khác. Thay vào đó, họ thấy mình quá độc đáo và đẳng cấp đến nỗi không hợp tác với hoặc không xây dựng trên các chương trình và cấu trúc đào tạo hiện hành. Các hoạt động của họ tập trung vào việc tạo ra một thị trường cho mình như một sự thay thế tốt hơn. Điều này thường không xảy ra.

3. **Khi thiếu tính sở hữu địa phương.** Hầu hết các chương trình sẽ không vận hành tốt nếu không có sự tham gia ngay từ đầu của các hội thánh hay tổ chức Cơ Đốc địa phương.

4. **Khi chi phí không được tính toán đến.** Để tạo ra và quản lý đúng đắn bất cứ chương trình có tính khả thi nào, bao gồm cả chương trình điện tử, đều tốn thời gian, sức lực và tiền bạc. Một chương trình hoạt động tốt hẳn phải dành

nhiều thời gian để phát triển cố vấn cho môn học và một mạng lưới những người hỗ trợ vì nó góp phần vào việc phát triển môn học đó.

5. **Khi thiếu nguồn thư viện, nhất là các sách báo tài liệu bằng ngôn ngữ địa phương.** Hầu hết các trung tâm từ xa không có cả những thư viện nhỏ cần cho việc nghiên cứu. Điều này thường là vấn đề nghiêm trọng hơn đối với nghiên cứu hàm thụ hoặc độc lập. Ở mức độ thấp, sinh viên cần phát triển một thư viện cá nhân và học cách sử dụng sách (và không chỉ tài liệu phát tay trong lớp) cho sự tăng trưởng liên tục của mình. Có được một thư viện hoạt động tốt là đặc biệt quan trọng trong một văn hóa nơi không có thư viện hay hiệu sách công cộng.

Kết luận

Kinh nghiệm cho thấy rằng các phương pháp giáo dục có thể được sửa lại cho thích nghi đối với hầu hết các bối cảnh. Chúng ta cần sáng tạo trong việc phát triển các hình thức và lựa chọn đa dạng để mở rộng các chương trình và ảnh hưởng của chúng ta đến với các cựu sinh viên, hội thánh của họ và cộng đồng nói chung. Khi chúng ta đáp ứng trước các nhu cầu, thì các khóa học của chúng ta có thể mang lại cho họ bằng cấp, cũng có thể không. Các cơ sở đào tạo thần học cũng có một cơ hội duy nhất để phục vụ với vai trò là các trung tâm nguồn lực, nhất là trong việc khuyến khích và trang bị các chương trình đào tạo khác. Đào tạo từ xa xuất sắc sẽ có tính liên hệ giữa người với người, thực tế và được thực hiện trong bối cảnh cụ thể. Tuy nhiên, không phải tất cả các hoạt động từ xa đều sẽ thành công. Việc thử xem cái gì có thể không hiệu quả là điều chấp nhận được. Và hãy để chúng ta cũng học hỏi từ kinh nghiệm của mình sao cho các hoạt động từ xa của chúng ta phục vụ cho nhiều người

Câu hỏi thảo luận liên quan đến việc đào tạo từ xa của bạn

1. Bạn đang làm gì để mở rộng chương trình và nguồn lực của mình nhằm phục vụ cho sinh viên đã tốt nghiệp của bạn?

2. Hãy soạn một danh sách tất cả các trường Kinh Thánh và chủng viện mà sinh viên của bạn từ đó ghi danh vào trường bạn, hoặc ở đó cựu sinh viên của bạn hiện đang phục vụ. Bạn có thể giúp gì để thúc đẩy những chương trình đào tạo này?

3. Làm thế nào bạn có thể khuyến khích các chương trình đào tạo trình độ thấp, như TEE hay các hoạt động đào tạo dựa trên cơ sở của hội thánh? Họ có cởi mở với những gì bạn làm với họ khi soạn thảo hay sửa đổi tài liệu giảng dạy của họ không? Có những chủng viện nào bạn có thể tổ chức các lớp đào tạo giáo viên và quản lý cho họ không?

4. Theo cách nào bạn có thể mở rộng chương trình và nguồn lực của mình để đáp ứng với các nhu cầu thực tế của hội thánh và lãnh đạo hội thánh trong khu vực quanh bạn?

5. Trong các cách chính quy để mở rộng chương trình cấp bằng, có cách nào bạn đã từng thử? Thành công của chúng là gì? Bạn có thể thử (hay thử lại) bằng cách nào, và cần phải tiêu tốn bao nhiêu thời gian, nhân lực và tài chính của bạn để có thể thực hiện được điều này?

6. Trong mức độ nào bạn tích hợp một cách hiệu quả các công cụ học tập điện tử vào cách bạn giảng dạy? Làm thế nào bạn có thể trang bị nhân viên của mình để tận dụng tốt hơn lợi ích của nhiều công cụ có sẵn?

Các website liên quan đến giáo dục điện tử từ xa

http://www.ed.psu/acsde/- Phụ lục của Đại Học Penn State liệt kê các tổ chức toàn cầu làm việc về giáo dục từ xa, cũng như các tài liệu, tạp chí định kỳ, giấy chứng nhận ...

http://accessweb.org/ - ACCESS (Association of Christian Continuing Education School and Seminaries).

http://www.bild.org/ - BILD là một tổ chức sáng tạo về triết lý tận tụy phát triển các tài liệu và chương trình cho giáo dục thần học dựa trên hội thánh (CBTE) toàn cầu.

http://www.christiancourses.com (hoặc //cc.christiancourses.com/) Formerly Christian University Globle Net. Các khóa học trực tuyến và nguồn tài liệu kỹ thuật số được liệt kê và có sẵn qua nhiều hệ thống phát, bao gồm internet, CD và CVD.

http://www.teenet.net/ - TEENET là một mạng lưới toàn cầu về giáo dục bối cảnh, dựa trên cộng đồng và giáo dục thần học mở để giúp đỡ hội thánh bản địa qua các hình thức như giáo dục từ xa, giáo dục thần học mở rộng, và học hỏi đa dạng hóa.

Gợi ý đọc thêm

Bates, A.W. and Gary Poole. *Effective Teaching with Technology in Higher Education.* San Francisco, CA: Jossey-Bass, 2003.

Cyrs, Thomas E. "Competence in Teaching at a Distance" in *New Direction in Teaching and Learning* 71 (Fall 1997):15-18.

Derlin, Roberta L and Edward Erazo. "Distance Learning and The Digital Library: Transforming the Library into an Information Center" in *New Directions for Adult and Continuing Education.*#71 (Fall, 1997).

Dreyfus, Hubert L. "How Far is Distance Learning from Education?" Chapter 2 in *On the Internet.* New York, NY: Routledge, 2001.

Goodson, Carolyn. *Providing Library Service for Distance Education Students.* New York, NY: Neal-Schuman, 2001.

Herrman, Allan, Robert Fax and Anna Boyd. "Unintended Effects in Using Learning Technologies" in *New Directions for Adults and Continuing Education* #88 (Winter 2000): 39-48.

Merriam, Sharan B. and Rosemary S. Caffarella. *Learning in Adulthood: A Comprehensive Guide*. 2nd ed. San Francisco, CA: Jossey-Bass, 1999.

Mood, Terry Ann. *Distance Education: An Annotated Bibliography*. Englewood, CO: Libraries Unlimited, 1995.

Olgran, Christine H. "Learning Strategies for Learning Technologies" in *New Directions for Teaching and Learning* #88 (Winter 200): 7-16.

Palloff, Rena M and Keith Pratt. *Lessons from the Cyber-space Classroom: The Realities of Online Teaching*. San Francisco, CA: Jossey-Bass, 2001.

Snook, Stewart G. *Developing Leadership through Theological Education by Extension: Case Studies from Africa*. Wheaton, IL: Billy Graham Center, 1992.

Theological Education by Extension and Technology: A Report on an international consultation held at Vancouver School of Theology, June 2-6, 1997. *Ministry Formation* (April 1998), 17-26.

Valentine, Doug. "Distance Learning: Promises, Problems and Possibilities." Published in the online *Journal of Distance Learning Administration 5*. No.3 (Fall, 2002).

Western Cooperative for Educational Telecommunication. "Best Practice for Electronically Offered Degree and Certificate Programs." Một tài liệu được phát triển bởi tám hiệp hội thẩm định khu vực tại Mỹ. Tài liệu có thể được tìm thấy tại http://wcet.info/services/publications/accreditation/accrediting_bestPractices.pdf#search=%22wiche%20best%20practices%20.

Chương 12

Xuất Sắc trong Việc Lượng Giá và Đổi Mới

> *Sự biến cải và đổi mới về phương diện tổ chức được thể hiện ở mỗi giai đoạn trong sự hoạt động của một cơ sở đào tạo xuất sắc. Lượng giá được kết cấu vào trong sự hoạt động tiếp diễn của mỗi khía cạnh chương trình. Tham gia vào mạng lưới làm việc rộng lớn hơn và học hỏi từ người khác là một phần quan trọng của sự đổi mới.*

Giá trị tổng quan của một nền giáo dục tốt không dễ đo đếm được, cũng không thể dễ để trình bày mảng nào của chương trình thực sự đã góp phần vào thành công của một trong các cựu sinh viên của chúng ta. Sao chúng ta có thể nhận lấy công trạng cho những gì Thánh Linh của Đức Chúa Trời đã làm giữa vòng chúng ta? Mặt khác, sao chúng ta biết được rằng mình đang lãng phí thời gian và nguồn lực trong các hoạt động đào tạo, nhất là khi tác động chủ yếu của chương trình đào tạo đến từ những gì không thể thấy được trong môi trường đào tạo và các mối quan hệ?

Chỉ ra chỗ chúng ta thất bại thường đơn giản hơn là nhận diện những gì chúng ta đã làm được, nhưng ngay cả trong thất bại, không phải lúc nào cũng biết được mình đã sai ở chỗ nào. Một số lượng lớn sinh viên xoay sở để vượt qua hệ thống trường công ở Bắc Mỹ mà không học được những kỹ năng và kiến thức cơ bản. Trong một số trường hợp, có những người tốt nghiệp trong khi vẫn không biết chữ. Những bài trắc nghiệm tiêu chuẩn có thể chỉ ra một cách rõ ràng là chương trình đang *có vấn đề*, nhưng cố gắng phát triển các giải pháp là điều phức tạp khi lý do thất bại có thể rất nhiều, trong đó bao gồm chương trình đào tạo nghèo nàn, sinh viên tệ, quá ít giáo viên, giáo viên không biết cách dạy, hoặc không có đủ cơ sở vật chất.

Chúng ta không thể đòi hỏi thành công nếu chương trình được soạn thảo cẩn thận và được quản lý tốt của chúng ta đã đào tạo sai người. Chúng ta cũng không thể cảm thấy thành công khi cựu sinh viên của chúng ta thất bại trong mục vụ bởi vì họ không được đào tạo để làm đúng việc. Chúng ta không muốn trở thành những trung tâm chăm sóc người lớn hay trại tị nạn cho những chương trình tài trợ học bổng, cấp nhà ở miễn phí, đồ ăn, chăm sóc y tế và cấp bằng cho người không có việc gì khác để làm.

Chúng ta cũng không thể khẳng định sự xuất sắc của mình nếu chương trình đào tạo vô hình của chúng ta chiến thắng bất cứ điều gì khác chúng ta nghĩ mình đạt được. Một chương trình đào tạo có thể được bối cảnh hóa một cách tuyệt vời, được thừa nhận phù hợp và với sinh viên là người thể hiện sự tài giỏi của họ trong từng bài trắc nghiệm đã được chuẩn hóa, nhưng chúng ta vẫn chưa làm tốt nếu chúng ta sản sinh lòng kiêu ngạo hơn là những lãnh đạo Cơ Đốc tin kính, là người làm việc như những đầy tớ trong cộng đồng. Chúng ta cũng không thành công nếu một trong những kết quả của công tác đào tạo của chúng ta đã góp phần vào sự nhân rộng một cách không cần thiết các lựa chọn đào tạokhi mỗi một cựu sinh viên lại mở thêm một trường mới cho mình thay vì khuyến khích các hoạt động đào tạo trong khu vực trở nên chất lượng hơn.

Trong chương này chúng ta muốn xem xét vấn đề đổi mới và lượng giá. Làm thế nào để thấy rõ tác động của một cơ sở đào tạo nhằm làm cho nó hiệu quả hơn? Làm thế nào để đội ngũ giảng dạy và quản lý được đổi mới? Và làm thế nào chúng ta có thể trở thành một tập thể học hỏi tự đổi mới chính mình?

Có đáng với thời gian và chi phí bỏ ra hay không?

Có nhiều điều không hoàn hảo trong những việc chúng ta làm. Sinh viên sẽ không nhớ hết những gì bạn dạy trong lớp học. Không phải tất cả các sinh viên đều sẽ làm tốt mục vụ của mình. Cuộc đời của giáo viên không phải lúc nào cũng là những minh họa nhất quán về những gì họ dạy. Hiểu lầm xảy ra trong cộng đồng giáo dục. Nội dung của từng môn học đáng lẽ phải được cập nhật hơn. Các lớp học lẽ ra có thể được sắp xếp và dạy với nghiệp vụ sư phạm tốt hơn.

Lượng giá và đổi mới đã là đề tài xuyên suốt cuốn sách này. Chúng ta khẳng định một lần nữa rằng xuất sắc không có nghĩa là hoàn hảo. Nhưng để lượng giá sự xuất sắc của mình, chúng ta bắt buộc phải rà soát lại những gì chúng ta định làm. Đối với những ai không có mục đích rõ ràng thì không có cách nào để xác nhận cái gì đã được hay không được hoàn thành.

Lượng giá là phần cốt yếu của từng kế hoạch chiến lược. Giá trị và mục đích của chúng ta có được thể hiện trong những gì chúng ta đã làm không? Chúng ta có sử dụng nguồn lực mình có để đáp ứng một cách thích hợp với các nhu cầu xung quanh không? Chúng ta đã nhìn thấy Đức Chúa Trời sử dụng chúng ta và các hoạt động của chúng ta để trang bị sinh viên mà chúng ta đã có cho những mục vụ mà họ được Ngài kêu gọi không? Soi vào các kết quả mong đợi, chúng ta có thể xem xét các thực hành, quy trình, con người và kết quả để hiểu mức độ đạt được những gì chúng ta dự định.

Sự thật là, bạn có thể quá mệt mỏi nên không nhìn thấy những gì Đức Chúa Trời đã làm và đang tiếp tục làm qua chúng ta. Sự đổi mới cá nhân và tập thể phải là một phần của quy trình lượng giá. Tôi nghe một giám học trình bày hội thảo về khó khăn của việc cố gắng khơi dậy sự thay đổi trong cơ sở đào tạo của cô ấy. Tôi cảm nhận sự nản lòng khi cô ấy nói. Luôn có một danh sách dài những việc cần cải thiện. Tuy nhiên, trọng tâm của lượng giá không phải là để bị choáng ngợp bởi những điều cần được quan tâm hay núi việc chưa làm được. Cơ sở đào tạo của cô ấy là một trong những chương trình tốt nhất mà tôi biết. Trước khi cảm thấy thất vọng trước những việc chưa làm được, họ cần nhớ Đức Chúa Trời ban phước cho họ và sử dụng họ như thế nào.

Có lẽ việc "cảm tạ Chúa trong mọi hoàn cảnh" (1 Tê. 5:18) làm ta có cảm giác như một bài tập cứng nhắc. Nhưng ngay cả khi đang ở giữa mớ hỗn độn, chúng ta cần nhớ rằng Đức Chúa Trời đã hành động, và chương trình đào tạo trọn đời của Ngài sẽ không thất bại. Chúng ta chỉ là một mảnh nhỏ trong những gì Đức Chúa Trời đang làm trên đời sống của sinh viên. Chúng ta sẽ đối xử bất công với Đức Chúa Trời nếu tạo ra quá nhiều điều "chúng ta" không làm được. Lượng giá phải bắt đầu với việc tìm kiếm bàn tay hành động của Đức Chúa Trời giữa vòng chúng ta.

Điều này không phủ nhận nhu cầu của chúng ta khi cần thận nhìn vào hồ sơ ghi chép của mình dưới sự soi sáng của sứ mạng và mục tiêu. Chúng ta được vinh dự ngồi trên vòng nguyệt quế không chỉ đơn giản bằng việc duy trì quá khứ. Cần có dũng khí và nỗ lực để xây dựng trên quá khứ để tiếp tục ở vị trí được sử dụng bởi Đức Chúa Trời trong đời sống của sinh viên chúng ta.

Vòng đời của tổ chức

Giống như con người và các tổ chức, trường học cũng có vòng đời. Nhà trường thường tồn tại qua nhiệt huyết và nỗ lực không mệt mỏi của một nhà sáng lập có tầm nhìn. Trong những năm đầu tiên, một chương trình đào tạo vận hành trên những nguồn lực rất giới hạn, mặc dù mọi người vui vẻ tham gia vào việc giảng dạy và quản lý. Khi trường càng tiến gần đến sự trưởng thành, nó trở nên ổn định và có uy tín. Chương trình học thuật được công nhận cách đúng đắn khi có một chương trình đào tạo hiệu quả được dạy bởi các chuyên gia đạt tiêu chuẩn. Là một chương trình uy tín, các bộ phận quản lý hành chính phù hợp đều phải được lãnh đạo bởi những người có năng lực. Tập thể sinh viên vững mạnh, ban quản trị giỏi và nguồn tài chính đầy đủ để duy trì cơ sở đào tạo lâu dài.

Ở mức độ nào đó, lượng giá một chương trình mới sẽ khác so với lượng giá chương trình đã được vận hành một thời gian. Đối với những chương trình non trẻ, nhu cầu lớn nhất thường là củng cố để sắp xếp lại thứ tự và tổ chức đối với nhiều điều mới mẻ đang được thực hiện. Một chương trình lâu đời hơn sẽ có nhiều nhu cầu đảm bảo rằng nó không bị ru ngủ bởi chính truyền thống của mình hơn. Dầu vậy, một câu hỏi hóc búa cần đưa ra cho tất cả các chương trình. Liệu "cái chết" có nên là một phần trong vòng đời của một tổ chức?

Phải thừa nhận rằng nhiều chương trình đào tạo ngừng tồn tại thường vì những lí do rất đáng tiếc. Có thể chưa bao giờ có đủ sinh viên hay ngân quỹ, hoặc có thể cơ sở đào tạo yếu dần cho đến thời điểm không còn khả năng nữa. Có lẽ một xung đột lớn hay một vụ bê bối đã phá hủy nó. Các cơ sở đào tạo có thể chết. Nhưng chúng có nên không? Đây có phải là một phần của vòng đời bình thường cho một chương trình đào tạo thần học?

Một trong các vấn đề quan trọng hơn trong lượng giá là xác định liệu có còn một nhiệm vụ cho bạn thực hiện hay không, hoặc liệu bạn đã hoàn thành những gì Đức Chúa Trời yêu cầu chưa? Một người không nên duy trì những gì không còn cần thiết nữa. Bạn cũng không nên tiếp tục với những thứ chỉ có tính khả thi trong trí tưởng tượng. Có lẽ sẽ tốt hơn khi cùng tham gia với những mục vụ đào tạo khác có đồng tư tưởng. Tôi nghe nói rằng trung bình một trường Kinh Thánh ở Châu Phi chỉ có mười sinh viên. Nếu điều này là thật, thì không có gì ngạc nhiên khi nhiều chương trình đào tạo đang vật lộn. Khi bạn xem lại mình là ai và có thể là gì, hãy nhớ rằng những điều sau là lựa chọn chiến lược có thể thực hiện được: sáp nhập với nơi khác, hay tìm kiếm một phương cách ân hậu để dừng lại. Tại sao phải cố nếu chúng ta không thấy thuyết phục bởi những gì chúng ta đang nỗ lực?

Đổi mới việc đào tạo của bạn

Cuốn sách này được viết để giúp bạn lượng giá sự xuất sắc của bạn. Quy trình để thực hiện lượng giá được tóm lược trong chương 3 khi chúng ta xem xét kế hoạch chiến lược. Bốn câu hỏi lớn cần được đưa ra:

1. Những gì cần được khẳng định và đẩy mạnh?
2. Cái gì còn yếu và cần phải chỉnh sửa?
3. Cái gì còn yếu và nên được bỏ đi?
4. Những gì chúng ta đang chưa làm mà đáng ra phải làm từ lâu?

Lượng giá không phải là một hoạt động được thực hiện bởi một ủy ban cứ năm đến mười năm một lần để chuẩn bị trước cho việc kiểm định chất lượng. Ý thức được những gì Đức Chúa Trời đang làm trong chúng ta và khám phá cách chúng ta có thể theo đuổi tốt hơn sự xuất sắc trong việc đào tạo lãnh đạo để làm vinh hiển Đức Chúa Trời nên là một quy trình liên tục.

Cách để khởi động một lượng giá là tại một bữa tiệc. Hãy tìm những phương cách cụ thể mà Đức Chúa Trời đã sử dụng và ban phước cho bạn nhưng không che đậy những vấn đề mà ai cũng có thể nhận ra. Hãy thu thập ý kiến đóng góp từ nhiều hướng khác nhau. Chúng ta có thể không nhìn thấy sự thay đổi trong nhịp điệu đều đều ngày qua ngày của quy trình giáo dục. Tác động thật được nhìn thấy trong sản phẩm, vốn thường chỉ hiển thị trong cuộc đời và mục vụ của một sinh viên sau khi người đó tốt nghiệp. Hãy tìm cách để lắng nghe cựu sinh viên của bạn một cách cá nhân và chọn lọc khi họ phản hồi về giá trị của chương trình đào tạo mà bạn đã cung cấp cho họ. Cũng hãy lắng nghe các hội thánh và tổ chức Cơ Đốc đưa ra nhận xét về các cựu sinh viên mà họ nhận vào.

Sau đó hãy vui vẻ và ăn mừng về sự tốt lành của Đức Chúa Trời. Hãy xác nhận mọi điều tốt lành và xem xét một cách sáng tạo xem nó có thể được đẩy mạnh như thế nào. Nếu không có gì để ăn mừng, đã đến lúc để đóng cửa hoàn toàn. Tuy nhiên, thật không thể hiểu được nếu bạn không thể khám hết một danh sách dài về những điều tuyệt vời đã xảy ra.

Như đã thảo luận trong chương 3 ("Xuất Sắc Trong Việc Lập Kế Hoạch Chiến Lược"), từng mảng của một cơ sở đào tạo có thể và nên được lượng giá. Cách hiệu quả để thực hiện điều này một cách có hệ thống là qua việc tự lượng giá nghiên cứu, vốn là một phần của quy trình thẩm định và tái thẩm định. Điều này đưa ra một loạt các câu hỏi dựa trên các tiêu chuẩn thực hành được quốc tế công nhận, như những chỉ số về chất lượng trong việc đào tạo lãnh đạo cho mục vụ và hội thánh. Tương tác với các câu hỏi và ghi lại mức độ đáp ứng các tiêu chuẩn này là cách tốt để hướng đến sự xuất sắc của cơ sở đào tạo cũng như để xem lại và khẳng định sự xuất sắc đã có. Nhiều trường học nói rằng thực hiện việc tự lượng giá rà soát là một trong những điều tốt nhất mà họ đã làm để giúp họ hiểu được điểm mạnh và điểm yếu của mình.

Lợi thế bổ sung khi làm việc với một cơ quan kiểm định đó là có người sẽ đọc qua báo cáo tự lượng giá của bạn và đưa ra phản hồi bằng văn bản cho nhà trường. Khi cả nhà trường và cơ quan thẩm định cảm thấy rằng viện thần học đã sẵn sàng cho việc thẩm định, một đội ngũ sẽ đến để xác nhận những gì nhà trường cảm thấy về bản thân là chính xác. Kiểu lượng giá từ bên ngoài này là một sự khẳng định hữu ích cho những đánh giá nội bộ và nó cũng bao gồm một bản báo cáo bằng văn bản những nhận xét và kiến nghị.

Hầu hết các chính phủ cũng muốn thẩm định các chương trình đào tạo trong nước có đáp ứng thỏa đáng tiêu chuẩn tối thiểu cho giáo dục hay không. Khi chuẩn bị và cung cấp nhiều tài liệu mà các cơ quan có thẩm quyền cần, bạn cũng đang thực hiện công tác lượng giá, và bạn sẽ một lần nữa được lợi bởi các chuyến thăm của cơ quan thẩm định và báo cáo của nhóm lượng giá bên ngoài.

Tuy nhiên, như đã lưu ý trong chương 4 ("Xuất Sắc Trong Quản Trị"), lượng giá và xác nhận nỗ lực đào tạo của chúng ta sẽ đến từ những người hưởng lợi bởi những gì chúng ta làm, đặc biệt là các cựu sinh viên, hội thánh và các tổ chức Cơ Đốc mà họ phục vụ. Trong phần sau của chương này, chúng ta sẽ thảo luận nhiều hơn về việc làm thế nào để trở thành một cộng đồng học hỏi nhằm có được những ý kiến phản hồi vốn sẽ giúp chúng ta tiếp tục biết cái gì tốt và nên tiếp tục, cái gì yếu và cần đẩy mạnh, cái gì cần bỏ đi hoàn toàn vì nó không còn cần thiết, cái gì cần thêm vào để làm cho chương trình đào tạo tốt hơn.

Đổi mới về nhân sự của bạn: Tại sao?

Một trong bảy định luật của người học là định luật về sự phục hưng.[1] Wilkinson phát biểu: "Hãy nhận ra rằng hầu hết Cơ Đốc nhân đều cần sự phục hưng trong phần lớn thời gian".[2] Có nhiều lý do tại sao lãnh đạo, giáo viên và tất cả các nhân viên hành chính văn phòng và học vụ có thể bị nản lòng hoặc kiệt sức.

- **Sự hy sinh.** Mọi người đều cần vác thập tự giá của mình và từ bỏ tham dục cá nhân để đi theo Chúa. Nhận lấy trách nhiệm và gánh nặng của một lãnh đạo hay giáo viên là việc căng thẳng hơn nhiều việc khác. Cái giá của môn đồ hóa luôn cao.

- **Đơn độc.** Ê-li phàn nàn với Đức Chúa Trời: "Đủ rồi!" (1 Vua. 19:4). Ông tiếp: "Con rất nhiệt thành với Giê-hô-va Đức Chúa Trời vạn quân. Vì dân Y-sơ-ra-ên đã loại bỏ giao ước Ngài, phá hủy các bàn thờ Ngài, dùng gươm giết các nhà tiên tri của Ngài; chỉ một mình con còn lại, và họ cũng

---

1. Bruce Wilkinson, *Seven Laws of the Learner* (Atlanta, GA: Walk-Thru-The-Bible, 1990)
2. Sách đã dẫn, 381.

đang truy tìm để lấy mạng sống con" (1 Vua. 19:10). Mặc dù nói ông là người duy nhất còn lại là chưa đúng, có lẽ do ông cảm thấy như vậy mà thôi. Đức Chúa Trời đã sử dụng ông để làm những điều đáng kinh ngạc, và giờ Ê-li bị nản lòng và chạy trốn hoàng hậu Giê-sa-bên để cứu mạng sống mình. Nhiều người tham dự vào việc đào tạo cũng được sử dụng cách vĩ đại bởi Chúa. Nhưng người ta có thể cảm thấy đơn độc hoặc quá mệt mỏi đến nỗi trở nên chán nản và muốn bỏ cuộc.

- **Bị chỉ trích, chối từ và thù địch.** Môi-se ban đầu được đón nhận một cách nhiệt thành bởi những người mà ông được sai đến để giải phóng, rồi sau đó họ trở mặt với ông khi Pha-ra-ôn khiến cho cuộc sống của họ trở nên khó khăn hơn. Bao nhiêu phép lạ cũng không thuyết phục được Pha-ra-ôn thay đổi. Dân sự cũng không nhớ những hành động của Đức Chúa Trời quyền năng hết ngày này qua ngày khác. Họ tạc tượng bò vàng, và than thở về đồ ăn thức uống. Một số lãnh đạo đặt ra câu hỏi tại sao Môi-se mới thực sự là người duy nhất đủ thánh khiết để trò chuyện cùng Đức Chúa Trời. Anh trai và chị gái của chính ông thách thức vai trò lãnh đạo của ông. Tất cả các lãnh đạo ngành giáo dục đều sống trong một môi trường mà ở đó từng hành động của họ (và của gia đình họ) đều bị đem ra phê bình. Ganh tỵ có thừa nhưng lại thiếu chỗ cho ân sủng. Người ta không nhớ lâu những điều tốt đẹp còn lỗi nhỏ nhất lại trở thành điểm bùng nổ để buộc một người phải ra đi.

- **Mệt mỏi.** Môi-se phàn nàn với Chúa "Sao Ngài làm khổ cho đầy tớ Ngài? Sao con không được ơn trước mặt Ngài? Sao Ngài lại chất gánh nặng cả dân tộc này trên con?... Con không thể một mình gánh hết dân này vì họ thật là một gánh nặng quá cho con! Nếu Chúa đãi con như vậy và nếu con được ơn trước mặt Chúa, xin thà giết con đi để con không thấy cảnh khốn nạn của con!" (Dân. 11:11, 14–15). Dẫn dân Y-sơ-ra-ên qua sa mạc quả là việc không vui vẻ chút nào. Có quá nhiều việc để làm, mà làm việc với dân sự thì lại thật không hề dễ. Nó thật "quá nặng nề". Điều đó cũng đúng với hầu hết các cơ sở đào tạo. Luôn có quá nhiều thứ phải làm. Thường có những người rất khó làm việc cùng. Kết quả có thể nhìn thấy được thì lèo tèo. Mọi người cũng cạn hết năng lượng cảm xúc và thể chất.

- **Áp lực và bối rối.** Hầu hết mọi người, giống như Môi-se, đều đối diện với những hoàn cảnh mà ta không biết chắc phải làm gì là tốt nhất. Môi-se thật đã thưa với Đức Chúa Trời rằng đối với ông chết còn hơn sống. Chúng ta có thể cảm thấy nản lòng như vậy khi cố gắng hoàn thành những gì có vẻ bất khả thi. Chúng ta không chỉ có ít nguồn lực tài chính và con người để giải quyết nhiều vấn đề trước mắt, mà còn có thể đang làm việc trong một môi trường gồm nhiều cá tính mạnh với những xung đột lớn về giá trị, ý kiến hay chương trình.

- **Thiếu thách thức.** Peter Drucker nói rằng "Trong đa số trường hợp, kiệt sức là lảng tránh trách nhiệm vì chán nản."[3] Đôi khi vai trò lãnh đạo hay mục vụ cũng không hơn gì ngoài việc duy trì những cái vốn có. Chúng ta cảm thấy rằng không có gì thay đổi cả, và cũng sẽ không có gì thay đổi. Không ai muốn thử làm cái gì mới, và thậm chí không có ý tưởng mới được đưa ra. Những gì lặp đi lặp lại hàng ngày trở nên nhàm chán.

- **Áp lực của những cám dỗ và thất bại.** Cái tôi quá lớn thường nảy sinh trong những người chịu trách nhiệm. Những vị trí lãnh đạo thường nuôi lớn tham vọng cá nhân

---

3. Peter Drucker, *Managing the Non-profit Organization* (New York, NY: Harper Business, 1990), 197.

và khuyến khích sự khao khát được phục vụ thay vì phục vụ người khác. Lãnh đạo và giáo viên có thể trở nên yêu thích đặc quyền và địa vị đi cùng công việc của họ. Những ai thành thật đều có thể biết những động cơ tốt xấu lẫn lộn của mình. Và chúng ta thường đối xử ân hậu với chính mình. Mặc dù Kinh Thánh nhắc nhở chúng ta rằng "mọi người đều đã phạm tội, thiếu mất vinh quang của Đức Chúa Trời" (Rô. 3:23), nhưng bất cứ thất bại nào trong chức vụ thường được xem là dấu chấm hết mãi mãi cho mục vụ trong tương lai. Dù trong Kinh Thánh, nhiều lãnh đạo từng vấp phải những thất bại lớn, nhưng con dân Chúa ngày nay không muốn lãnh đạo của mình mắc sai lầm. Thái độ này không ích lợi cho sự minh bạch, nó cũng làm cho việc đổi mới và phục hồi trở nên bất khả thi. Áp lực ấy làm người ta tỏ vẻ tốt hơn thực tế. Thay vì hướng đến sự trưởng thành lành mạnh, nhiều người rời bỏ chức vụ hoàn toàn.

Đổi mới về nhân sự của bạn: Như thế nào?

- **Chúng ta được làm mới lại thông qua khải tượng.** Sự đổi mới bắt đầu với một sự tái khẳng định về tất cả những gì chúng ta góp phần trong khải tượng và mục đích chung. Giáo viên và nhân viên hành chính nên được khích lệ khi họ nhìn thấy tầm quan trọng mà mục vụ của họ mang lại cho mục đích tốt lành của nước Trời bởi những gì họ đang làm cùng với nhau trong việc trang bị sinh viên. Mọi người cần được nhắc nhở liên tục về chỗ họ đang đi đến và làm thế nào họ có thể ăn khớp với nhau trong việc giúp viện thần học đào tạo sinh viên cho những mục vụ mà Chúa dành cho họ. Người ta được tái khẳng định và đổi mới khi họ nhìn thấy và cảm nhận tầm quan trọng của mình trong Quy trình đào tạo.

- **Chúng ta được đổi mới khi chúng ta làm việc cùng nhau theo đội ngũ.** Khi khám phá và khen ngợi những khả năng và kinh nghiệm của những người mà Đức Chúa Trời đem đến gần chúng ta, chúng ta được đổi mới. Thật đáng để nghe những câu chuyện về những người Đức Chúa Trời đã trang bị một cách đặc biệt để trở thành đồng lao của chúng ta. Việc chúng ta hiện đang cùng nhau làm một đội ngũ là một câu chuyện phức hợp mà Chúa đã dệt nên. Trong khi công du tại Phi-líp-pin, tôi gặp một giáo viên mới tại một cơ sở đào tạo ở đó. Cô ấy xuất thân từ bối cảnh là người Hoa và có giấc mơ lớn cho nhà trường và toàn khu vực dựa trên những kinh nghiệm và sự đào tạo của mình. Khi tôi nghe cô kể một số điều mà cô xem là quan trọng, tôi nghĩ "Cô quả là một người chỉn chu cần có cho đội ngũ giảng huấn."

Tôi có cảm nhận tương tự như vậy về đội ngũ của Overseas Council khi đến làm việc ở đó. Những người có năng lực, chủ động và sáng tạo làm cho một tổ chức vốn đã tốt càng trở nên tốt hơn. Một ngày nọ, tôi được đụng chạm khi một thành viên trong đội ngũ nhân sự trẻ của chúng tôi tuôn đổ nước mắt khi xem một đoạn ghi hình về những gì Đức Chúa Trời đang làm trên khắp thế giới. Trong số những người mà tôi rất quý, có một người hàng tuần luôn mang đến những ý tưởng lớn lao để có thể tác động đến toàn bộ giới Tin Lành. Tôi tìm thấy sự vui mừng khi làm việc với những con người này. Họ làm tôi được tươi mới và tràn trề hy vọng khiến tôi làm việc hiệu quả hơn.

- **Chúng ta được đổi mới khi kỹ năng của mình được làm mới.** Làm sao chúng ta có thể trở thành những giáo viên hay nhà quản lý tốt hơn? Làm thế nào chúng ta có thể sử dụng những ân tứ khác nhau để phục vụ lẫn nhau tốt hơn? Như đã thảo luận trong chương 7 ("Xuất Sắc về Giáo Viên"), việc đổi mới kỹ năng của chúng ta có liên quan đến việc đầu tư vào giáo dục liên tục cả không chính quy lẫn chính quy. Chúng ta cũng sẽ được thách thức để thay đổi theo như kết quả của việc lượng giá cần phải thực hiện cho từng môn học. Chúng ta có thể được đổi mới qua việc tham dự các hội nghị, hội thảo hay các đợt nghỉ dưỡng của giáo viên và nhân viên tập trung vào những lĩnh vực cụ thể trong giảng dạy hay quản lý hành chính. Bản mô tả công việc của chúng ta cần phải có việc nghiên cứu và học những điều mới mẻ. Chúng ta nên khuyến khích thời gian cho các hoạt động tương tác sáng tạo. Toàn bộ chương trình đào tạo của chúng ta sẽ được đổi mới khi tất cả chúng ta học hỏi để làm tốt hơn những gì mình đã được kêu gọi để làm.

- **Chúng ta được đổi mới qua việc nghỉ ngơi.** Người ta sẽ được đổi mới hàng ngày, đảm bảo rằng họ sẽ không bị thúc ép liên tục đến mức kiệt sức. Không nên yêu cầu bất kỳ ai làm nhiều hơn những gì họ có thể làm một cách thực tế. Sống trong khủng hoảng này đến khủng hoảng khác trong hai mươi bốn tiếng một ngày quả thật là điều không lành mạnh chút nào. Khi Ê-li trốn chạy khỏi Giê-sa-bên để cứu mạng sống mình, sự đổi mới của ông bắt đầu với giấc ngủ dài, cùng với thức ăn đầy đủ. Sau đó ông đi suốt bốn mươi ngày để gặp gỡ Đức Chúa Trời. Tất cả chúng ta đều cần những kỳ nghỉ thường xuyên. Quan niệm về ngày nghỉ Sa-bát không dành cho tất cả mọi người trừ những người đang làm mục vụ. Đội ngũ giáo dục của bạn nên được buộc phải thực hiện các kỳ nghỉ và vui hưởng một ngày nghỉ mỗi tuần. Thậm chí năm Sa-bát có thể là cách để có kỳ nghỉ dài.

- **Chúng ta được đổi mới khi được chăm sóc.** Mọi người sẽ thực hiện công việc của mình tốt hơn nếu gia đình họ được chăm sóc đầy đủ. Điều đó cần có nhà ở, chăm sóc y tế và lương phù hợp. Nhưng người ta cũng làm tốt việc của mình khi họ sống trong những cộng đồng lành mạnh nơi mà người ta quan tâm lẫn nhau và cầu nguyện cho nhau, một cách công khai lẫn riêng tư.

Trở thành một cộng đồng học tập

Sự đổi mới diễn ra cách tốt nhất khi có một văn hóa giáo dục mà ai cũng quan tâm đến mọi chuyện đang diễn ra như thế nào. Từ trên xuống dưới, mọi người nên tìm cách để khẳng định cái gì tốt và khắc phục cái gì mình còn đang gặp khó khăn. Một môi trường như thế là môi trường lành mạnh và thỏa mái để làm việc hơn so với một nơi liên tục chỉ trích và sợ thất bại. Là một cộng đồng, chúng ta thấy đều cần tìm cách để tán dương những gì Đức Chúa Trời đang làm, và không vội vàng chỉ trích mọi người và mọi thứ không hoàn hảo như chúng ta muốn.

Chúng ta làm điều này bằng việc trở thành một cộng đồng học tập. Chúng ta cần trở thành những người lắng nghe đối với một mạng lưới rộng lớn thường xuyên đưa ra những phản hồi tốt. Một vài phản hồi có thể chính thức, như kết luận bằng văn bản của đội ngũ thẩm định, xác nhận bảng tự lượng giá của bạn; hoặc tập hợp phiếu lượng giá được thực hiện bởi sinh viên qua mỗi môn học. Chúng ta có thể mời một tư vấn viên bên ngoài để giúp chúng ta nghiêm túc lượng giá chương trình và những kế hoạch của mình trong tương lai. Chúng ta cũng đưa ra những góp ý chính thức cho những cá nhân qua những buổi lượng giá thường niên về hiệu suất làm việc dựa trên bản mô tả công việc.

Tuy nhiên, trở thành một cộng đồng học tập về cơ bản có liên quan đến việc tìm những cách không chính thức để lắng nghe nhau, lắng nghe cựu sinh viên, lắng nghe những lãnh đạo nòng cốt của hội thánh, tức chủ sở hữu chúng ta, lắng nghe ban cố vấn và ban quản trị, hội thánh và các tổ chức Cơ Đốc và cả cộng đồng và thế giới mà chúng ta đang phục vụ. Chúng ta cần tìm nhiều cách để qua đó có thể hiểu nhiều hơn tác động mà chúng ta có (hoặc không có) với vai trò là một cơ sở đào tạo.

Phản hồi về căn bản không phải là lắng phê bình, dù biết những thất bại của mình và đón nhận những đề xuất cải thiện cho tốt hơn là một phần quan trọng của những gì chúng ta cần nghe. Nhưng mọi người cũng nên được khích lệ để ăn mừng với chúng ta về những gì Đức Chúa Trời đã làm trong và qua những nỗ lực của chúng ta. Chúng ta nên mời nhiều người nhất có thể để cùng mơ ước và cầu nguyện với chúng ta về những điều có thể được thực hiện. Phản hồi kiểu này không tự xảy ra. Nhằm phân biệt được những gì chúng ta đã làm tốt và hiểu những gì cần thay đổi, bỏ đi hay thêm vào, chúng ta có thể cần triệu tập một nhóm các mục sư nòng cốt, cựu sinh viên hay sinh viên. Khi các cán bộ giảng dạy và lãnh đạo hành chính công du, việc nhờ người khác đưa ra những phản hồi chân thành là một phần công việc mọi người nên làm. Thời gian phải được phân bổ cho nhân viên, giáo viên và sinh viên gặp nhau để phản hồi về những gì chúng ta đang làm và như thế nào.

Đưa ra phản hồi là một trong những chức năng chính của ban cố vấn và ban quản trị.

Chúng ta nên học những điều cụ thể từ các nhóm khác nhau.

Hỏi những sinh viên đã tốt nghiệp của chúng ta

Chúng ta cần thăm nơi ở của những sinh viên đã tốt nghiệp cũng như khích lệ họ thỉnh thoảng quay về trường. Hơn bất kì ai, họ biết toàn bộ chương trình đào tạo của chúng ta và có kinh nghiệm trực tiếp về những tác động thực tế của chương trình. Chúng ta cần nghe những lời tâm tình và góp ý của họ. Đặc biệt chúng ta nên hỏi họ:

- Trong tất cả các khóa học, khóa học nào hữu ích nhất trong việc chuẩn bị họ cho cuộc sống và chức vụ?
- Khóa học nào ít giá trị nhất và tại sao?

- Điều gì họ mong ước được học hay nghiên cứu nhưng đã không được thực hiện? Làm sao chúng ta có thể làm tốt hơn trong việc giúp người khác học hỏi những điều này?

Học lãnh đạo các hội thánh hoặc tổ chức Cơ Đốc đã gửi sinh viên của họ đến với chúng ta

Vì những người này là "chủ sở hữu" của chúng ta, chúng ta cần nghe lời khen ngợi, phê bình hay góp ý của họ về việc chúng ta là ai và chúng ta đang làm gì. Có hai điều căn bản mà chúng ta cần học từ họ:

- Ở mức độ nào họ cảm thấy những sinh viên ra trường của chúng ta khi trở về đã được chuẩn bị và trang bị tốt cho những nhu cầu mục vụ thật sự? Họ có thể giảng, quản lý hành chính, xử lý các vấn đề trong trận chiến thuộc linh, triển khai các buổi đi ra làm chứng, thực hiện việc đi thăm hỏi và tham vấn mục vụ, dạy các lớp học Kinh Thánh, môn đồ hóa tân tín hữu, hay đưa ra khải tượng cho hội thánh?

- Khi trở về, họ là người như thế nào? Đầy tớ? Một nhóm viên? Ngạo mạn? Có lòng thương xót? Sẵn sàng làm việc chăm chỉ trong mục vụ hỗ trợ, đứng phía sau hậu trường? Học giả thay vì mục sư? Người cố vấn cho những lãnh đạo mới, tiềm năng?

Hỏi sinh viên để biết về giáo viên của họ

Hỏi chủ yếu từ sinh viên của chúng ta là một phần của việc lượng giá, được thực hiện vào buổi học cuối cùng của môn học. Giáo viên không nên trực tiếp đọc những gì từng sinh viên viết về họ. Tuy nhiên, giáo viên nên nhận được một bản tóm tắt những gì sinh viên phản hồi, lý tưởng thì đây nên là một phần trong buổi nói chuyện giữa giáo viên ấy với giám học về cách môn học ấy có thể được cải thiện. Một bản sao của bản tóm tắt này nên được giữ trong hồ sơ nhân sự của giáo viên đó. Những góp ý của sinh viên rất hữu ích trong những khía cạnh sau:

- **Nhân cách và thái độ.** Có sự khiêm nhường, tôn trọng đối với sinh viên, ý thức được nhu cầu của sinh viên và sẵn sàng giúp đỡ, cân bằng trạng thái cảm xúc, nhiệt thành, tận hiến và cởi mở với những phản biện không?

- **Sự chuẩn bị và khả năng giảng dạy.** Giáo viên có hiểu thấu đáo lĩnh vực mà mình dạy, có trình bày phần tài liệu của môn học một cách đầy đủ không, và khi đến lớp có sự chuẩn bị và đúng giờ, cho điểm công bằng và trả bài trong thời gian phù hợp hay không?

- **Phương pháp giảng dạy.** Có trình bày rõ ràng những ý tưởng, nhấn mạnh những điều quan trọng, sử dụng tốt thời gian, vận dụng nhiều kỹ thuật giảng dạy, khích lệ sự tương tác không? Có đẩy mạnh sự năng động lành mạnh trong nhóm và khuyến khích việc học không?

Hỏi sinh viên về các môn học trong lớp

Ba câu hỏi mở hữu ích cho bất kỳ môn học nào:

- Phần nào trong khóa học ích lợi nhất đối với họ?
- Phần nào trong khóa học họ thấy không mấy ích lợi?
- Họ có góp ý gì để cải thiện môn học?

Sinh viên có thể thích một buổi học không theo chương trình đào tạo nhưng lại được dạy một cách tuyệt vời. Mặt khác, một buổi học quan trọng nhưng khi được dạy một cách xơ xài, qua quít có thể nhận đánh giá thấp từ sinh viên. Bản lượng giá nên có những câu hỏi cho phép chúng ta thấy rõ tầm quan trọng về mặt nhận thức mà sinh viên đặt vào chính môn học, không chỉ trên cách nó được dạy. Có ba vấn đề chính để suy nghĩ:

- Khóa học có đạt được mục đích và mục tiêu của nó không? Những mục đích và mục tiêu này có phù hợp với các khóa học khác đang được dạy không?

- Khóa học có đáp ứng được tình trạng thực tế của hội thánh và xã hội không, và nó có đem lại cho sinh viên kiến thức, kỹ năng và nhân cách cần thiết cho việc phục vụ trong hội thánh hoặc nơi khác không?

- Khóa học có được thiết kế tốt không? (Cân bằng về cách thiết kế tài liệu, quá nhiều hay quá ít tài liệu, bài đọc và bài tập có được giao cho sinh viên phù hợp trong một học kỳ hay không?)

Hỏi giáo viên về sinh viên

Việc giáo viên hàng năm dành thời gian nói chuyện với nhau về sinh viên và cùng nhau cầu nguyện cho sinh viên là một điều tốt. Có sinh viên nào có nan đề đặc biệt hay có vấn đề nào cần phải chú ý không? Những sinh viên này có đáng để được tán thưởng không? Cần phải làm gì để thúc đẩy tập thể sinh viên? Không nên biến thì giờ này trở thành cơ hội ngồi lê đôi mách về cộng đồng sinh viên. Nhưng một ai đó có thể để ý thấy điều gì đó lạ thường. Tôi còn nhớ trong một cuộc họp giáo viên có người đưa ra vấn đề của một sinh viên thường đi chân không đến lớp. Không ai nghĩ sinh viên đó ra trường sẽ trở thành một mục sư chân đất, nhưng có thái độ nào cần được nói đến để giúp sinh viên ấy không tự chuốc lấy nan đề cho chính mình trong mục vụ?

Hỏi giáo viên về chính họ

Giáo viên có thể tự lượng giá để họ phản hồi cho chính mình và đồng lao của mình. Những gì họ viết cần được bảo mật, mặc dù điều này có thể được thảo luận với giám học, hay là một phần trong các buổi họp giáo viên. Lượng giá này có thể bao gồm các câu hỏi như sau:

- Môn học của tôi có liên quan như thế nào đến phần còn lại của chương trình đào tạo?
- Tôi cần biết thêm những gì để dạy lớp học của mình hiệu quả hơn?
- Làm thế nào tôi có thể trở nên sáng tạo hơn trong các phương pháp giảng dạy của mình?
- Mối quan hệ của tôi với các đồng nghiệp, sinh viên và ban quản lý hành chính như thế nào?
- Điều gì sẽ đẩy mạnh đội ngũ giảng dạy mà tôi là một phần trong đó?

Hỏi mọi người về chương trình nói chung

Chúng ta cần các diễn đàn không chính thức xuyên suốt trong năm, không chỉ để ăn mừng nhưng còn để lắng nghe vấn đề trước khi chúng trở thành khủng hoảng. Có vấn đề gì về cơ sở vật chất, trong đó có vấn đề an ninh, không gian, ánh sáng hay âm thanh không? Có vấn đề gì về các quy tắc hay quy định cụ thể nào không? Có căng thẳng nào chưa được giải quyết không?

Kết luận

Nguyện ước bạn được đổi mới khi lượng giá những gì mình đã làm, ăn mừng những gì Đức Chúa Trời đang làm và mơ ước trong sự cầu nguyện về những gì có thể xảy ra. Hãy nghĩ một cách thực tế về những gì cần được giữ, sửa chữa, bỏ bớt hay thêm vào. Kế hoạch chiến lược của bạn không thể đơn giản chỉ là một danh sách những điều ước, phản ánh sự nhiệt thành sáng tạo trong một vài nhân viên, nhưng là một kế hoạch được cầu nguyện cẩn thận, với đủ kinh phí cho cơ sở vật chất, chương trình, đội ngũ giảng dạy và nhân viên để trang bị những sinh viên thật sự cho những mục vụ mà Đức Chúa Trời dành cho họ. Tôi tin rằng các đối tượng mà bạn phục vụ và những chủ sở hữu của bạn sẽ vui mừng vì bạn khi họ hưởng lợi từ bông trái của những gì bạn đang làm. Nhiều người có thể nhìn thấy sự xuất sắc của bạn và ngợi khen Chúa vì bạn.

Câu hỏi thảo luận liên quan đến lượng giá và đổi mới

1. Điều gì đáng để ăn mừng trong chương trình của bạn? Bạn trả lời như thế nào với những người có thể hỏi rằng liệu những gì bạn đang làm có xứng đáng với công sức, thời gian và tiền bạc không?

2. Bạn đang ở đâu trong vòng đời tổ chức? Khi bạn lượng giá cơ sở đào tạo của mình, nhu cầu lớn nhất của bạn là gì?

3. Ở mức độ nào bạn và đội ngũ nhân viên hành chính và giảng dạy quá mệt mỏi không thực hiện một cuộc lượng giá hiệu quả về bản thân? Tại sao bạn và họ bị kiệt sức? Có thể làm gì để làm mới đội ngũ của bạn?

4. Bạn có phải là một cộng đồng học tập không? Bạn có thể cải thiện cách đón nhận và sử dụng phản hồi như thế nào? Bạn cần học hỏi nhiều hơn nữa từ ai?

Gợi ý đọc thêm

Daft, Richard L. *Organizational Theory and Design*. St Paul: West Publishing, 1992.

Gerig, Donal. "Are we Overworked? *Leadership* (Summer 1986): 22-25.

MacPhail-Wilcox, Bettye and Roy Forbes. *Administrator Evaluation Handbook: How to Design a System of Administrative Evaluation*. Bloomington, IN: Phi Delta Kappa, 1990

Maslach, Christina and Michael P. Leiter. *The Truth about Burnout*. San Francisco, CA: Jossey-Bass, 1997.

Rudnitsky, Posner. "Planning a Course Evaluation," Chapter 8 trong *Curriculum Design*. New York, NY: Longman, s.d.

Simon, Judith Sharken. *5 Life Stages of Nonprofit Organizations*. Saint Paul, MN: Wilder Foundation, 2001.

Vella, Jane. *How Do They Know That They Know*? San Francisco, CA: Jossey-Bass, 1998.

Wilkinson, Bruce H. *The 7 Laws of the Learner*. Portland, OR: Multnomah Press, 1992.

Vài nét về ICETE

ICETE là cộng đồng toàn cầu, được bảo trợ bởi mạng lưới gồm chín trường thần học, để tạo sự tương tác và hợp tác quốc tế giữa tất cả những ai gắn bó với việc đẩy mạnh và phát triển giáo dục thần học Tin lành và với sự phát triển lãnh đạo Cơ Đốc trên toàn thế giới.

Mục đích của ICETE là để:

- Thúc đẩy sự tiến bộ trong giáo dục thần học trên toàn thế giới.
- Phục vụ như một diễn đàn cho sự tương tác, quan hệ đối tác và sự hợp tác giữa những ai tham gia vào giáo dục thần học và phát triển lãnh đạo, để hỗ trợ, khuyến khích nhau và làm phong phú thêm.
- Cung cấp mạng lưới làm việc và dịch vụ hỗ trợ cho các hiệp hội trong khu vực của các trường thần học Tin lành trên toàn thế giới.
- Tạo điều kiện cho các cơ quan này có sự tiến bộ trong các dịch vụ của họ đối với các trường thần học Tin lành trong phạm vi khu vực.

Các hiệp hội bảo trợ bao gồm:

Châu Phi: Association for Christian Theological Education in Africa–ACTEA (Hiệp Hội Cho Giáo Dục Thần Học Cơ Đốc Tại Châu Phi)

Châu Á: Asia Theological Association–ATA (Hiệp Hội Thần Học Châu Á)

Ca-ri-bê: Caribbean Evangelical Theological Association–CETA (Hiệp Hội Thần Học Tin Lành Ca-ri-bê)

Châu Âu: European Evangelical Accrediting Association–EEAA (Hiệp Hội Thẩm Định Tin Lành Châu Âu)

Âu-Á: Euro-Asian Accrediting Association–E-AAA (Hiệp Hội Thẩm Định Âu-Á)

Châu Mỹ La-tinh: Association for Evangelical Theological Education in Latin America–EATAL (Hiệp Hội Cho Giáo Dục Thần Học Tin Lành Tại Châu Mỹ La-Tinh)

Trung Đông và Bắc Phi: Middle East Association for Theological Education-MEATE (Hiệp Hội Trung Đông Vì Giáo Dục Thần Học)

Bắc Mỹ: Association for Biblical Higher Education–ABHE (Hiệp Hội Cho Giáo Dục Thánh Kinh Bậc Đại Học)

Nam Thái Bình Dương: South Pacific Association of Evangelical Colleges–SPAEC (Hiệp Hội Nam Thái Bình Dương Cho Các Trường Đại Học Chuyên Nghiệp Tin Lành)

www.icete-edu.org

Vài nét về Langham Partnership

Văn Phẩm và ấn phẩm của Langham chính là mục vụ của Langham Partnership.

Langham Partnership là cộng đoàn toàn cầu hoạt động nhằm theo đuổi khải tượng mà Đức Chúa Trời đã ủy thác cho người sáng lập là John Stott để hỗ trợ cho hội thánh lớn lên trong sự trưởng thành và giống Chúa bằng cách nâng cao tiêu chuẩn đối với việc giảng dạy Kinh thánh.

Khải tượng của chúng tôi là nhìn thấy các hội thánh trên thế giới được trang bị cho sứ mạng và tăng trưởng trong Đấng Christ qua mục vụ của mục sư và lãnh đạo, những người tin, dạy và sống bằng lời của Đức Chúa Trời.

Sứ mạng của chúng tôi là đẩy mạnh mục vụ của Lời Chúa thông qua:

- nuôi dưỡng các phong trào rao giảng đúng theo sự dạy dỗ của Kinh thánh tại địa phương
- thúc đẩy viết và phân phối văn phẩm Tin lành
- tăng cường giáo dục thần học Tin lành
- nhất là ở những quốc gia có các hội thánh bị thiếu nguồn lực.

Mục vụ của chúng tôi

Giảng Dạy Langham hợp tác với các lãnh đạo quốc gia để nuôi dưỡng phong trào rao giảng đúng với Kinh thánh tại địa phương cho các mục sư và các diễn giả đương nhiệm trên toàn thế giới. Với sự hỗ trợ của một đội ngũ ban huấn luyện từ nhiều quốc gia, một chương trình hội thảo chuyên đề nhiều cấp độ cung ứng các khóa đào tạo thực tế, và đi kèm sau đó là một chương trình đào tạo điều phối viên địa phương. Các nhóm giảng sư địa phương và mạng lưới phạm vi khu vực và quốc gia đảm bảo tính liên tục và phát triển không ngừng, tìm cách xây dựng các phong trào mạnh mẽ tận tụy với việc giảng giải Thánh Kinh.

Văn Phẩm Langham cung cấp các sách Tin lành và nguồn tài liệu điện tử cho phần lớn các giáo sư, học giả và thư viện tại các chủng viện qua việc xuất bản và phân phối, viện trợ và giảm giá. Chương trình cũng thúc đẩy việc viết sách tại địa phương bằng nhiều ngôn ngữ, qua các chương trình hỗ trợ tài chính cho người viết, phát triển các nhà xuất bản Tin lành tại địa phương, và đầu tư vào các dự án văn phẩm lớn trong khu vực, chẳng hạn như bộ giải nghĩa Kinh Thánh *The Africa Bible Commentary* và *The South Asia Bible Commentary*.

Học bổng Langham cung cấp hỗ trợ tài chính cho các nghiên cứu sinh Tin lành ở hầu hết các nơi trên thế giới hầu cho khi trở về, họ có thể đào tạo mục sư và các lãnh đạo Cơ Đốc khác bằng sự giảng dạy phù hợp, đúng với Kinh thánh và thần học. Chương trình này trang bị những người có khả năng trang bị cho người khác. Học bổng Langham cũng hoạt động trong mối quan hệ đối tác với các chủng viện ở hầu hết các nơi khắp thế giới trong việc đẩy mạnh giáo dục thần học Tin lành. Ngày càng có nhiều các nghiên cứu sinh nhận học bổng Langham đang học tại các chương trình tiến sĩ chất lượng cao ở nhiều nơi trên thế giới. Ngoài việc dạy dỗ cho các thế hệ mục sư kế thừa, những người đã tốt nghiệp qua học bổng Langham tạo ra những ảnh hưởng quan trọng qua các bài viết và sự lãnh đạo của họ.

Để biết thêm về Langham Partnership và công tác chúng tôi làm, xin truy cập trang **Langham.org**

Chương 12

Xuất Sắc trong Việc Lượng Giá và Đổi Mới

Sự biến cải và đổi mới về phương diện tổ chức được thể hiện ở mỗi giai đoạn trong sự hoạt động của một cơ sở đào tạo xuất sắc. Lượng giá được kết cấu vào trong sự hoạt động tiếp diễn của mỗi khía cạnh chương trình. Tham gia vào mạng lưới làm việc rộng lớn hơn và học hỏi từ người khác là một phần quan trọng của sự đổi mới.

Giá trị tổng quan của một nền giáo dục tốt không dễ đo đếm được, cũng không thể dễ để trình bày mảng nào của chương trình thực sự đã góp phần vào thành công của một trong các cựu sinh viên của chúng ta. Sao chúng ta có thể nhận lấy công trạng cho những gì Thánh Linh của Đức Chúa Trời đã làm giữa vòng chúng ta? Mặt khác, sao chúng ta biết được rằng mình đang lãng phí thời gian và nguồn lực trong các hoạt động đào tạo, nhất là khi tác động chủ yếu của chương trình đào tạo đến từ những gì không thể thấy được trong môi trường đào tạo và các mối quan hệ?

Chỉ ra chỗ chúng ta thất bại thường đơn giản hơn là nhận diện những gì chúng ta đã làm được, nhưng ngay cả trong thất bại, không phải lúc nào cũng biết được mình đã sai ở chỗ nào. Một số lượng lớn sinh viên xoay sở để vượt qua hệ thống trường công ở Bắc Mỹ mà không học được những kỹ năng và kiến thức cơ bản. Trong một số trường hợp, có những người tốt nghiệp trong khi vẫn không biết chữ. Những bài trắc nghiệm tiêu chuẩn có thể chỉ ra một cách rõ ràng là chương trình đang *có vấn đề*, nhưng cố gắng phát triển các giải pháp là điều phức tạp khi lý do thất bại có thể rất nhiều, trong đó bao gồm chương trình đào tạo nghèo nàn, sinh viên tệ, quá ít giáo viên, giáo viên không biết cách dạy, hoặc không có đủ cơ sở vật chất.

Chúng ta không thể đòi hỏi thành công nếu chương trình được soạn thảo cẩn thận và được quản lý tốt của chúng ta đã đào tạo sai người. Chúng ta cũng không thể cảm thấy thành công khi cựu sinh viên của chúng ta thất bại trong mục vụ bởi vì họ không được đào tạo để làm đúng việc. Chúng ta không muốn trở thành những trung tâm chăm sóc người lớn hay trại tị nạn cho những chương trình tài trợ học bổng, cấp nhà ở miễn phí, đồ ăn, chăm sóc y tế và cấp bằng cho người không có việc gì khác để làm.

Chúng ta cũng không thể khẳng định sự xuất sắc của mình nếu chương trình đào tạo vô hình của chúng ta chiến thắng bất cứ điều gì khác chúng ta nghĩ mình đạt được. Một chương trình đào tạo có thể được bối cảnh hóa một cách tuyệt vời, được thừa nhận phù hợp và với sinh viên là người thể hiện sự tài giỏi của họ trong từng bài trắc nghiệm đã được chuẩn hóa, nhưng chúng ta vẫn chưa làm tốt nếu chúng ta sản sinh lòng kiêu ngạo hơn là những lãnh đạo Cơ Đốc tin kính, là người làm việc như những đầy tớ trong cộng đồng. Chúng ta cũng không thành công nếu một trong những kết quả của công tác đào tạo của chúng ta đã góp phần vào sự nhân rộng một cách không cần thiết các lựa chọn đào tạo khi mỗi một cựu sinh viên lại mở thêm một trường mới cho mình thay vì khuyến khích các hoạt động đào tạo trong khu vực trở nên chất lượng hơn.

Trong chương này chúng ta muốn xem xét vấn đề đổi mới và lượng giá. Làm thế nào để thấy rõ tác động của một cơ sở đào tạo nhằm làm cho nó hiệu quả hơn? Làm thế nào để đội ngũ giảng dạy và quản lý được đổi mới? Và làm thế nào chúng ta có thể trở thành một tập thể học hỏi tự đổi mới chính mình?

www.ingramcontent.com/pod-product-compliance
Lightning Source LLC
Chambersburg PA
CBHW051749040426
42446CB00007B/288